D1679963

அடைக்கும் தாழ்

அடைக்கும் தாழ்

சல்மா

இயற்பெயர் ராஜாத்தி (எ) ரொக்கையா. திருச்சி மாவட்டம் பொன்னம்பட்டி சிறப்பு ஊராட்சி மன்றத் தலைவியாகவும் தமிழ்நாடு சமூகநலத் துறை வாரியத் தலைவியாகவும் பணி யாற்றினார். மூன்று கவிதைத் தொகுப்புகள், இரண்டு நாவல்கள், ஒரு சிறுகதைத் தொகுப்பு வெளிவந்துள்ளன. 'கனவுவெளிப் பயணம்' என்ற பயண நூலும் வெளியாகி உள்ளது. இவருடைய 'இழப்பு' சிறுகதை 'கதா – காலச்சுவடு' போட்டியில் பரிசு பெற்றது.

சேனல் 4 தயாரிப்பில் இவரது வாழ்க்கையை அடிப்படையாகக் கொண்ட 'சல்மா' என்கிற ஆவணப்படம் கிம் லாங்கினாட்டோ என்கிற பிரிட்டிஷ் இயக்குநரால் இயக்கப்பட்டு நூற்றுக்கும் மேற்பட்ட நாடுகளின் உலகப்பட விழாக்களில் திரையிடப்பட்டு, பதினான்கு சர்வதேச விருதுகளைப் பெற்றுள்ளது.

2006ஆம் ஆண்டு ஃபிராங்பர்ட் புத்தக விழா, 2009 லண்டன் புத்தகக் கண்காட்சி, 2010 சீனாவின் பெய்சிங் புத்தகக் கண்காட்சி ஆகிய வற்றில் பங்கேற்றார். சல்மாவின் படைப்புகளை முன்வைத்து நார்மன் கட்லர் நினைவுக் கருத்தரங்கு சிகாகோ பல்கலைக் கழகத்தில் 2007 மே மாதம் நடைபெற்றது.

'இரண்டாம் ஜாமங்களின் கதை' ஆங்கிலம், மலையாளம், மராத்தி, ஜெர்மன், கடாலன் ஆகிய மொழிகளில் மொழிபெயர்க்கப் பட்டுள்ளது; வோடோ போன் க்ராஸ்வோர்டு பரிசு, மான் ஆசியா பரிசு ஆகியவற்றின் முதல் பட்டியலில் இடம்பெற்றது. 'மனாமியங்கள்' ஆங்கிலத்தில் *Women Dreaming* என்ற தலைப்பில் வெளியாகி யுள்ளது. 'சாபம்' சிறுகதைத் தொகுப்பு ஆங்கிலத்திலும் மலையாளத்திலும் வெளிவந்துள்ளது. சல்மா கவிதைகளுக்கான மஹாகவி கன்ஹையாலால் சேத்தியா விருதைப் (2019) பெற்றுள்ளார்.

பெற்றோர்: சர்புனிஷா, சம்சுதீன். கணவர் அப்துல் மாலிக். மகன்கள் சலீம், நதீம்.
தொலைபேசி : 9444918604
மின்னஞ்சல்   : *tamilpoetsalma@gmail.com*

சல்மாவின் பிற நூல்கள்
[காலச்சுவடு வெளியீடு]

கவிதைகள்

ஒரு மாலையும் இன்னொரு மாலையும் (2000)

பச்சை தேவதை (2003)

தானுமானவள் (2021)

நாவல்

இரண்டாம் ஜாமங்களின் கதை (2004)

மனாமியங்கள் (2016)

சிறுகதைத் தொகுப்பு

சாபம் (2012)

சல்மா

அடைக்கும் தாழ்

காலச்சுவடு பதிப்பகம்

அன்பார்ந்த வாசகருக்கு,

வணக்கம்.

காலச்சுவடு நூலை வாங்கியமைக்கு நன்றி.

நூலின் உள்ளடக்கம், உருவாக்கம், அட்டைப்படம் இன்ன பிற அம்சங்கள் பற்றிய உங்கள் கருத்துகளையும் ஆலோசனைகளையும் காலச்சுவடு வரவேற்கிறது. தகவல், எழுத்து, வாக்கியப் பிழைகள் தென்பட்டால் கட்டாயம் தெரிவித்து உதவுங்கள். நூல் தயாரிப்பில் கடும் குறைபாடு இருப்பின் மாற்றுப் பிரதி உங்களுக்குக் கிடைக்கக் காலச்சுவடு ஏற்பாடு செய்யும்.

மின்னஞ்சல்: **publisher@kalachuvadu.com**

காலச்சுவடு நாகர்கோவில் தலைமையகத்துக்கும் கடிதம் அனுப்பலாம்.

தங்கள்
எஸ்.ஆர். சுந்தரம் (கண்ணன்)
பதிப்பாளர் — நிர்வாக இயக்குநர்

அடைக்கும் தாழ் ♦ நாவல் ♦ சல்மா ♦ © ராஜாத்தி ♦ முதல் பதிப்பு: டிசம்பர் 2022 ♦ வெளியீடு: காலச்சுவடு, 669, கே.பி. சாலை, நாகர்கோவில் 629001

காலச்சுவடு பதிப்பக வெளியீடு: 1120

aTaikkum taaz ♦ Novel ♦ Salma ♦ © Rajathi ♦ Language: Tamil ♦ First Edition: December 2022 ♦ Size: Demy ♦ Paper: 18.6 kg maplitho ♦ Pages: 216

Published by Kalachuvadu, 669 K.P. Road, Nagercoil 629001, India ♦ Phone: 91-4652-278525 ♦ e-mail: publications@kalachuvadu.com ♦ Printed at Mani Offset, Chennai 600077

ISBN: 978-93-5523-222-9

என் அன்பு பேத்தி
ஸ்மையா சலீமுக்கு

நன்றி

நாவலைப் படித்துப் பார்த்து அபிப்ராயங்களைப் பகிர்ந்துகொண்ட நண்பர் அரவிந்தன், நான் விட்ட எழுத்துப் பிழைகளைக் கவனமாகப் பார்த்துத் திருத்தி ஒழுங்கு செய்த சகோதரர் களந்தை பீர்முகம்மது, கையெழுத்தினைத் தட்டச்சு செய்த ஆ. அறிவழகன், எனது நாவலைத் தொடர்ந்து வெளியிடுகிற காலச்சுவடு பதிப்பகம், கண்ணன் ஆகியோருக்கு நன்றி.

ஊர் 1

வாய்க்காலில் நின்றுகொண்டிருந்த அஜ்மல் வாய்க்கால் ஓரத்தில் இருந்த ஓட்டைக்குள் கையை விட்டுக் கையில் பிடிபட்ட நண்டை வேகமாக வெளியே இழுத்தான்.

“டேய் கடிக்கப் போவுதுடா” கிரீச்சிட்டபடி அவனது மொட்டை மண்டையில் வலிக்காதபடி லேசாக அடித்தாள் ஆபிதா. “போக்கா” என்றபடி கையில் இருந்த குஞ்சு நண்டைப் பத்திரமாக டிபன் பாக்சின் உள்ளே விட்டு அழுத்தி மூடினான்.

வானம் கறுத்துக்கொண்டிருந்தது, அடிவானத்தில் லேசாக மின்னல் வெட்டி மறைந்தது. குட்டிப் பூவரசு மரத்தின் மீது லாவகமாக ஏறிக் கிளையில் அமர்ந்துகொண்ட ஆபிதா, மடியில் இருந்த சுருக்குப் பையைத் திறந்து அஞ்சறப் பெட்டி முறுக்கை எடுத்தாள். அது நொறுங்கித் தூளாகக் கொட்டிற்று. “உடைஞ்சிடுச்சா” என்று அசௌகரியமாக முனகியவள், “இருந்தா என்ன?” என்றபடி முறுக்கைத் தூளாக அள்ளி வாயில் கொட்டிக்கொண்டாள். அதன் மொறுமொறுப்பை ரசித்தபடி கால்களை அந்தரத்தில் தொங்கவிட்டு ஆட்டத் தொடங்கினாள்.

“அடி செருப்பாலே... காலாட்டுறத நிறுத்த மாட்ட? பயலாட்டம்...” அம்மாவின் குரல் கேட்க, பயத்தில் கால் ஆட்டத்தை நிறுத்திவிட்டு அம்மாவைப் பார்த்தாள் ஆபிதா.

வாயில்சேலை முந்தானையை உதறியபடி வீட்டிற்குக் கிளம்புவதற்கு ஆயத்தம் செய்துகொண்டிருந்தாள் சைனம்பு. ஓடும் வாய்க்கால் நீரில் மண்வெட்டியைக் கழுவிக்கொண்டிருந்த பிச்சைமணியிடம் "நாங் கௌம்புறேன், நீயும் கௌம்பு" என்றாள். அவளது சிவந்த உருண்டை முகம் கடுகடுத்தது .

"சரிங்கம்மா" என்றவனிடம் முந்தானையில் முடிந்திருந்த சுருக்குப்பையை அவிழ்த்துப் பணத்தை எடுத்துத் தந்தாள். "போயி பலசரக்கு சாமான் வாங்கிட்டுப்.போ இருட்டறதுக்குள்ளே. மழை வேற வரப்போகுது" என்று அக்கறையோடு சொன்னாள்.

"வாங்க புள்ளைகளா வீட்டுக்குப் போவோம்" என்று குரல் கொடுத்தாள். அம்மாவின் கிரீச்சிடும் குரல் கேட்டு அஜ்மல் அவசரமாக டிபன் பாக்ஸைத் திறந்து நண்டுகளை ஒருமுறை பார்த்துவிட்டு மூடி, அம்மாவோடு கிளம்பத் தயாரானான். இடுப்பில் நழுவிக்கொண்டிருந்த டவுசரை இழுத்துக் கையில் பிடித்தான்.

"பிச்சைமணி . . . இறங்க முடியலை, கொஞ்சம் கை கொடுவே…" என்று சிணுங்கினாள் ஆபிதா.

"பொட்டைக் கழுதை… ஏறத் தெரிஞ்சவளுக்கு இறங்கத் தெரியாதா? பாவாடய இழுத்து விடு மூதேவி" என்று கடுகடுத்த சைனம்பு, "அவளை இறக்கி விடு பிச்சைமணி" என்றாள்.

"இருக்கட்டும்மா, திட்டாதீங்க புள்ளைய…" என்றபடிக் கைகளை நீட்டி அவளை இறக்கிவிட்டான் பிச்சைமணி.

ஆபிதாவின் தாவணி முந்தானையில் மடி நிறையப் பூவரசம் பூவும் காய்களும் நிரம்பிக்கிடக்க, அம்மாவுக்கு முன் ஓட ஆரம்பித்தாள். அஜ்மல் ஒரு கையால் உருவி விழுகிற தன் டவுசரையும் இன்னொரு கையில் டிபன் பாக்ஸையும் இறுகப் பற்றியபடி, அக்காவைப்பின் தொடர்ந்து ஓட ஆரம்பித்தான்.

பெரும் துளிகளாக மழை மண்ணில் விழ ஆரம்பித்தது. அவர்கள் நனைந்துகொண்டே ஓடிக்கொண்டிருக்க, குடையைப் பிடித்தபடி சைனம்பு நடக்க ஆரம்பித்தாள். "ஓடாதீங்க. . . குடைக்குள்ளே வாங்க புள்ளைகளா" எனச் சத்தமிட்டபடி நடந்த அவளது குரலைக் காதில் வாங்காதவர்களாக அவர்கள் பறந்து கொண்டிருந்தார்கள். விசிறியடித்த மழைக்காற்றில் அம்மாவின் குரல் சிதறித் தெறித்தது.

2

அடுப்பிலிருந்து கசியும் புகை கண்ணீராக மாறி வழிய தோசையை ஊற்றிவிட்டு ஊதாங் குழலால் அடுப்பை ஊதினாள் பாத்திமா. பச்சைத் தென்னை மட்டை எரிவதற்குள் உயிர்போய்விடும் போலிருந்தது. 'சனியன். . .' என்றபடி விடாமல் ஊதி எரிய வைத்தாள். அவளைப் பார்த்துப் பரிதாபப்படுவதுபோல அடுப்பு லேசாக எரிய ஆரம்பித்தது.

பனிரெண்டாவது தோசை. . . மனத்திற்குள் எண்ணியவள் அதனை வாய்விட்டுச் சொல்லிய படித் தட்டில் அடுக்கினாள். திண்ணயில் முக்தார் மாமுவும் ஜாகிர் நன்னாவும் அமர்ந்திருந்தார்கள்.

"எத்தினி தோசை இருக்குது?" என்றபடி அடுப்படிக்குள் வந்து தோசைத் தட்டை எடுத்த சைனம்புவிடம்,"பன்னெண்டு" என்று வெடுக்கென்று சொன்னாள் பாத்திமா.

"என்னா மூஞ்சிய காட்டுறியா? மொத்திப்புடுவேன்." மகளை அடிக்குரலில் அதட்டியவள், தோசையை எடுத்துக்கொண்டு போய் "சாப்பிடுங்கண்ணே" என்றபடி இருவரது தட்டிலும் பகிர்ந்து வைத்துவிட்டு, தோசை தீர்ந்த தட்டை அடுப்படிக்குள் தரையில் விசிறியடித்தாள். "இன்னும் தோசை சுடு" என்று பாத்திமாவை நோக்கிச் சொல்லிவிட்டுச் சாப்பிடுபவர்களது தட்டில் சாம்பாரை ஊற்றினாள்.

அடுப்படிப் புகையினால் வழியும் கண்ணீரைத் துடைத்தபடி எதையோ முணுமுணுத்தாள் பாத்திமா. தோசைகளால் தட்டு நிரம்பிக்கொண்டிருந்தது.

வியர்த்து வழிந்த முகத்தை உடுத்தியிருந்த வாயில் சேலையால் அழுத்தித் துடைத்தாள்.

"அக்கா ... எனக்குப் பசிக்குது தோசை குடு" என்றபடி உள்ளே வந்து பாத்திமாவிடம் சொல்லிவிட்டு ஓலைத்தடுப்பை எடுத்துப்போட்டு அவளது அருகில் அமர்ந்தான் ராசாங்கம்.

"எனக்குக் கண்ல தண்ணி வருது. புகை ரொம்ப இல்ல?" என்றான்.

"உங்க அம்மாவைப் பாருடா, வீட்ல பலகாரம் சுட்டுருக்குனு சொல்லி தெருவுலே போறவங்க வாரவங்க, உறவுகள எல்லாம் கூட்டியாந்து ஒக்கார வைச்சு தோச சாப்பிட வைக்குது. புகையில கண்ணு அவியுது." தம்பியிடம் புகார் சொன்னாள் பாத்திமா.

"இருக்கட்டும், நம்ம சொந்தக்காரங்கதானே. . . அவுக வீட்டிலே பலகாரம் சுட மாட்டாகதான, அம்மா எப்பவும் இப்படித்தான்" என்று அக்காவைச் சமாதானப்படுத்தினான்.

"இந்தப் புகை மூட்டத்துக்கு நடுவுலகூட, நீ ஜெயலலிதா மாதிரி தகதகனு ஜொலிக்கறக்கா" என்று அவளை வம்புக்கிழுத்தான்.

"நீ இருக்கியே ... உனக்கு இப்போதைக்குத் தர முடியாது போடா. அந்த ரெண்டு பேரும் தின்னு முடிக்கட்டும்; கையெல்லாம் வலிக்குது, மாவு ஆட்டி, தோசை சுட்டு..."

"விடுக்கா, கை உளைஞ்சா, மருந்து போட்டுக்கலாம்" என்று கிண்டல் செய்தவன், "சுடு வரேன்" என்றபடி வாசலுக்குப் போனான். "டேய் அஜ்மலு, ஆபிதா எங்க இருக்கீங்க?" என்று குரல் கொடுத்தான். "இந்தா இங்கே" மொட்டை மாடியிலிருந்து முற்றத்தை நோக்கி எட்டிப் பார்த்துக் கத்தினான் அஜ்மல்.

"வாங்க சாப்பிடலாம்" என்று குரல் கொடுத்தவன், வீட்டுக்குள் கயிற்றுக் கட்டிலில் படுத்துக்கிடந்த அனிபா அண்ணனை நோக்கிச் சென்றான். "ஒனக்கு ஒருக்கா சொல்லணுமா? வா சாப்பிடலாம்" என்றான்.

"எனக்குப் பசிக்கலை" என்றபடி எழுந்து அமர்ந்தான் அனிபா. அத்தா இறந்ததிலிருந்து இவன் இப்படித்தான் இருக்கிறான்; விட்டத்தைப் பார்த்தபடி படுத்தே கிடக்கிறான் என்பது நினைவுக்கு வந்தது ராசாங்கத்திற்கு. அத்தாவை நினைத்தாலே மனம் முழுக்கத் துக்கமாகவே இருக்கும். அவர் இல்லை, இனி வரவே மாட்டார் என்று நினைக்கவே மனம் வருவதில்லை.

சிறிய வயதிலிருந்தே சிங்கப்பூரில் வியாபாரத்திற்குச் சென்று மகா நாகரிகமான ஒரு மனிதனாகவே மாறிப்போயிருந்தார் அன்வர். விதம்விதமான வீட்டு உபயோகப் பொருள்களிலிருந்து, லேடீஸ் செருப்பு, ஹேண்ட்பேக் என எல்லாவற்றையும் மனைவி

சைனம்புக்கும் தம்பி மனைவி மகமூதாவுக்கும் கொண்டு வந்து குக்கிராமத்தில் சேர்த்தார்.

அவரை மறக்கும் நிலையில் யாரும் இல்லை. அம்மா ரொம்பவே உடைந்துபோய்விட்டாள். இத்தா[1] முடிந்து இந்த சில மாதங்களாகத்தான் ஓரளவு பழைய நிலைக்கு மாறியிருக்கிறாள். அவர் கொண்டுவந்து தரும் கோடாலிசாப் மருந்து ஊருக்குள் இல்லாத வீடே இல்லை. பெட்டியில் நிறைத்துவைத்துப் பார்க்கிறவர்களுக்கெல்லாம் தருவார். "மகராசன்" என்றபடி வாழ்த்திவிட்டுப் போவார்கள். ராசாங்கத்திற்குத் துக்கமாக இருந்தது. சட்டென நடந்து விடுவிடுவென்று மாடிக்கு ஓடினான். மரப்படியில் அவன் காலடிச் சத்தம் தம் தம் எனக் கேட்க, "யாரது காலங்காத்தாலே மாடிக்குப் போறது" என்ற அம்மாவிடம், "நான்தான்" என்றபடி ஓடிப்போய் முன்வராந்தாவில் அத்தா அமர்ந்திருக்கும் சேரில் அமர்ந்துகொண்டு குமுறி அழ ஆரம்பித்தான்.

இறுதியாகப் போகும்போது அவரது உடல் தளர்ந்திருந்தது. "அத்தா, இனி நீங்க போக வேண்டாம், விவசாயம் பார்க்கலாம். அண்ணனும் நானும் நல்லா படிச்சு கவர்மெண்ட் வேலைக்குப் போறோம்" என்றான். "நான் சம்பாரிச்சு அனுப்புனதை எதுவும் உங்கம்மாவும் மகமூதா சின்னம்மாவும் சேமிக்கலையே. இருக்கறது ரெண்டு ஏக்கர் காணி. இதிலென்ன விவசாயம் பாக்கறதுப்பா? எந்தம்பி பசீரும் போய்ச் சேந்துட்டான். நான் மட்டும்தான் இனி சம்பாதிச்சு நம்ம வீட்ல அடுப்பெரியணும். இந்தமுறை மட்டும் போயிட்டுப் பணம் கொஞ்சம் கொண்டு வருவேன். நீங்க நல்லா படிங்க..." என்றவரின் வார்த்தைகள் காதில் ஒலித்தன. அவர் திரும்ப வரவேமாட்டார் என்று யாருக்குத் தெரியும்?

"கதவ திற..." தெருவில் மகமூதா சச்சானியின் குரல் ஆர்ப்பாட்டமாக ஒலித்தது. வயலிலிருந்து கொண்டுவந்த புல்லுக்கட்டைச் சொத்தென முற்றத்தில் போட்டாள். "வந்துட்டி யாலே வா, சாப்பிடு. பாத்துமா தோசை ஊத்து, உங்க அம்மா பசியா இருப்பா" என்று ஓரகத்தியைக் கூப்பிட்டாள் சைனம்பு.

"இருக்கட்டும், இந்தா வாரேன் கைகால் மூஞ்சி கழுவிட்டு" என்றபடிக் கொல்லைக்கு நடந்துசென்று கிணற்றுநீரை எடுத்து முகம் கழுவ ஆரம்பித்தாள் மகமூதா. கன்னத்தின் ஓரம் அடக்கி வைத்திருந்த புகையிலையைத் தூவெனத் துப்பி வாய் கொப்பளித்தாள். அவளது தடித்த உடல் வியர்வையில் தொப்பலாக நனைந்திருந்தது. வாட்டசாட்டமான உடம்பு அவளுக்கு. நீளமான கால்களும் கைகளும் கம்பீரத்தைத் தந்தன.

---
1. கணவனை இழந்த பெண், வெளித்தொடர்புகள் இல்லாமல் வீட்டில் இருப்பது.

அடைக்கும் தாழ்

“அந்தக் கருமத்தை என்னாத்துக்குத் திங்கற... போதாததுக்கு ஆம்பளையாட்டம் சுருட்டு வேற புடிக்கற. நாத்தம் புடிச்ச பொம்பளை ...” அடுப்படிப் படிக்கட்டில் நின்றபடி எட்டிப் பார்த்துக் கத்தினாள் சைனம்பு.

“நீ பொத்து . . . நான் எனக்குப் புடிச்சத பண்றேன், உனக்கென்ன நோவுது?” ஓரகத்தியைச் செல்லமாகத் திட்டிய மகமூதாவின் முகத்தில் நக்கலாக ஒரு சிரிப்பு ஓடிற்று.

“காலங்காத்தாலேயே ஆரம்பிச்சுருச்சா ஒங்க பெலா” என்றபடி கைத்தட்டி சிரித்தாள் பாத்திமா. “வாய மூடுடி கோட்டிச் சிறுக்கி, ரொம்பத்தேன் ஆடுற...” என்று மகளை அடக்கிவிட்டு வாசல் திண்ணையில் அமர்ந்து, காரை பெயர்ந்து கிடந்த சுவரில் முதுகைச் சாய்த்துக்கொண்டாள் மகமூதா. அவளது முகத்தில் களைப்பு தெரிந்தது.

“அனிபா பயல எங்க காணோம், கடத்தெருவுக்குப் போய்ட்டானா?” என்றவளிடம், “இந்தா ஆறு தோசை இருக்கு போதுமா? இல்ல சுடச் சொல்லணுமா?” என்று கேட்டாள் சைனம்பு.

பாத்திமாவுக்கு மனத்திற்குள் கெதக் என்றது. மறுபடி சுடணுமா என்கிற கவலை முகத்தில் படர்ந்தது. “ஏய் மூஞ்சிய காட்டாத, தோசை போதும். சித்த இங்கனையே ஒக்காரு, ஒரு சங்கதி பேசணும்” என்றாள் மகமூதா.

“மொத வவுத்துக்கு சாப்பிட்டு முடி, அப்புறம் பேசுவ. வெள்ளன நீச்சுத்தண்ணிய குடிச்சுட்டுப் போனவ, இப்பத்தான் வார. . . பசிக்கல உனக்கு?” அதட்டியபடி சாம்பாரை தோசை மீது ஊற்றினாள்.

“என்னா, ரொம்ப அன்பு பொங்குதா ரெண்டு பேருக்கும். என்னா கேடு இன்னக்கி...” நக்கல் செய்தாள் பாத்திமா.

“சித்த சும்மா இருடி, இவ வேற . . .” கை நீட்டி மகள் பாத்திமாவை அடக்கினாள் மகமூதா. தனது மடியில்முடிந்து வைத்திருந்த வேப்பை ஈக்கீயையும், துளசியையும் கொத்தாகக் கையில் அள்ளி எடுத்த மகமூதா திண்ணைக்கு அருகில் இருந்த ஆட்டு உரலைத் துடைத்துவிட்டு அதில் போட்டாள். “ஏலே சைனம்பு கொஞ்சம் இஞ்சியும் ஒரு எலுமிச்சம் பழமும் கொண்டாலே” என்று ஆணையிட்டாள். “என்னா இது... மருந்து இடிக்கப் போறியாக்கும். சித்த வந்து உக்காரு, நடந்து வந்த அலுப்பு தீரட்டும்” என்ற சைனம்பு, “ஆமா. . . நான் சொன்னா மட்டும் நீ கேக்கவா போற” என்றபடி அடுப்படிக்குள் போய் இஞ்சி, எலுமிச்சம்பழம் இரண்டையும் கொண்டுவந்து தந்தாள்.

குவளையில் தண்ணீர் மொண்டு வந்த மகமூதா அவற்றைக் கழுவி உரலில் போட்டு இடிக்க ஆரம்பித்தாள். தூரத்திலிருந்து இதைப் பார்த்துக்கொண்டிருந்த அஜ்மல் அடிவயிற்றைப் பிடித்துக் கொண்டு, முகத்தைக் கோணலாக்கியபடி, "அண்ணே மருந்து" என்றவாறு ராசாங்கத்தை நோக்கி ஓடினான். அவனது முகத்தில் முன் நாட்களில் அருந்திய மருந்தின் கசப்பு வழிந்தது.

இனி யாரும் தப்பிக்க முடியாது, குடித்தே ஆக வேண்டும் என்கிற யதார்த்தம் புரிந்ததும் சச்சானியை, அவள் ஏதோ சினிமா பாட்டைப் பாடியபடி இடிப்பதை, வேடிக்கை பார்க்க ஆரம்பித்தான் ராசாங்கம். மருந்துதான் பிடிக்காதே தவிர அவளது பாடலும் இடிக்கும் பாங்கும் மிகப் பிரமாதமாக இருக்கும். இடித்த மருந்தை ஒவ்வொருத்தராகப் பிடித்துக் கை காலை மடக்கிப்பிடித்து வாயில் ஊற்றும் படலம் இன்றும் நடக்கும். அதைத் தவிர்க்கவோ தப்பிக்கவோ முடியாது. அதனால் பாட்டை ரசிக்க ஆரம்பித்தான் அவன்.

"குங்குமப் பொட்டின் மங்கலம், நெஞ்சம் இரண்டின் சங்கமம்" என்று இழுத்துப் பாட ஆரம்பிக்க, "என்னா இன்னைக்கு வாத்தியார் பாட்டா, குஷாலா இருக்க போல" என்று வம்பிழுத் தாள் சைனம்பு.

"அப்புறம், அந்தப் பாட்டுக்கு அவுக ரெண்டு பேரும் என்னா மாதிரி அழகா இருப்பாக தெரியுமா? நாமதான் பாத்துருக்கோமே. அதெல்லாம் ஒரு காலம்" என்று சொல்லிவிட்டு ஏக்கப் பெருமூச்சு விட்டாள் மகமூதா. தொடர்ந்து அவளது குரலும் பாட்டும் விடாமல் ஒலிக்க, அவளையே ஆர்வமாகப் பார்த்துக்கொண்டிருந்தான் ராசாங்கம்.

மகமூதா சச்சானி இருக்கும் இடத்தில் கலகலப்புக்குப் பஞ்ச மிருக்காது. சிரிப்பும் நக்கலுமாகப் பேசுவாள், யதார்த்தத்தைப் புரிந்துகொண்டு துணிவோடு செயல்படுவதில் அவளுக்கு நிகர் அவள்தான்.

அம்மா சரியான பயந்தாங்கொள்ளி. சின்னம்மாவின் நிழலில் பதுங்கிக்கொண்டுதான் எதையும் செய்வாள். அந்த அளவுக்குச் சின்னம்மாவின் தன்னம்பிக்கையும் இருக்கும். வானமே இடிந்து விழுந்தாலும், "சித்த இரி பாத்துக்கலாம்" என்பாள். ராசாங்கத்திற்கு அம்மாவைவிட சச்சானியை ரொம்பப் பிடிக்கும்.

அவளோடு இருக்கும்போது வீடு துக்கத்தை மறந்துவிடும். இந்த உலகமே தன் கையில் இருப்பதுபோல அவள் நடந்து கொள்வாள். அம்மாவிடம் சினிமாவுக்குப் போகக் காசு கேட்டால் தர மாட்டாள். அதெல்லாம் போகக் கூடாது என்று சொல்லித் தவிர்க்கப் பார்ப்பாள். சச்சானிதான் காசு தந்து அனுமதியும் வாங்கித் தருவாள். "நாம போகாத சினிமா இருக்கா? எல்லாம் ஒரு

காலம்தான், இந்த வயசுல பாக்காம இனி எப்போ பாப்பானுக" என்று கூடுதல் ஆதரவு தருவாள்.

பாட்டையும் இடிப்பதையும் ஒருசேர நிறுத்தியவள் "அல்லாஹு" என்றபடி திண்ணையில் அமர்ந்தாள்.

"பாட்டு பாடுறவரைக்கும் அல்லா யாபகம் வரலபோல" என்று கிண்டல் செய்த அம்மாவிடம், "பொத்துலே" என்றவள், தலை முடியை அவிழ்த்துக் கொண்டையைத் தூக்கிக் கட்டினாள்.

"அந்தப் பொன்னமராவதிக்காரன இன்னக்கி கடலைக் காட்டுலே பார்த்தேன். ஒம்மவள பொண்ணு கேக்கறான், அவன் சொந்தக்காரனுக்கு."

"யாரச் சொல்ற?" சைனம்புவின் முகம் ஒரு நிமிடம் குழப்பத்தில் சுருங்கிற்று. "ஆபிதாவதான் வேற யார?" என்றவள், சட்டென நினைவு வந்தவளாகத் தன் மகள் பாத்திமாவைப் பார்த்தாள். அவள் முகம் எந்தச் சலனமுமில்லாமல், அமைதியாக இவர்களது பேச்சைக் கவனித்துக்கொண்டிருந்ததைக் காண நிம்மதியாக இருந்தது.

"யார சொல்ற, ஆபிதாவையா...? ஆமா அவளுக்கு என்ன வயசுங்கற, கிராக்கு..." என்றாள் சைனம்பு.

"யாரு கிராக்கு, நானா? வீட்ல ஏற்கெனவே ரெண்டு கைம்பெண்ணுக, ஒரு வாழாவெட்டி, ஆம்பளைத் துணை இல்லை. இந்த சின்னப் பயலுவ என்னக்கி வெள்ளாமை பார்க்க. . . வீடு வந்து சேக்க. . . "

"அந்தப் பொண்ண கட்டிக்குடுக்க என்ன வச்சுருக்கம் சொல்லு." சைனம்பு கேட்டாள்.

"அவுக நம்ம குடும்பத்தில பொண்ணு கட்டுறத விரும்பறாங்க. அதுக்காக வெறும் பொண்ணை ஓட்டிவிடுவியா? வயசு மண்ணாங்கட்டினு... என்னைய, உன்னைய எந்த வயசுல கட்டிக் கூட்டி வந்தாக சொல்லு. எனக்கு பாவாடை நாடா கூட ஒழுங்கா கட்டத் தெரியாது. அப்ப புருசனை கட்டிவக்கல?"

வாய் மூடாமல் உலை கொதிப்பதைப் பார்த்தபடி அமர்ந்திருந்தாள் பாத்திமா. மடியில் குழந்தை ஷமீமா உறங்கிக் கொண்டிருந்தாள். கொழுந்தன் பொண்டாட்டிகள் சண்டைக்கு நிற்பதை ஊருக்குள் பார்த்திருந்தவளுக்கு, இவர்களது ஒற்றுமை நம்பமுடியாமல் இருந்தது. "ஒருமுறைகூட உங்களுக்குள்ளே சண்டையே வராதா" என்று ஒருமுறை கேட்டிருக்கிறாள். "சண்டை போட்டுப் பிரிக்கிறதுக்கு இங்கு என்னா இருக்கு காசும் பணமுமா? தரித்திரம்தான் இருக்கு" என்றபடி மகமூதா கை ஓங்கியபடி அடிக்க மகளை நோக்கி வருவாள், "உன் காலடி

மண்ணை எடுத்துச் சுத்திப் போடணும்டி" என்றபடி.

"சொல்றதைக் கேளு, அவனுக புதுப் பணக்காரனுங்க. நம்ம குடும்பமும் இந்த ஊர்ல பெரிய குடும்பங்கறதாலே பொண்ணு எடுக்க வரானுக. நம்ம நிலமை இப்போ நல்லாயில்ல. அது அவனுகளுக்குத் தெரியாது. நானும் நீயும் பார்த்து முடிவு பண்ணறதுதான், வேற யார் இருக்கா இங்க? ஆம்பள இல்லாத வீடு." மகமூதாவின் குரலில் உறுதி தெரிந்தது.

மாடியிலிருந்தபடி வாசலில் நடக்கும் பேச்சுக்களை அவதானித்தான் ராசாங்கம். அவனுக்குக் கோபம் மண்டையில் ஏறிற்று. "பதினாலு வயசுக் குழந்தைக்கு கல்யாணம் பேசுறாங்க" என்று முணுமுணுத்தவன் மாடிப்படியை இரண்டிரண்டாய்த் தாண்டி இறங்கி ஓடி வந்தான்.

மரப்படிகள் தப்தப்பென அதிர்ந்தன. ஓடிப்போய் அம்மா வின் முன் நின்று, "என்னா நினைக்கிறீங்க, இப்ப என்னாத்துக்கு அவளுக்குக் கல்யாணம்? எட்டாவது படிக்கிறவளுக்கு..." என்றான்.

"டேய் சின்னப்பயலே... சும்மா இருடா, பெரிய மனுசங்க பேசிக்கிட்டு இருக்கோம் இல்ல" அவனை அதட்டினாள் மகமூதா.

"அந்த மாப்பிளை பெரிய மளிகைக்கடை வச்சுருக்கார். வல்லா கொல்லையா சொத்துப் பத்து கிடக்குது. உனக்கு ஒரு வழிய காட்டிவிடுவான். ஒன் தம்பிய படிக்க வைக்கணும். இந்தா இருக்காளே... புருசன்காரன ஓட்டிவிட்டுட்டு, வாழாவெட்டியா... இவளுக்கும் நீங்கதான் கஞ்சி ஊத்தணும். இதெல்லாம் யாரு செய்வா?" மகமூதாவின் குரல் கம்மிற்று.

"நீ செத்த அமைதியா இரு. அவளுக்கு வயசு பதினாலுதான் ஆகுது. அந்த ஆளு வயசு முப்பத்திரண்டு தெரியும்ல? நான் பாத்துக்குவேன் அவளை. நான் படிச்சு நல்ல கவர்மெண்ட் வேலைக்குப் போவேன்." அடித் தொண்டையிலிருந்து கத்தினான் ராசாங்கம்.

"டேய்... கத்தறத நிறுத்து. நாங்க நல்லது கெட்டது யோசிச்சு தான் எல்லாமும் பண்ணணும். எப்போ பாரு படிக்கறேன், கவர்மெண்ட் வேலன்னுகிட்டு." இத்தனை நேரம் குழப்பத்தில் இருந்த சைனம்பு மகமூதாவிற்குத் துணையாகக் குரல் எழுப்பினாள்.

வாசலில் விழுந்துகொண்டிருந்த காலை வெயில் மூவரின் முகத்திலும் விழுந்து வெப்பத்தைக் கூட்டிக்கொண்டிருந்தது. தெருவில் யாரோ "கோழி முட்டை இருக்கா... கோழி முட்டை..." என்று கூவியபடிச் செல்லும் குரல் காதில் விழுந்தது.

3

எஸ்.எஸ்.எல்.சி.யில் வாங்கிய நல்ல மார்க்கை ஆசிக் மச்சானிடம் காட்டி மேலே படிப்பதற்கு அனுமதி கேட்ட நாளில், கைகளில் விழுந்த மளிகைக் கடைச் சாவியின் கனம் மனத்தில் இடியென விழுந்தது. தூக்கி எறிந்துவிட்டுக் கிளம்பியவனைத் தங்கை ஓடி வந்து கைப்பிடித்து அறைக்குள் இழுத்துச் சென்றது நினைவுக்கு வந்தது.

"அண்ணே, படிக்கறதுக்குக் காசு வேணுமே, எப்டி படிப்ப? பேசாம இங்கனையே இரி." பாவாடை தாவணிகூட ஒழுங்காகப் போடத் தெரியாத தங்கை புடவையைச் சுற்றிக்கொண்டு தனக்கு அறிவுரை சொல்வதைக் கண்களை விரித்தபடி நம்ப முடியாமல் பார்த்தான்.

"படிக்க காசு வேணாம், நம்மைப் பட்டதாரி யாக்க அரசாங்கமே எஞ்சினியர் படிக்க வைக்கு மாம், அதெல்லாம் விசாரிச்சுட்டேன், பெரியசாமி வாத்தியார் சொன்னார். நீ சும்மா இரி."

அவளது கைகளை உதறியபடி சைக்கிளில் ஊரை நோக்கித் திரும்பிய ராசாங்கம், அடுத்த சில நாட்களில் அதே சைக்கிளில் அங்கேயே வந்து மளிகைக் கடைச் சாவியைக் கையில் வாங்கினான்.

4

ஊர்–2

ஊரில் யாருடைய பார்வையுமே பிடிக்க வில்லை ராசாங்கத்திற்கு. காலையில் ஆறு மணிக்கு பஜர் தொழுத கையோடு கடையைத் திறந்து விடுவான். வருபவர்களின் முதல் கேள்வியே "ஓம்பேரன்னத்தா?" என்பதாக இருக்கும்.

"ராசாங்கம்."

"அதென்ன ராசாங்கம்? முஸ்லீம்ல அப்படி யெல்லாமா பேர் வைப்பாங்க?" நீட்டி முழக்கிக் கேட்டபடி நக்கலாகச் சிரிப்பார்கள்.

"என்னவோ... ஈமான், இஸ்லாம் தெரியாட்டி இப்படித்தான் பேர் வைப்பாங்க ராசாங்கம், செல்வம்னு."

இவனுக்குக் கூனிக் குறுகிப்போகும். அந்த நிமிடமே உனக்கென்ன நான் என்ன பெயர் வச்சிருந்தா என்று கோபப்படத் தோன்றும். ஆனால் மச்சானுக்குப் பயந்து அமைதியாகிவிடுவான். "ஊர்லே முக்கால்வாசிப் பேரு என் சொந்தக்கார னுங்க மாப்ளே. பொறுப்பா பதில் சொல்லுங்க. யாவாரம் கெட்டுப்போகும்." ஆசிக்கின் குரல் காதில் ஒலிக்கும்.

வந்த அன்றே ஆசிக் சொல்லியதை நினைவு படுத்திக்கொண்டான். படிக்க முடியாத கவலை அரித்துத் தின்றபடி இருந்தது. கடையைப் பூட்டிச் சாவியை விட்டெறிந்துவிட்டு எங்காவது ஓடிப் போகலாமா என்றிருந்தது.

கண்ணில் குடும்பத்தின் நிலை வந்து நின்றது. அனிபா சொல்லியது நினைவு வந்தது. "நான் இந்த வயக்காட்டையும் தென்னை மரங்களையும் பாத்துக்கறேன். குடும்பத்த ஓட்ட சரியாக இருக்கும். நீ ஒன்னையப் பார்த்துக்க, அஜ்மலைப் படிக்க வைக்கப் பாரு. மச்சான் ரொம்ப நல்லவரு. அவருக்கு உதவியா இரு. அவருக்கு உன்னய ரொம்பப் புடிச்சிருக்கு. நீ பொறுப்பானவன்னு தெரிஞ்சுக்கிட்டார்."

ராசாங்கம் தன்னைச் சுற்றி இருந்த மூட்டைகளைப் பார்த்தான். அரிசி, பருப்பு, எண்ணெய் டின்கள் சீரற்று அடைந்து கிடந்தன. சிக்கு வாடை எண்ணெய் டின்னிலிருந்து வந்து மூச்சு முட்டிற்று. மசாலா சாமான்களின் நெடி மூக்கில் ஏறிற்று. இன்னும் பழகவில்லை.

மகமூதா சின்னம்மாவைப் போலத்தான் அண்ணன் அனிபாவும் நடைமுறை யதார்த்தத்தைப் பேசினான். இவனை விட மூன்று வயது மூத்தவன், படிப்பு ஏறவில்லை. அவன் ஒரு குழப்பமில்லாதபடிக்கு இவனுக்குப் புத்தி சொன்னான்.

புத்தி சொல்லும்போது, அம்மியில் பொட்டுக்கடலையையும் சீனியையும் வைத்துப் பொடித்துக்கொண்டிருந்தான். பாத்திமாவைப் போல் லாவகமாக அம்மியை உருட்டிப் பொடி செய்தான்.

"என்னத்துக்குடா இது" என்றவனிடம், "தீனி தேடுது. என்னத்த செய்யச் சொல்ற, வீட்ல ஒண்ணுமில்ல. அதான் கால் ரூபாய்க்கு பொட்டுக்கடலை வாங்கியாந்தேன், சீனி வீட்லே இருந்துச்சு. இந்தா நீ கொஞ்சம் தின்னு." தம்பிக்குக் கொஞ்சம் வைத்தான்.

இப்போது நினைக்கும்போதும் சிரிப்பு வந்தது ராசாங்கத் திற்கு. நாளைக்குக் கடையைப் பூட்டியதும் ஊருக்குப் போய்விட்டு வந்தால் தேவலை என்றிருந்தது. எல்லோரையும் பார்த்து இரண்டு வாரம் ஆகிவிட்டதை நினைத்தான். இங்க இருக்கற ஊருக்குப் போக முடியலை. பொழுதுக்கும் கடையைக் கட்டிப்பிடிச்சுக்கிட்டு கிடக்க வேண்டியிருப்பதை நினைத்து வெறுப்பாக இருந்தது.

இந்நேரம் பியூசி சேர்ந்து படித்துக்கொண்டிருக்க வேண்டும். இப்படி வந்து மளிகைக்கடைக்குள் மாட்டிக்கொண்டோமே என்று வருந்தினான். "அல்லா... நீ ஏன்தான் இப்படி நசீபை எழுதிவைச்சியோ" என்று மனதுக்குள் புலம்பிக்கொண்டான். கண்களில் நீர் திரண்டது. இந்தக் கண்ணீரின் அர்த்தத்தைக் கல்லாப்பெட்டியில் அமர்ந்திருக்கும் மச்சானுக்குப் புரிய வைக்கவா முடியும்?

5

காலையில் இவன் கல்லாப் பெட்டியைத் தூசு தட்டிக்கொண்டிருந்தான். ஆறு மணிக்கே வந்து கடையைத் திறந்துவைத்து தூசுதட்டி வைக்க வேண்டும்.

கல்லாப்பெட்டி அருகே ஊதுபத்தி ஏற்றி வைத்து வெளியில் இருக்கும் உப்பு மூட்டையின் மீது போட்டிருக்கும் சாக்கை எடுத்துவிட்டு உப்பை விரித்துவைக்க வேண்டும். கடைக்கு வெளியே இருந்ததால்; உப்பு மூட்டையின் மீது தெரு நாய் ராத்திரியில் காலைத் தூக்கி ஒண்ணுக்கு போய் விட்டுப் போனதை ஒருமுறை பார்த்தபிறகு உப்பு மூட்டையைச் சுற்றி இரண்டு தகரப் பலகையை வைத்து விட்டுப் போனான்.

இரவு காசையெல்லாம் எண்ணி எடுத்துக் கொண்டு வீட்டிற்கு மச்சான் போனதும் மற்ற வேலைகளை முடித்து பூட்டிவிட்டுச் சாப்பிட வருவான். ஆபிதா இவனுக்கும் சோறு எடுத்துவைத்துச் சாப்பிட வைப்பாள். சாப்பிட்டுவிட்டு மாடியில் இருக்கும் அறையில் படுத்துக்கொள்வான். ஆசிக் மச்சானுக்கு அம்மா, அத்தா இல்லை. ஒரு தங்கை மட்டும்தான்.

அவள் இதே வீட்டில்தான் இருக்கிறாள் என்றாலும், இவன் வீட்டிற்கு வரும்போது அவள் ஒளிந்துகொள்வாள். இவனுக்கும் அவளைப் பற்றி யோசிக்கத் தோன்றியதில்லை.

ஊரில் யாரோ புறணி பேசினார்களாம், வீட்ல வயதுக்கு வந்த பொண்ணு இருக்கப்போ வயசுப் பையனைக் கொண்டு வந்து தங்க வைக்கறது நல்லாயில்லை என்று.

ஆபிதா சொல்லிச் சிரித்தபோது இவன் அவளையே பார்த்தான்.

முகம் குழந்தையைப் போல் இருந்தாலும் தோரணையில் முதிர்ச்சி கூடியிருந்தது. எப்படி இவ்வளவு சீக்கிரத்தில் இப்படி உருமாறிப் போனாள் என்று நினைத்துக்கொண்டான்.

ஒரு வருடத்திற்கும் முன் பூவரசு மரத்தின் மீது ஏறி அமர்ந்து இருந்தவள் இவள்தானா என்கிற சந்தேகம் வந்தது. அவளது குழந்தைத்தன்மை எங்கே போயிற்று?

ஒரு வருடத்தில் அவள் எவ்வளவோ மாறிவிட்டாள். நான்தான் அப்படியே இருக்கிறேன். நினைக்கும்போதே துக்கம் தொண்டையை அடைத்தது. தன்னை வைத்துத்தான் குடும்பம் கஞ்சி குடிக்கிறது என்கிற ஒரு விஷயம் மனத்தை தேற்றப் போதுமானதாக இருந்தது.

மாதா மாதம் குடும்பச் செலவுக்குப் பலசரக்குக் கடையி லிருந்து அத்தனையும் போய்ச் சேர்ந்துவிடும். இங்கே கடையைப் பார்த்துக்கொள்ளவில்லையென்றால், இந்தப் பொருட்களை அனுப்ப முடியாது. அம்மாவும் வாங்க மாட்டாள். அவனிட மிருந்து நீண்ட பெருமூச்சு எழுந்தது.

தினமும் கடைக்கு வருகிறவர்களில் இரண்டு பேராவது, "ராசாங்கமா! எந்த அசரத்து ஒனக்கு இந்த பேர வச்சது?" என்று கிண்டல்செய்து சிரிக்காமல் இருந்ததில்லை. அதைத்தான் இவனால் பொறுத்துக்கொள்ள முடியவில்லை.

'போக்கத்த பயலுக' என முணுமுணுத்துக் கோபத்தை விழுங்குவான். இந்தப் பெயர் அத்தா என்மீது வைத்திருந்த ஆசையினால் வைத்த பெயர். தலைச்சன் ஆம்பளைப் பிள்ளை, ராசாங்கம் ஆளட்டும் என்று சொல்லிச் சொல்லியே தன்னை அவர் கொஞ்சியிருப்பது நினைவுக்கு வந்தது.

மகமூதா சின்னம்மா கிண்டலாகச் சொல்வாள், "எந்த ராசாங்கத்தை ஆளணும் சிங்கப்பூரையா? இல்ல இந்த சீமையையா?"

"எதா இருந்தாலும் சரிதான்" என்பார் அத்தா.

"நாமல்லாம் ஏழை பாழைங்க. பேர் வச்சதே போதும்" மகமூதா சின்னம்மா சிரிப்பாள்.

இரண்டு குடும்பத்திற்கும் எந்தப் பாகுபாடும் இல்லாமல் தான் அத்தா துணி எடுத்துத் தருவார். அனிபாவும் இவனும் ஒரே மாதிரி துணி அணிந்துதான் வளர்ந்தார்கள்.

அனிபாவின் ஞாபகம் வந்தது. பார்க்க வேண்டும் என்று மறுபடி ஆசை துளிர்விட மச்சானிடம் என்ன சொல்லிக் கேட்க... என்று யோசித்தபடி அமர்ந்திருந்தவனை, "இன்னைக்கு எத்தனை மூடை மணச்சநல்லூர் பொன்னி வந்து இறங்கிச்சு ராசாங்கம்... கணக்கு நோட்ல எழுதி வைச்சியா? பணம் எம்புட்டுக் கொடுக்கணும்னு கால்குலேட்டர்லே கணக்குப் போட்டு சிட்டைய போடுப்பா" மச்சானின் குரல் நனவுலகத்திற்குக் கொண்டு வந்து சேர்த்தது.

6

வாய்க்காலில் ஓடிக்கொண்டிருந்த நீரைக் கால்களால் விளம்பிக்கொண்டிருந்தான் அனிபா. மலையடிவாரத்திலிருந்து காற்று குளுகுளுவென்று முகத்தைத் தடவிச்செல்வதை ரசித்தபடி, சித்ராவை நினைத்துக்கொண்டான். தினமும் வயக்காட்டு வேலைக்கு வருபவளை இன்னைக்குக் காணோமே... எங்கே போய்த் தொலைந்தாள் என்று யோசித்தான்.

அவளை நினைக்கும்போதே மனத்தை ஜிவ்வென்று எதுவோ பண்ணிற்று; பறப்பதுபோல உணர்ந்தான். அவளது கருத்த நிறமும் மெலிந்த உடலும் பெரிய கண்களும் பார்த்துக்கொண்டே இருக்கலாம்போல ஏக்கத்தை உண்டுபண்ணிற்று. தன் உயரத்தோடு ஒப்பிட்டால் அவள் நல்ல குள்ளம் வேறு. "உன் இடுப்புக்குப் பக்கத்துலதான் இருக்கேன்" என்று சிணுங்குவாள். இதமான வெயிலில் பயிர்கள் காற்றில் அலைவதை ஆர்வமாகப் பார்த்தான். வாய்க்காலில் தண்ணீர் ஓடும் சலசல சத்தம் ரம்யமாக இருந்தது. தவளை ஒன்று வரப்பிலிருந்து தாவிக் குதித்துப் பயிர்களுக்கு இடையில் ஓடி மறைந்தது.

அவளுடைய அப்பன் சின்ராசு களை பிடுங்கிக் கொண்டிருந்தார். அவருக்கு இவர்கள் பழகுவது தெரியாது, அதனால் தைரியமாகக் கேட்கலாம் என்ற நம்பிக்கை வர, "என்ன இன்னைக்கு நீங்க வந்திருக்கீங்க? சித்ராவைக் காணோம்" என்றான். தலைநிமிர்ந்து இவனைப் பார்த்த சின்ராசு, "அந்தப் புள்ளைக்கி வயிறு நோவுதாம், அதனால வரல. நீங்க என்ன இன்னிக்குத் தனியா! அம்மா, பெரியம்மாவைக் காணோம்" என்றார்.

“அம்மாவுக்கும் பெரியம்மாவுக்கும் ஏதோ வேலைன்னு சொன்னாங்க. அதான் நான் மட்டும் வந்துட்டேன்.” அதற்கு மேல் பேச்சை வளர்க்காமல் அங்கிருந்து நகர்ந்தான். தம்பியின் நினைவு வந்தது. ‘எனக்குப் படிப்பு வரலை, அவன் அருமையா படிச்சான், அவனுக்கு மேல படிக்க நசீபு[1] இல்ல. பாத்திமா புருசன் எங்கே ஓடித் தொலைஞ்சான்னும் தெரியலை. அத்தாதான் இல்லை, பெரியத்தாவாவது குடும்பத்த பார்த்துக்க இருந்தார். இப்ப அவரும் இல்லாது பண்ணிட்டானே இந்த அல்லா.’ அவனுக்குத் துக்கம் உண்டாயிற்று. பூவரச மரத்தடியில் அமர்ந்து வாய்க்காலில் ஓடும் தண்ணீரைப் பார்த்துக்கொண்டிருந்தான்.

சித்ராவைக் கல்யாணம் செய்துகொள்வதாகத்தான் சொல்லியிருந்தான். ஆனால், அம்மா ஒத்துக்கொள்வாளா என்று தெரியாது. நிச்சயமாக மாட்டாள்.

“போடா மயிரு” என்று ஒற்றை வார்த்தையில் தூக்கிக் கடாசி விடுவாள். அவளுக்குத்தான் எவ்வளவு தெனாவட்டு? சைனம்பு பெரியம்மா அம்மாவை, “என்னா ராங்கி ரவுசு உனக்கு. . . ஆம்பளையாட்டம்” என்று கிண்டல் செய்வது நினைவுக்கு வந்தது

“தோட்டத்திலே வேலைபாக்குற என்னய, கட்டிக்க வுடுவாங்களா ஒங்க ஆளுக? நல்லா சொன்னீங்க. . .” சித்ராவின் அவநம்பிக்கையான வார்த்தைகள் காதில் ஒலித்தன. “நடக்கறது நடக்கட்டும், கடவுள் விட்ட வழி.” அவளே சமாதானமும் செய்வாள்.

தூரத்தில் யாருடைய டிரான்சிஸ்டரில் இருந்தோ ‘செந்தூரப் பூவே’ பாட்டு காற்றில் மிதந்து வந்தது. பக்கத்து ஊர் தியேட்டரில் ‘பதினாறு வயதினிலே’ ஓடிக்கொண்டிருக்கிறது. பார்த்துவிட்டு வந்து பையன்கள் நன்றாக இருப்பதாகச் சொன்னார்கள். ராசாங்கம் இருந்தால் இருவருமாக சைக்கிளில் ராத்திரி ஷோ போய்ப் பார்ப்பார்கள். அவனில்லாமல் தனியாகப் போவதற்கு ஏனோ விருப்பம் இல்லை.

இந்த வாரமாவது தம்பி வருவானா என யோசித்தபடி கைலியைத் தூக்கி கட்டிக்கொண்டு வீட்டை நோக்கி நடந்தான். காலில் போட்டிருந்த பாட்டா செருப்பு சகதியை வாரியடித்து சங்கு மார்க் கைலியினைக் கறையாக்கிற்று.

“இது எத்தனை நாளா நடக்குது?” ராசாங்கத்தின் கேள்விக்குப் பதில் சொல்லாமல் சிரித்தான் அனிபா. “நீ உருப்படற வழிய பாரு, வீட்ல அடி வாங்குவ. . . ஏற்கனவே ஊர்ல ரொம்ப

---

1. விதி.

நல்ல பேரு நம்ப குடும்பத்துக்கு. பேசாம போவியா. காதலாவது, கத்தரிக்காயாவது" சைக்கிளை ஓட்டியபடி முணுமுணுத்தான் ராசாங்கம்.

அவனது கோபம் சைக்கிள் செல்லும் வேகத்தில் வெளிப் பட்டது. ஒற்றையடிப் பாதையின் இருமருங்கிலும் முள் செடிகளும் நெருஞ்சி முட்களும் அடர்ந்துகிடந்த சிறிய பாலத்தை கடந்தபோது, ஆற்றில் தண்ணீர் ஓடுவதை உற்றுக் கவனித்தபடி பின்புறம் அமர்ந்திருந்தான் அனிபா.

"நம்ப குடும்பத்துக்கு என்ன? நீ என்ன சொல்ல வர?" கடுகடுப்பாக வெளிப்பட்டது குரல். "நமக்கு என்ன குறைச்சல்னு யார் என்ன சொல்றாங்க?"

"சொல்றாங்க. . . சொல்றாங்க. . . சுரக்காய்க்கு உப்பு இல்லைன்னு, சும்மா இரி." இருவருக்கும் இடையில் கனத்த மௌனம் ஊடாடிற்று.

"அக்கா புருசன் ஓடிப்போயிட்டான். அவ கைல குழந்தையோட வாழாவெட்டி. அம்மாவும் சின்னம்மாவும் கைம்பொண்ணு. சொந்த மருமகன் வீட்டில் மகனைச் சம்பள வேலைக்கு அனுப்பிக் கஞ்சி குடிக்கிறோம். பேரப்பாரு ராசாங்கம், குடியானப்பேரு. ஈமான், இஸ்லாம் தெரியாத குடும்பமானு கிண்டல் பண்றாங்க." தனக்குள்ளாக முணுமுணுத்தபடித் தன்பாட்டிற்கு சைக்கிள் ஓட்டினான். ராசாங்கத்தின் முகம் சிவந்திருந்தது. குரலில் கடுமை கூடியிருந்தது. அவனிடமிருந்து இப்படி ஒரு எதிர்ப்பை எதிர்பார்க்காத அனிபா தடுமாறித்தான் போனான்.

தம்பியின் கோபத்தைக் கணக்கில் எடுக்கலாமா, வேண்டாமா என்று யோசிப்பது போல் உட்கார்ந்திருந்தான்.

அவனது தோற்றம் நிறைய மாறியிருந்தது. தோலின் நிறம் கூட மினுமினுப்பாகி இருந்ததைக் கவனித்தான். நல்ல சாப்பாடு, வெய்யில் படாம கல்லாவுலே உட்காந்திருக்கிறது என்று நினைத்துக் கொண்டான்.

அவனுக்கு இவ்வளவு பக்குவமும் முதிர்ச்சியும் எப்படி உண்டாயிற்று என்று வியப்பாக இருந்தது. எல்லாம் இருக்கிற இடம் என்று சமாதானம்செய்துகொண்டவனுக்கு, தனக்கு அறிவுரை சொல்லும் தகுதி வந்துவிட்டதாக நினைக்கவில்லை என்பதால் அமைதியாக அமர்ந்திருந்தான்.

அவர்கள் தியேட்டரை அடைந்தபோது வெய்யில் தாழ்ந்திருந்தது. "ஷோ ஆறரைக்குத்தான், வா டிக்கெட்டை வாங்கிட்டுக் கடையில போய் டீ குடிப்போம்" என்றபடி

டிக்கெட் கவுண்டரை நோக்கி நடக்க ஆரம்பித்தான் ராசாங்கம். சட்டைப் பையிலிருந்து அவன் எடுத்த நூறு ரூபாய் நோட்டு அனிபாவின் கண்ணில்பட, மனம் சடாரெனத் திகைத்து உடல் குறுகிற்று.

தன்னைவிட இளையவன் கையில் புழங்கும் பணம் மனத்தை என்னவோ செய்யக் கூடியதாக இருந்தது. "தம்பியைப் பாரு... எம்புட்டு சூட்டிகையாக இருக்கிறான்? நீயும் இருக்கியே... அசமந்தம்" என்று அம்மா அடிக்கடி சொல்லிக்காட்டுவது நினைவில் வந்து போயிற்று.

"தோல் செவப்பாக இருந்தா போதுமா? மண்டைல விசயம் இருக்கணும்." ஒருமுறை ஆசிக் மச்சான் தண்டம்ன்னு சொன்னது கூடவே நினைவுக்கு வந்தது.

"நீ டிக்கெட் எடுத்துட்டு வா, நான் வெளியில நிக்குறேன்" என்று சொல்லிவிட்டு மெதுவாகப் பின்நகர்ந்து தியேட்டரின் வெளிவாசலை நோக்கிச் சென்றான். பாவாடை தாவணி அணிந்திருந்த இரண்டு பெண்கள் இவனை உற்றுப் பார்த்து நாணியபடிக் கடந்து செல்வதைப் பார்த்தான். பதிலுக்குப் புன்முறுவல் செய்தபடி வெளியே வந்தான்.

வெளிவாசலின் அருகில் இருந்த டீக்கடைக்குச் சென்று, அங்கிருந்த பெஞ்சில் அமர்ந்தான். படம் ஆரம்பிக்கும் நேரம் நெருங்கியதால் கூட்டம் ஏதுமில்லாமல் இருந்தது கடை. '16 வயதினிலே' ஸ்ரீதேவி படம் என நினைத்துக்கொண்டான். பெஞ்சின் மீது கிடந்த மாலைப் பத்திரிகைகளைக் கையில் எடுத்தபடி, "இரண்டு டீ கொடுங்கண்ணே" என்றான்.

"ஆடை போடணுமா இல்ல சும்மா தரட்டுமா?" டீக் கடைக்காரர் கேட்டதற்கு, "ஒண்ணு சாதா, இன்னொன்னு ஆடை போட்டு" என்று சொல்லிவிட்டுப் பத்திரிகையை விரித்தான்.

தியேட்டருக்கு முன்பிருக்கும் இந்தக்கடை டீதான் இருவருக்கும் பிடிக்கும். பெஞ்சில் ஒரு கால் உடைந்து லேசாக ஆடிக்கொண்டிருந்தது. டீ சிந்திய இடத்தில் ஈ மொய்த்தது. கூரையில் கட்டித் தொங்கவிடப்பட்டிருந்த கத்தை பத்திரிகைத் தாள்களில் ஒன்றைப் பிய்த்து எடுத்து பெஞ்சைத் துடைத்தான் அனிபா.

"என்னா, டீ சொல்லிட்டியா?" என்றபடி அருகில் வந்து அமர்ந்த ராசாங்கம், "பால்கனி டிக்கெட் எடுத்துட்டேன். அதான் கூட்டம் இல்லாம இருக்கும்" என்றான். தங்க நிறத்தில் கையில் புதுக் கைக்கடிகாரம் கட்டியிருந்தான். "வாட்ச் ஏதுடா புதுசா" என்றவனிடம், "மச்சான் குடுத்தார். யாரோ குடுத்தாங்களாம்...

அடைக்கும் தாழ்

எல்லாம் காரியமாகத்தான். நான் மணி பார்த்துப் பார்த்துதான் கடை திறக்கணும், அவர தொழுக அனுப்பணும், சாப்பிட அனுப்பணும்" சொல்லிவிட்டுச் சிரித்தான்.

மாநிறம் என்றாலும் கவர்ச்சிகரமான முகமும் தோற்றமும் அவனுக்கு. அனிபா, தம்பியைத் தோளில் தட்டி விழுந்து விழுந்து சிரித்தான். தான் ஆச்சரியமாகப் பார்த்த கடிகாரத்திற்கு ஒரு காரணத்தைச் சொல்லி, அந்த வியப்பையே உடைத்து எறிந்துவிட்டான் தம்பி. இது அவனது திறமைதானே என வியந்து கொண்டவன், "அதுவும் சரிதான், அவர் காரியத்திலே எப்பவும் கெட்டி. சீக்கிரம் டீ குடிச்சிட்டுக் கிளம்பு, படம் போட்டுருவானுக." அவர்கள் அவசரமாகக் கிளம்ப ஆயத்தமானார்கள். சற்று முன்பாக இருவருக்குள் நடந்த உரையாடலும் அதன் பின்னான கோபமும் இல்லாமல் ஆகியிருந்தது.

நிலவொளியில் தெரு விளக்குகள் இல்லாதது அழகாக இருந்தது. படம் பார்த்த மனநிறைவு; அதன் காட்சிகளில் மனம் லயித்துக் கிடந்தது. "ஸ்ரீதேவி ரொம்ப அழகுல்ல." சகோதரன் என்கிற நிலையிலும் அவனோடு தனது உணர்வுகளைப் பகிர்ந்துகொள்ள விரும்பிய ராசாங்கத்தின் கருத்தைப் பலத்த தலையசைப்புடன் ஆமோதித்தான் அனிபா.

அவனுக்கு மனம் முழுக்கக் குதூகலம் நிறைந்திருந்தது. நீண்ட நாட்களுக்குப் பிறகு தம்பியோடு சினிமா பார்க்க வந்திருக்கிறான். முன்பெல்லாம் எப்படியும் வாரம் ஒரு படம் பார்த்துவிடுவான். தினமும்கூட சினிமா பார்ப்பது அவனுக்குப் பிடிக்கும். இப்போது தனியே போய்ப் பார்ப்பது விருப்பமில்லாமல் போய்விட்டதால் மாதம் ஒருமுறை வரும் தம்பியை எப்போது வருவான் எனக் காத்திருந்து அவனோடு போக வேண்டி யிருக்கிறது. "என்ன பேச்சையே காணோம். ஸ்ரீதேவி அழகுல மூழ்கிட்ட போல…" கிண்டல் செய்த தம்பியின் மண்டையில் செல்லமாகத் தட்டினான். "நீ பார்த்து சைக்கிள ஓட்டு. அவளை நெனைச்சுக்கிட்டே இருட்டுலே ஆத்துக்குள்ளே வண்டிய விட்டுராத."

"ஒனக்கு சித்ரா மட்டும்தான் இப்ப பேரழகி. மத்தவங்கள்லாம் எம்மாத்திரம்?" சொல்லிவிட்டுச் சிரித்த ராசாங்கம், "நிலா வெளிச்சம் ரொம்ப அழகா இருக்கு இல்ல…" என்றான். "என்ன சித்ரா பேரைச் சொன்ன கையோட பேச்சை நிலா கிலான்னு மாத்தற" அனிபாவின் குரல் வருத்தத்தில் தோய்ந்திருந்தது.

"காதலெல்லாம் ஒண்ணுமில்ல. ஆகாத விசயத்தைப் பேசி ஒன்னைய உசுப்பி விட வேணாம்னுதான்…"

"ஏன் ஆவாதுன்னு சொல்ற, இதுல என்னா தப்பு இருக்கு? அவ நிக்காவுக்குத் தயாரா இருக்கா" என்றான் அனிபா. குரல் பதற்றமாக ஒலித்தது. அவனது பதற்றம் ராசாங்கத்தைக் கவலை கொள்ள வைத்தது. அவனுக்குத் தெரியும், அனிபா எவ்வளவு அப்பாவி என்று! வெளுத்ததை எல்லாம் பால் என்று நம்பும் மனிதன். சினிமா பார்ப்பது வாழ்க்கையின் மிக உன்னதமான செயல்பாடென வாழ்பவன். கனவுகளில் வாழ்வதை வாழ்க்கை யாக மாற்றிவிட இயலும் என்று நம்புகிற அவனது அறியாமையை நினைத்துக்கொண்டான்.

"அதெல்லாம் வாழ்க்கைக்கு ஒத்து வராது. இந்தக் கிராமத் திலே அப்படி நடக்கறது சாத்தியம் இல்ல, நீ அவளை மறந்துவிடு. அவகிட்டயும் சொல்லிடு, ஆசைய வளர்த்துக்க வேணாம்னு."

தன் குரல்தான் இத்தனை கறாராக ஒலிக்கிறதா என்கிற கேள்வியும், அது தனக்குத்தானே அந்நியமாக இருப்பதும் ராசாங்கத்தை வருத்தின.

இருவருக்கும் ஓரிரு வயதுதான் வித்தியாசம்; இருந்தாலும் இரட்டையர்கள் போலத்தான். "கூடப் பிறந்த அண்ணன் தம்பிகள்கூட இப்படி ஒட்டிக்கிட்டு, ஈசிக்கிட்டுத் திரிஞ்சு பார்க்கல. இந்தப் புள்ளைங்க இப்புடி திரியுதுக" என்று ஊரில் கேலி செய்வார்கள். அண்ணனின் வெகுளித்தனத்தினால் பலரும் அவனை ஏமாற்றிவிடுவதனால், இவன் எப்போதும் அவனை நிழல்போல் பின் தொடருவான். தேங்காய் வெட்டும்போது விலைக்கு எடுக்கும் மாணிக்கம் செட்டியார் நல்ல காய்களை நீர்வற்றல் என்று பொய் சொல்லிக் கழித்துப் பாதி விலைக்கு எடுப்பார். பிச்சைமணிதான் கத்தித் தீர்ப்பான்.

"இப்போ நான் என்ன செய்யணும், நீயே சொல்லு." அனிபாவின் குரல் கிணற்றுக்குள்ளிருந்து வருவது போல் கேட்டது.

அடைக்கும் தாழ்

7

அனிபாவிற்குப் பெரும் துக்கம் தொண்டையை அடைத்தது. நெருக்கமான தம்பி தன்னைக் கைவிட்டு விட்டதாக உணர்ந்தான். தன்னை எப்போதும் அரவணைத்துக்கொள்ளக் கூடிய ஒரு கை தோளிலிருந்து கீழிறங்கிவிட்டதாகக் கவலைப்பட்டான். துக்கத்தினை விழுங்கிவிடப் பிரயத்தனம் செய்தான். தம்பிக்குத் தெரிந்தால் நன்றாக இருக்காது. அவன் மறுபடி இதுகுறித்து ஏதாவது பேசுவான் என்று நினைத்துக் கஷ்டப்பட்டு அழுகையைக் கட்டுப்படுத்தினான்.

"உனக்குத் தெரியுமா நம்ப குடும்பத்த பத்தி? அடுத்த ஊர்ல எப்படியெல்லாம் கேவலமா பேசுறானுக தெரியுமா?"

"நாம என்னவோ கஞ்சிக்கு இல்லாம கிடந்து, அங்க மச்சான் கடையில இருக்கற மாதிரி பேசுறானுக. என் பேரைக் கேலி செய்றானுங்க. இம்புட்டு ஏன்? பாத்திமா புருசன் ஓடிப்போயிட்டான்னு, அதைக் கூட கேவலமா பேசுறானுக. நம்ப கவுரவத்த இனி மேலேயும் நாம விட்டுக் கொடுத்துரக் கூடாது." நாம எனும் வார்த்தை ராசாங்கத்திடம் அழுத்தமாக ஒலித்தது.

அவமானத்தின் வலி குரல்களில் தெறிக்க, ஆக்ரோசமாகப் பேசியபடி சைக்கிளை அழுத்தினான் ராசாங்கம்.

"பாத்திமா புருஷன் ஓடிப் போய்ட்டாருனு நம்மள கிண்டல் பண்றதுக்கு என்ன இருக்கு சொல்லு. . . முட்டாப்பயக. . ." முணுமுணுத்தான் அனிபா. தூரத்தில் எங்கோ நாய் குரைக்கும் சத்தம் கேட்டது.

தனக்குப் பேசுவதற்கு ஏதும் இல்லாததை அனிபா புரிந்து கொண்டான். அவர்கள் வீட்டை நெருங்கினார்கள். கொல்லைக் கதவு பூட்டப்படாமல் இருந்தது. அவர்கள் உள்ளே நுழைந்து சத்தம் போடாமல் சைக்கிளை நிறுத்திவிட்டு, முன்வாசல் வழியே வீட்டிற்குள் நுழைந்தபோது, மகமூதா சாப்பாட்டுப் பாத்திரங்களை நடுவீட்டில் பரப்பிவைத்து இவர்களுக்காகக் காத்திருப்பதைக் கண்டார்கள்.

"என்னத்தா, படம் முடிஞ்சுச்சா? எப்டி இருந்துச்சு?" குழந்தையைப் போல் ஆர்வமாகக் கேட்டவள், "நானும்தான் பாக்கணும்னு ஆசப்பட்டேன். எப்படி பாக்குறது? பஸ்சா இருக்கு திரும்பி வரதுக்கு? நாளைக்கு மாட்டினி ஷோ போட்டாக்க போவோம்... என்னலே சைனம்பு" ஆதங்கத்துடன் அங்கலாய்த்தபடி அகப்பையை எடுத்துச் சோற்றைத் தட்டில் போட ஆரம்பித்தாள்.

அப்போதெல்லாம் தினமும் இரவில் டூரிங் டாக்கீஸ் போய்ப் படம் பாப்பார்கள். ஏழுமணிக் காட்சிக்கு ஐந்து மணிக்கே சைனம்புவும் மகமூதாவும் தலைசீவி, பூ வைத்து, அத்தர் பூசி, கண்டாங்கிச் சேலையை இழுத்துக் கட்டிக் கிளம்பிவிடுவார்கள். இருவரது கணவன்மார்களான அன்வரும் பஷீரும் சிங்கப்பூரில் இருந்ததனால் தடை சொல்ல யாரும் இல்லை.

இரண்டு கிலோ மீட்டர் தூரம் நடந்து, பக்கத்து ஊர் டூரிங் டாக்கீஸ் போய்ச் சேர வேண்டும். "இது என்னாடி ஊர்ல இல்லாத கொடுமயா இருக்குது" என்று பக்கத்து வீட்டுப் பெண்கள் கேலி செய்வார்கள். அதை இவர்கள் காதில் கூட வாங்க மாட்டார்கள். சைனம்பு மட்டும் மெதுவாக முனங்குவாள். "ஏலே போகாட்டி என்னா?" என்பாள்.

"அடி போடி. . . நமக்குப் பிடிச்சிருக்கு, போறோம். யாரு என்ன சொன்னா என்னா? அவளுக புருஷன்கூட இருக்காக, குஜாலா இருக்காளுக. நமக்கு யாரு இருக்கா? சினிமா பாத்தோமா, சந்தோஷமா இருந்தோமானு போய்க்கிட்டே இருக்கணும்." ஒற்றை வார்த்தையில் ஊரைப் புறம் தள்ளுவாள். "போயிப் பாத்துட்டு வருவமே. நீ வரலனா சொல்லு. . . நான் மட்டும் போறேன்." மகமூதா உறுதியாக நிற்பாள்.

கையில் ஒரு ரூபாயும், வெத்தலைப் பையுமாக அவர்கள் தினமும் கிளம்பிப் போவதைக் காணும் பெண்களின்

வாய்தான் பேசுமே தவிர, கண்களில் ஏக்கம் தெரிவதை ஓரக் கண்ணால் பார்த்தவாறு கைகளை வீசியபடி அலட்டலாக நடப்பாள் மகமூதா.

“ஏலே நேத்து பாத்த படம்தானே இன்னைக்கும் போட்டு இருப்பான், பின்னே என்னத்துக்குப் போறோம்?” சைனம்பு தயங்கியபடிக் கேட்கும்போது சொல்வாள், “ஆமா வீட்ல இருந்து முட்டையா போடப் போறோம்?”

சிங்கப்பூரில் இருக்கும் அன்வருக்கும், பஷீருக்கும் காசு செலவழித்துக் கடிதம் போட ஊரில் யாருக்கு முடியும்?

ஒருமுறை பஷீர் வரும்போது, யாரோ சொல்லியதைக் கேட்டுவிட்டு மனைவியிடம் கேட்டார், “ஏலே மகமூதா நீ என்னத்துக்கு டூரிங் டாக்கீஸ் போறே?” படுக்கையில் நெருக்கமாக இருந்தபோது மெதுவாகக் கேட்டவரிடம், “நீங்க அந்த ஊர்ல சினிமாக்குப் போறதில்ல? நாங்க மட்டும் போகக் கூடாதாக்கும்... உங்களுக்கென்ன நோவுது?” அதற்குப் பதில் சொல்ல ஒரு வார்த்தையும் பஷீரிடம் இல்லை.

அங்கும் பெண்கள் சினிமாவுக்குப் போகத்தான் செய்கிறார்கள் என்பதால் அவருக்கு அது தவறாகத் தோன்ற வில்லை. தினமும் படம் பார்த்துவிட்டுத் திண்ணயில் உட்கார்ந்து ஊருக்கெல்லாம் கதை சொல்லிச் சிரித்துக்கொண்டிருப்பாள் மகமூதா. தன் வாயையே பார்த்துக்கொண்டிருக்கும் பெண்களின் கண்களில் பொறாமை மினுங்குவதைப் பெருமையாகக் கவனித்து மனநிறைவுகொள்வாள்.

“என்.எஸ். கிருஷ்ணன் எதிர்ல நிக்கிற மதுரத்த பாத்து, எதிரில் இருந்தும் தொடப் பயந்தேனே அப்பிடினு படிப்பாரு... மதுரத்தோட அப்பா, டேய் நிறுத்து... நிறுத்து... யாரை பாத்து எதிர்ல இருந்துன்னு சொன்ன என்பாரு. அட நீங்க வேற... நான் காட்ல தேன் கூடு பாத்தேன். மரத்துல, எதிர்ல இருந்தும் தொடப் பயம், தேனி கொட்டீரும்ல அதான் என் சோகத்தை நான் சொன்னேன்னு சமாளிப்பாரு.” சத்தம்போட்டுச் சிரிப்பாள் மகமூதா.

ஒருமுறை ‘பிராப்தம்’ படம் பார்த்துவிட்டு வரும் வழியில் சைனம்பு சொன்னாள், “படம் நல்லாவே இல்ல” என்று. அடுத்த நாளும் அதே படத்திற்குப் போகாமல் தப்பிக்கும் நோக்கம் அதில் ஒளிந்திருந்தது. “அது எப்டி நீ படம் நல்லா இல்லேனு சொல்லுவ, ஒரு படம் எடுக்கறதுனா எம்புட்டு கஷ்டம், செலவு, வேலை. நீ முப்பது காசு குடுத்துப் பாத்துட்டு நல்லா இல்லேம்பியாக்கும்?” கோபம் மகமூதா முகத்தில் தெறித்தது.

“அதுக்கு என்னா பண்ண சொல்ற? நல்லா இல்லேன்னா இல்லதான... நீ என்னத்துக்குத் துள்ளுற?” சலித்துக்கொண்டாள் சைனம்பு.

அந்தப் பிணக்கு மறுநாள் காணாமல் போய்விட, மறுநாள் கிளம்பி விடுவார்கள். தியேட்டரில் மணலைக் குவித்துவைத்து வாகாகக் குத்தவைத்து உட்கார்ந்து கடலை மிட்டாயும் முறுக்கும் வாங்கி மடியில் போட்டுக்கொண்டு படம் பார்க்க ஆரம்பித்து விடுவார்கள். மகமூதாவுக்கு அனிபா பிறந்த பிறகும், கட்டயன் பொண்டாட்டியை வீட்டில் தொட்டில் குழந்தைக்குத் துணைக்கு விட்டுவிட்டுச் செல்வது வழக்கமாக இருந்தது. ஒரு முறை கட்டயன் வந்து மனைவியைக் கூப்பிடவும், கதவை வெளித் தாழ்ப்பாள் போட்டுவிட்டு அவள் போய்விட்டாள். படம் முடிந்து வீட்டிற்கு வந்தால், அனிபா கத்திக்கத்தி மயங்கிக் கிடந்தான். அன்று நிறுத்தியதுதான் சினிமா பார்ப்பதை. பிறகு எப்போதாவது ஒருநாள் போவதாகச் சுருங்கிப் போயிற்று.

“ஆமலே, புள்ளைங்க வயசுக்குப் படம் பார்க்கப் போறதுக, நீயும் போ. வாயப் பொளந்துகிட்டுப் பாப்ப” அறைக்குள்ளிருந்து வெளியே வந்த சைனம்பு பிள்ளைகள் அமர்ந்திருந்த பாயில் மகன் ராசாங்கம் அருகே வந்தமர்ந்து ‘உஸ்’ என ஆசுவாசம் செய்து மகமூதாவின் நினைவைக் கலைத்தாள்.

“ஏன் நானெல்லாம் படம் பார்த்தாக்க உனக்கு வலிக்குது ..? நீதான் வரமாட்ட, நான் அடுத்த வாரம் சந்தைக்குப் போறப்ப மேட்னி ஷோ போயிட்டு வருவேன். மணியக்கார ஷெரிபா கூட வரேன்னு சொல்லியிருக்கா.” அவர்களுக்குள்ளான உரையாடலுக்கும் தங்களுக்கும் சம்பந்தமேயில்லை எனும் தோரணையில் அனிபாவும் ராசாங்கமும் சோத்தைப் பிசைந்தார்கள்.

இருவரது மனத்திற்குள்ளும் ஏராளமான சிந்தனைகளும் எண்ணங்களும் ஓடிக்கொண்டிருந்தன. அந்த மௌனம் மகமூதாவிற்கும் சைனம்புவிற்கும் ஏனோ விளங்கிக்கொள்ள இயலாத விஷயமாக இருக்க, அவர்கள் தங்களது பேச்சை நிறுத்திக் கொண்டு சாப்பிடலானார்கள்.

சித்ராவுக்கு என்ன பதில் சொல்வது என்று புரியாத குழப்பமும் கவலையும் அனிபாவை உறங்கவிடாமல் செய்ய, பாயில் புரண்டு புரண்டு படுத்தான்.

“இப்ப என்னாத்துக்குப் புரண்டு படுக்குற. . . தூங்க மாட்டியா?” ராசாங்கம் அண்ணனின் தோளைத்தொட்டு எழுப்பினான். “நான் ஒண்ணும் கெடுதலுக்குச் சொல்லலை.

நம்ம குடும்பத்துக் கவுரவத்துக்கு எதுவும் ஆக வேணாம்ன்னு தான் பாக்கறேன். என்னையக் கூடத்தான் ஸ்கூல்ல செல்வி சுத்திச்சுத்தி வந்தா, எனக்கும்தான் அவளைப் புடிக்கும், ஆனா கை கழுவிட்டேனே அந்த நெனைப்பை. நான் சொல்றதக் கேளு. நிம்மதியா தூங்கு. பாத்திமாக்கா வாழாவெட்டி, அவ கைல ஒரு பொட்டப் புள்ள இருக்கா. ஒனக்கும் அத்தா இல்லை, எனக்கும் இல்ல. நாம தலையெடுத்துதான் குடும்பத்தைக் காப்பாத்தணும்."

தம்பியின் கிசுகிசுக்கும் குரல் மொட்டைமாடி நிலா வெளிச்சத்தில் காதருகில் காற்றென உரசிச் சென்றதை அனிபா பொறுமையோடு கவனித்தான்.

குறுகிய காலத்தில் தம்பி இந்த அளவு மாறிப் போயிருக்கிறான். பெரிய மனிதனைப்போல் குடும்பம், கவுரவம் என்று எதை யெல்லாமோ பேசுகிறானே என்கிற கவலை உண்டாயிற்று. இவனை என்ன சொல்லிச் சமாளிப்பது, திருப்திப்படுத்துவது என்று புரியாதவனாக மல்லாந்து படுத்து வானத்தின் மேகங்களையும் விண்மீன்களையும் உற்றுப் பார்த்தபடியிருந்தான் அனிபா. இதயம் வலிப்பது போல் ஓர் உணர்வு உண்டாயிற்று. "சரிடா நான் அவளப் பத்தி இனி யோசிக்க மாட்டேன், சும்மா இரு. வளவளன்னு பேசாதே" என்று சொல்லித் தம்பியின் வாயை அடைத்தான்.

ராசாங்கம் மன நிம்மதி பெறுவது போலவும், அப்படி இல்லாதது போலவும் உணர்ந்தான். காலை பஜருக்கு முதல் பஸ்ஸைப் பிடிக்கப் பக்கத்து ஊருக்குப் போக வேண்டும். கொஞ்ச நேரமாவது தூங்கினால் தேவலை என்று நினைத்தபடி தூங்க முயன்று தோல்வியுற்றான். இருவருக்கும் மேலாக வானில் நட்சத்திரங்களும் மேகங்களும் ஓடிக்கொண்டிருந்தன. அவை எதற்காக, யாருக்காகக் காத்திருக்கப் போகின்றன. கொல்லையில் இருந்து எருமை மாடு கத்தும் சத்தம் கேட்க ஆரம்பித்தது.

8

அனிபா சித்ராவை சந்திப்பதைத் தவிர்க்க ஆரம்பித்தான். ராசாங்கத்தின் அறிவுரையும் குடும்பச் சூழ்நிலையும் பெரும் குழப்பத்தை உண்டு பண்ணியிருந்தன. இந்தத் திருமணம் நடந்தால் பிரச்சினை ஏதும் வரப்போவதில்லை. சித்ரா நிக்காஹ்வுக்குத்[1] தயாராகத்தான் இருந்தாள். அவர்கள் குடும்பமும் அதற்கு எதிர்ப்பு சொல்லாது. ஆனால் ஆபிதாவைக் கட்டிக் கொடுத்த ஊரில் யார் என்ன சொல்வார்களோ என்று கவலைப்படுவது அதிகம் என யோசித்தான்.

இந்தச் சின்னப் பயலுக்கு எதனால் இத்தனை அக்கறை? குடும்பக் கவுரவம் பற்றி எவ்வளவு யோசித்தாலும் பிடிபட மறுத்தது.

அந்த ஊருக்குப் போனபிறகு அவன் தன்னுடைய பேச்சு, தோரணை, நடை உடை என அத்தனையையும் மாற்றிக்கொண்டான். அந்த ஊர்க்காரர்களில் யாரும் இப்படியில்லை, மச்சான் கூட கிராமத்தான் போலத்தான் இருக்கிறார். இவன் தன்னை இந்த அளவு மாற்றிக்கொண்டிருப்பது கவுரவத்தைப் பெறுவதற்கான முயற்சியாகத்தான் தெரிந்தது. எவனோ மதிக்கிறான், மதிக்காம போறான், அதுக்காக இவன் தன்னை ஏன் மாத்திக்கணும், போலியா வாழணும்? எங்களையும் ஏன் போலியா வாழத் துன்புறுத்தணும்?

---

1. திருமணம்.

மழை தூறிக்கொண்டிருந்தது. வயலுக்கு நீர்பாய்ச்சத் தேவையில்லை. கையில் குடையை எடுத்துக்கொண்டு கைலியை மடித்துக் கட்டியபடி தெருவில் இறங்கி நடக்க ஆரம்பித்தான். “அனிபாத்தா. . . எங்க போற?” அம்மாவின் குரல் கேட்க, “வயலுக்குத்தான்” என்றான். “மழை நேரம், இடி மின்னல் வரும் சும்மா வீட்ல இரு” என்றவளிடம், “அதெல்லாம் இல்ல, சும்மா மழைதான். வந்துடறேன்” என்றபடி நடந்தான். ராசாங்கத்தின் கைலி சட்டைகளைத்தான் இப்போது போடுகிறான். பழைய துணிகளையெல்லாம் எடுத்துக் கொண்டு வந்து இவனிடமே தந்துவிட்டு போய்விட்டான். உடல்வாகில் பெரிய வித்தியாசம் இல்லை. இவன் சற்றுக் கட்டை, அவன் கொஞ்சம் கெச்சலான உடல்வாகு. ஒருமுறை பக்கத்து ஊர் வீரா தியேட்டரில் பகல் காட்சியில் இந்திப்பட டப்பிங் பார்த்தார்கள். அதில் இரண்டு பேர் அண்ணன் தம்பிகள் இணைபிரியாமல் இவர்களைப் போன்ற தோற்றத்துடன் இருப்பதாக பாட்சா வாத்தியார் சொன்ன மறுநாள் இருவரும் போய்ப் பார்த்தார்கள். ஓரளவு சாயல் இருந்தது உண்மைதான். அதிலும் அந்த அண்ணன் ராஜேஷ் கன்னா, தன்னைப் போல் இருப்பதாக பாட்ஷா வாத்தியார் சொன்னதை நினைவுப்படுத்திக் கொண்டான்.

ராசாங்கம் இப்போதெல்லாம் ரொம்பவும் நாசூக்காக நடந்துகொள்வதையும், ஜெய்சங்கர் போல் டைட் பேண்ட் போடுவதையும் வியப்போடு நினைத்துக்கொண்டான். கெட்டிக் காரன் என முணுமுணுத்துக்கொண்டான்.

கண்மாய்க் கரையிலிருந்து மழைக்காற்று சிலுசிலுவென்று வர, ஒருபுறம் வயல்காடும், மறுபுறம் மலைக்குன்றும், பெய்து கொண்டிருக்கும் மழையும் மனத்தை உற்சாகமாக்கிற்று.

கவிதை ஒன்று மனத்தில் தோன்றி மறைய, வீடு போய்ச் சேர்ந்ததும் உடனே நோட்டுப் புத்தகத்தில் எழுதிவிட வேண்டும் என்று நினைத்துக்கொண்டான்.

மழை நேரம். ஈ, காக்கைகூட வயக்காட்டில் இல்லை. இருந்தாலும் மனம் குதூகலித்தது. வளைக்குள் பதுங்கிக்கிடந்த நண்டுகள் கரையோரத்தில் ஓடித்திரிவதைப் பார்த்து ரசிக்க லானான்.

அஜ்மல் இருந்தானென்றால் இந்நேரம் நண்டு பிடிக்க ஆரம்பித்திருப்பான் என்று நினைவு வர சிரித்துக்கொண்டான். “என்னா. . . பைத்தியமாட்டம் தனக்குத்தானே சிரிப்பு” குரல் கேட்டு பதற்றமாகத் திரும்பினான். சித்ரா நின்றுகொண்டிருந்தாள்.

மழையில் நனைந்துகொண்டிருப்பது குறித்து எவ்விதக் கவலையும் அற்றவளாக நிற்கும் அவளைப் பார்த்ததும், “இப்படி ஊாசாட்டம் நனையற. என்னைப் பாத்து பைத்தியம்ங்கற” அக்கறையுடன் ஒலித்தது அனிபாவின் குரல். “நானெல்லாம் நாட்டுக்கட்டை. மழைலயும் தண்ணியிலேயும் வளர்ந்தவ. . . எனக்கென்ன? நீதான் போந்தா கோழியாட்டம் பத்திரமா இருந்துக்கோ” என்று சிரித்தவளை, “கிண்டலா பண்ணற. . . உன்னைய வச்சுகிறேன் வா”, குடையை மடக்கித் தொங்க விட்டவன் அவளது அருகாக வந்து, “மரத்தடிக்குப் போகலாம் வா” என்றான். “மழை பெய்யுது நீ வரமாட்டேன்னு நினைச்சேன்” என்றவனிடம், “என்னவோ மனசுல தோணுச்சு’ அதான் வந்தேன். அப்பாரு பாத்தா திட்டுவாரு” என்றாள். பயத்தை வெளிப் படுத்திய அவளது பூனைக் கண்களை உற்றுப் பார்த்தான். வழித்தெடுக்கலாம் போல கருப்பு நிறம், இரட்டைச் சடையும் பாவாடை தாவணியும், குழந்தைத்தனம்மிக்க முகமுமாக, அவள் ஏதோ ஒருவகையில் தன் வாழ்க்கையில் பிரிக்க இயலாத ஒருத்தியாக மாறிவிட்டதாக உணர்ந்தான்.

தம்பி ராசாங்கம், “போடா பைத்தியம்… அவ எங்கே, நீ எங்கே? ஏணி வச்சாலும் எட்டுமா?” என்று சொல்வது போல் இருந்தது. காதலுக்குக் கண்ணில்லை அதுக்காக அதையெல்லாம் ஏத்துக்கணுமா என்ன?

“என்ன பலமா யோசனை?” நினைவுகளைக் கலைத்தாள் சித்ரா. “ஒண்ணுமில்ல” என்றவன், அவளது காய்த்துப் போன கைகளுக்குள் தன் கைகளை வைத்து, “உன்னை எப்பவும் கைவிட மாட்டேன்” என்றான். ஏன் இப்படிக் கலங்குகிறான் எனப் புரியாமல் தானும் அவனது கைகளை இறுக்கிப் பிடித்தபடி கண்ணீர் விட ஆரம்பித்தாள் சித்ரா. மழையின் நெருக்கத்தில் கண்ணீரின் தடயம் இல்லாமல் ஆகிக்கொண்டிருந்தது.

9

மகமூதா கையில் இருந்த விளக்குமாறு ஒடிந்து உதிர்ந்துகொண்டிருந்தது. "ஏன்டா மூதேவி... நம்ப குடும்பம், கவுரவம் என்னா. நீ என்னடான்னா அந்தப் பண்ணைக்காரன் பொண்ணு பின்னாடி சுத்தற. என்னாத்துக்கு அந்தப் பொண்ணோட பேசிக்கிட்டு இருந்த சொல்லு? ஊர்க்காரன் பாத்தா காறி துப்பமாட்டானுக? எடுபட்டபய."

ஆக்ரோசமாகக் கத்தினாள், மூச்சு வாங்கிற்று. "ஏற்கெனவே ஓங்க அக்கா புருசன் ஓடிப் போயிட்டான். அவ கைல ஒரு பொட்டை பிள்ளை யோட நிக்கிறா. அவன் எங்கேபோனான்னே தெரியல. இப்ப இந்த சங்கதி தெரிஞ்சாக்க அவன் திரும்பு வானா? ஆபிதாவ ஒரு நல்ல குடும்பத்திலே கட்டிக் கொடுத்திருக்கோம். அந்தப் பொண்ணுக்காவது நல்ல வாழ்க்கை அமைஞ்சிருக்குதுன்னு பாத்தா, அவளையும் விரட்டிவிட நீ வேலை பாக்குற இல்ல..."

அம்மாவின் உடல் நடுங்குவதை அன்றுதான் முதன்முறையாகப் பார்க்கிறான் அனிபா. விபத்தில் அத்தா இறந்தபோது அவள் கலங்கவே இல்லை. அந்த அளவு உறுதியாக இருந்தாள். அவளா இந்த அளவு உடல் நடுங்க நிற்கிறாள்? கண்களில் வழியும் கண்ணீரைத் துடைக்க மறந்தவளாக, விளக்கு மாற்றைத் தூக்கி மூலையில் எறிந்தவள், அப்படியே தரையில் அமர்ந்து தலையில் அடித்துக்கொண்டாள்.

அம்மாவின் தோள்மீது கை வைத்து, "அம்மா அழாதீங்க, நான் ஒன்னும் தப்பு செய்யல, இனி

இப்படி நடக்காது" என்று சொல்லியபடி அழத் தொடங்கினான் அனிபா.

கையறு நிலையிலுள்ள ஒரு குழந்தையின் குரலாக அது ஒலித்தது. "அம்மாடி எம்புள்ள அப்பாவி பிள்ளையில்ல... அல்லா..." என்றபடி சைனம்பு ஓடிவந்து அவனைக் கட்டி அணைத்து அழ ஆரம்பித்தாள். பாத்திமா என்ன செய்வது எனப் புரியாதவளாக சுவரோரம் ஒடுங்கியபடி நின்றுகொண்டிருந்தாள். அவள் குழந்தை வீறிட்டு அழ ஆரம்பித்தது.

சித்ராவின் திருமணம் யாரோ ஒரு பக்கத்து ஊர்க்காரரோடு முடிந்த அன்றுதான், அனிபா பூச்சி மருந்து குடித்தான். தோட்டத்தில் இருந்து மருதுவின் மகன் ஓடிவந்து செய்தி சொன்னதும், "அடப்பாவிப் பயலே" என்றபடி தலைவிரிகோலமாக ஓடினாள் மகமூதா. பின்னாடியே சாணியில் உப்பைக் கரைத்துக்கொண்டு மருதுவின் மகன் ஓடிவந்தான். தென்னை மரத்தடியில் மயங்கிக் கிடந்த அனிபாவைத் தன் மடியில் வைத்துக் கையிலிருந்த புனலை எடுத்து வாய்க்குள் வைத்த மருது, சாணிக்கலவையை ஊற்றினான்.

அனிபா உன்னித்து வாந்தி எடுக்க, அவனது கைகளைப் பிடித்தபடி மகமூதா அழுதாள். தன் மகன் உயிர் பிழைத்து விட்ட மகிழ்ச்சி ஒருபுறமும், ஊருக்குள் தெரிந்து என்ன பேசுவார்களோ என்கிற கவலையும் ஒன்றுசேர்ந்து அவளைக் கதறி அழவைத்திருந்தது.

10

ராசாங்கம் சாத்துக்குடியை அறுத்துப் பிழிந்தான். தன்னைச்சுற்றிப் பறக்கும் ஈக்களை இன்னொரு கையால் விரட்டியபடி அந்த வேலையில் கவனமாக இருந்தான். அனிபா மருத்துவமனைப் படுக்கையில் தலைகுனிந்தபடி தம்பியை நிமிர்ந்து பார்க்கக் கூசியவனாக அமர்ந்திருந்தான்.

"இந்தா குடி..." டம்ளரில் நிரம்பிய சாற்றை எடுத்து அண்ணனிடம் கொடுத்தான். "இருக்கட்டும் அப்புறம் குடிக்கிறேன்." சன்னமாக ஒலித்தது அனிபா வின் குரல். "ஈ மொய்க்கிது பாரு, ஜூஸ்ல விழுந்திரும் குடி." ஆணையிடுவது போல் சொன்னான். வலது கையில் குளுக்கோஸ் போட்ட ட்யூப் இருந்தது. இடது கை நீட்டி வாங்கியவனை, "சோத்துக் கையில் வாங்கி பிஸ்மில்லா சொல்லிக் குடி" என்றான்.

இடது கையிலிருந்த டம்ளரை வலது கைக்கு மாற்றி பிஸ்மில்லா சொல்லிக் குடித்தான் அனிபா. இருவருக்குள்ளும் பெரும் குழப்பம் நிலவ, அமைதி யாக இருந்தார்கள். அண்ணனிடம் ஏதும் பேசி அவனைத் துன்பம்கொள்ளவைக்கக் கூடாது என்கிற யோசனையில் அனிபாவைக் கவலையோடு பார்த்தபடி அமர்ந்திருந்தான் ராசாங்கம்.

அந்தச் சமயத்தில் அவர்களது அறைக்குள் வந்த நர்ஸ் ஒரு நிமிடம் தயங்கி நின்றுவிட்டு, ஷெல்ஃபில் இருந்த மாத்திரையை எடுத்து அனிபாவின் கையில் தந்தாள். "இத இப்போ சாப்பிடுங்க" என்றவள் ஒரு நிமிடம் நின்று ராசாங்கத்தைப் பார்த்து ரம்யமாகச்

சிரித்து, "எத்தனை ஜூஸ்தான் குடுப்பீங்க..." என்று கிண்டல் செய்துவிட்டுப் போனாள். அவளுக்குச் சிரிப்பைப் பதிலாகத் தந்தவன், கண் அசைவின் வழியே அவளைப் போகச் சொன்னான்.

"மன்னிச்சிடுடா" அனிபாதான் பேசினான். அவனுக்குத் தம்பியின் முகத்தைப் பார்க்கக் கூச்சமாக இருந்தது. அவன் எவ்வளவோ சொல்லியும் தான் அதனை மீறிவிட்ட குற்றவுணர்வு மேலிட்டது.

"என்னத்துக்கு மன்னிப்பு. நீ உயிரோட இருக்கறதே எங்களுக்குப் போதும்." அண்ணனைக் குற்றவுணர்விலிருந்து வெளியே கொண்டுவர யத்தனித்தான் ராசாங்கம். "ஒங்க எல்லோருக்கும் கஷ்டம் கொடுத்துட்டேன்," என்றான் அனிபா.

"அதெல்லாம் சரி, நிம்மதியா தூங்கு" என்றான் ராசாங்கம்.

"நான் நிறைய படிக்கணும்னு நினைச்சேன். நீயும் நல்லா படிச்சு வேலைக்குப் போகணும்னு ஆசைப்பட்டேன். அதுக்கு குடும்ப சூழல் இல்ல. நசீபுல என்ன இருக்கோ அதான் நடக்கும்" என்று அனிபா சொன்னான்.

"என்னோட படிப்பு நின்னுப் போனதை நினைச்சா எனக்கும்தான் உயிர் வாழக் கூடாதுன்னு தோணும், அதுக்காக. . ." துக்கத்தையும் கண்ணீரையும் சிரமப்பட்டு விழுங்கினான் ராசாங்கம்.

"விரும்பற மாதிரி யார் வாழறாங்க சொல்லு. குடும்பம், சூழ்நிலை, சந்தர்ப்பம் இதுதான் முதல்ல. அப்புறம்தான் நமக்காக வாழறது எல்லாம்."

"இனி இந்த நினைப்பை விட்டுரு. நாளையிலிருந்து எல்லாம் நல்லபடியா இருக்கணும்னு துவா செய். உங்க அம்மாவையும், எங்க அம்மாவையும் நெனைச்சுப்பாரு. உனக்கு ஏதாச்சும் ஆயிருந்தா இந்த ஊர்ல தலை நிமிர்ந்து நடக்கத்தான் முடியுமா? சொந்தக்காரனுங்களே கேலி செய்வானுங்க."

"இப்பவே, நீ வெசம் குடிச்சது யாருக்கும் தெரியாது. பாம்பு கடிச்சதாத்தான் சொல்லியிருக்கோம். மருதுவும் யார்கிட்டேயும் சொல்லமாட்டாப்புலே."

படுக்கையிலிருந்தபடி அனிபா ராசாங்கத்தைப் பார்த்தான். மிக நேர்த்தியான உடைகளை அணிந்திருந்தான். பேண்ட், முழுக்கை ஷர்ட் இன் பண்ணி பெல்ட் அணிந்து அம்சமாக இருந்தான். அவனைத் தள்ளியிருந்து பார்க்கும்போது யாரோ வேற்றாளைப் பார்ப்பது போல் இருந்தாலும், உடன் இருக்கும் போது அவன் தன் குடும்பத்தில் ஒருவன் என்கிற நெருக்கத்தை உணர வைக்கக் கூடியவனாக இருந்தான்.

“சரி தூங்கு... நானும் கொஞ்ச நேரம் தூங்கறேன்” என்றவன் அனிபாவின் அருகில் வந்து கையைப்பிடித்து ஆறுதலாக அழுத்தி விட்டு எதிர்க்க இருந்த கட்டிலில் போய்ச் சற்றுத் தலைசாய்த்தான்.

“அண்ணன் எப்படியிருக்கு?” கிசுகிசுப்பான குரலில் கேட்டாள் ஆபிதா. குரல் சோர்ந்திருந்தது. ஆசிக் அடுப்படியில் சாப்பிட்டுக்கொண்டிருந்தார். “நல்லாயிருக்கான்” என்று கிசுகிசுப்பான குரலில் சொல்லியபடி ராசாங்கம் தனது அறையை நோக்கி நடந்தான்.

திரைச்சீலைக்குப் பின்னிருந்து வளையல் சத்தம் கேட்டது. பானுதான் தான் வருவதை அறிந்து ஒளிந்துகொண்டிருப்பாள் என்று எண்ணியவனாக,

“எனக்கு சாப்பாடு வேணாம். மச்சான்கிட்ட நான் வந்தாச்சுன்னு சொல்லிடு” என்றபடி அறைக்குள் நுழைந்து கதவைச் சாத்தித் தாழிட்டான். பானு இனி ஹாலில் நடமாடுவாள்.

அவள் வளையல் சப்தமெழுப்பியது, இவன் கவனிக்கட்டும் என்பதற்காகத்தான் இருக்கும் எனத் தோன்றியதால் ஆபிதா சொல்வாள், “பானு எப்பப் பார்த்தாலும் ஒன்னைப்பத்தித் தான் பேசுறா, நான் இவங்கள கட்டிக்கிட்டு வந்தப்ப நாத்தனார்ங்கற பவுச, ராங்கிய எப்படிக் காட்டுவா தெரியுமா? இப்ப என்னான்னா வாயெல்லாம் பல்லு. அண்ணி, அண்ணின்னு. எல்லாம் உன்னாலதான்.”

“உஸ்... சும்மாயிருக்க மாட்ட” என்பான் ராசாங்கம்.

“நெசந்தான் சொல்றேன். மச்சான் எப்போ உனக்கு அவளைக் கட்டிவைக்கணும்னு பேசுனாரோ, அப்போதிருந்தே இப்படித்தான் மாறிட்டா. அல்லா காப்பாத்திட்டான் என்னைய.” கண் சிமிட்டினாள் ஆபிதா.

“ஏன் எனக்கென்னா அவசரம் கல்யாணத்துக்கு?” சலிப்பாகச் சொல்வான். “அவருக்கு வெளியில் கொடுக்கத்தான் ஆசை. ஊர்ல என்ன சொல்றாங்கன்னா... அம்மா அத்தா இல்லாத பிள்ளைய யாரு கட்டுவா? நல்லது கெட்டது யாரு பாப்பானு? அதான்...”

இவனுக்கு வியப்பாக இருந்தது. என்ன ஊர் இது என்று புரியவில்லை. “பொன்னும் பொருளும் இருந்தாலும்கூட அம்மா அத்தா இல்லாட்டிக் கட்டமாட்டாங்களாமா பரதேசிக” சலித்துக்கொண்டான்.

“அம்மா இருந்தாதான பொண்ணுக்குப் பிரசவம் பார்க்க, புள்ளைய வளர்க்க, சீர் செய்ய மருமகனைச் சீராட்ட முடியும்.

இல்லாட்டிக் கல்யாணத்தோட அம்புட்டுத் தான். அண்ணன் பொண்டாட்டியெல்லாம் செய்ய விடுவாளா? மருமகனைச் சீராட்ட பொண்ணுக்குத் தாய்தான் வேணும்" என்ற ஆபிதாவை, "ஏய். . . நீ வாய மூடு. பெரிய பொம்பளையாட்டம் பேசாத. அதுவும் இந்த ஊர் பொம்பளைங்க மாதிரியே நீ பேச ஆரம்பிச்சுட்ட. சகிக்கல" என்று வாயை அடக்க முயன்றான் ராசாங்கம்.

"மீன் திங்கற ஊருக்கு வந்தா நடுத்துண்டம் நமக்குன்னு போயிரணும்" செல்லமாகச் சிணுங்குவாள் ஆபிதா.

காலமும், சூழலும் யாரையும் எப்படியும் மாற்றிவிடும் போலிருக்கிறது. மச்சானுக்கும் ஆபிதாவுக்கும் இடையில் பெரிய வயது வித்தியாசம் இருந்தாலும், அதுகுறித்த எந்தப் புகாரும் அவருக்கும் அவளுக்கும் இருந்ததில்லை.

அம்மா சொல்வாள், "ஒரு புள்ள உண்டாயிட்டா போதும், எல்லாக் கெட்டிக்காரத்தனமும் வந்திரும். அதுக்குத்தான் கால நேரம் இன்னும் வரலையே, என்ன செய்ய?"

"அவளே ஒரு குழந்தை. அவளுக்கு எதுக்கு அம்புட்டு அவசரமா புள்ள" அனிபா சத்தம் போடுவான். "டேய் போடா, ஆம்பளப் பயலுக்கு என்னா தெரியும்னு பேச வந்துட்ட. ஒந்தங்கச்சிக்கு வாய்ல விரலவிட்டா கடிக்கத் தெரியாதாக்கும்..." மகமூதா மகனை அடக்குவாள்.

ராசாங்கம் உடைகளைக் களைந்து ஹேங்கரில் மாட்டி விட்டுப் படுக்கையில் சாய்ந்தான். அனிபா நினைவு வந்தது. நடக்கவே சாத்தியமில்லாத ஒரு விசயத்தைக் காதல் என்று நம்பித் தனது வாழ்க்கையை முடித்துக்கொள்ளப் பார்த்த கொடுமையை என்னவென்று சொல்வது?

யார் செய்த புண்ணியமோ, இன்றைக்கு அவன் பிழைத்துக் கொண்டான் என நினைத்தவன், ச்சை . . . என்ன இது மாதிரி ஊர்ப்பழக்கத்தில் சொல்ற மாதிரி புண்ணியம்னு நினைக்கிறேன் காபிராட்டம். இந்த வழக்கம் மாற இன்னும் எத்தனை நாளாகுமோ என நாக்கைக் கடித்துக்கொண்டான். "யாருடைய துவாவோ அனிபா இன்னிக்கு பொழைச்சது" என்று நினைத்துக்கொண்டான்.

ஆசிக் மச்சான் இரவு உணவுக்குப் பின் உறங்கச் சென்ற பிறகு, மெதுவாக அறைக்குள் வந்த ஆபிதா அண்ணனைக் கட்டிப் பிடித்தபடி அனிபாவை நினைத்து அழ ஆரம்பித்தாள். யாருக்கும் தெரிந்துவிடக் கூடாது என்கிற கவலையும் பதற்றமும் அந்த இரவில் அவர்களைச் சூழ்ந்திருந்தது.

11

"அஜ்மலை எங்க அனுப்பப் போற?"

அம்மா கேட்டபோது அஜ்மல் தனது கெச்சலான தேகம் நடுநடுங்க நின்றிருந்தான். அம்மாவின் எதிர்ப்பு தன்னைக் காப்பாற்றும் எனும் சிறு நம்பிக்கை அவனது முகத்தில் ஓடிக் கொண்டிருந்தது.

"ஹாஸ்டல் இருக்கிற பள்ளிக்கூடத்துக்கு..." தீர்மானமாக நின்றான் ராசாங்கம்.

"அட அல்லாவே... அது என்னாது காசுடலுக்கு?" அம்மா கேட்டாள்.

"உம்... அவன் அங்கேயே சாப்பிட்டுத் தங்கி படிப்பான்.'

"அப்புறம்..." ஆற்றாமையுடன் கேட்டாள் சைனம்பு. "ஆமாம், மூணு மாசத்துக்கு ஒரு தரம் லீவுல வந்துட்டுப் போவான். அப்புறம் முழுப்பரீட்சை லீவுல வருவான்."

சைனம்பு ஓ...வென அழ ஆரம்பித்தாள். "இப்ப என்னாத்துக்கு அவன அனுப்பற? சின்னப்புள்ள ஏங்கிப் போயிர மாட்டானா."

"இவன் பச்சப்புள்ளையா? சும்மா இருக்க மாட்டிங்களா?" பெரிய மனிதத் தோரணையுடன் அதட்டினான் ராசாங்கம்.

மகமூதா வெளித் திண்ணையில் தலைக்குக் கை வைத்துப் படுத்திருந்தாள். விட்டத்தை நோக்கிப் பார்வை இருந்தது. என்னவோ யோசனையில் இருப்பது தெரிந்தது.

அவளாகவே தன் கூட பேச வருவாள் என்கிற நினைப்பு கைக்கூடி வராத ஏமாற்றத்தில் முற்றத்தில் இருந்தபடி, "ஏலே மகமூதா, இங்க வந்து என்னான்னு கேளு. இந்தப் பயல் என்னா பேசுறான்னு எனக்கு ஒண்ணுமே புரியல." உரத்தகுரலில் அழைத்தவள், "நீ என்னா பகல்ல கனா கண்டுட்டு இருக்கியா" என்று அதட்டினாள்.

அம்மாவிற்கு இத்தனை சத்தமாகக் குரல் எழுப்ப முடிவதே வியப்பாக இருந்தது இவனுக்கு. சாதுவாகவே பார்த்துப் பழகியவனுக்கு, இத்தனை ஆக்ரோசம் வருமா என்பது போல அமைதியாக இருந்தான் ராசாங்கம்.

அவன் முன்கூட்டியே இதெல்லாம் கணித்து வைத்திருந்தான். அம்மாவிற்கு ஏற்றுக்கொண்டு மகமூதா என்ன பேசுவாள் என்றும் தெரியும். அதற்கான பதிலையும் தயாராக வைத்திருந்தான்.

"என்னாச்சு இங்க என்ன நடக்குது" என்றபடி மகமூதா எழுந்து உட்கார்ந்து கலைந்துகிடந்த மாராப்புச் சேலையை ஒழுங்காக எடுத்து நெஞ்சில் போட்டாள். "தலை வலிக்குது. அதான் செத்த படுத்துக் கிடந்தேன்" என்றவள், "ஏத்தா ராசாங்கம், நீ என்னத்தா சொல்ற? நெசமாத்தான் அவன அனுப்பப் போறியா?" ஆதங்கத்துடன் ஒலித்தது குரல். அவளிடம் முன்பிருந்த ஆர்ப்பாட்டமும் துள்ளலும் இல்லாமல் ஆகிவிட்டது.

அனிபா மறுபடி ஏதும் செய்துகொள்வானோ என்கிற பயம் வேரூன்றியிருந்தது. கோழிக்குஞ்சை அடைகாப்பது போல் அப்படியே அரவணைத்துக் கூடவே வைத்துக்கொண்டிருக் கிறாள். இவனுக்கும் அது மனத் திருப்தியைத் தரக் கூடியதாக இருந்தது. அவனை அப்படியே விட்டுவிடக் கூடாது என்றுதான் ராசாங்கமும் சின்னம்மாவிடம் சொல்லியிருந்தான்.

சித்ராவைத் திருமணம் முடித்து, அவள் கணவன் தன் ஊருக்கு அழைத்துப் போய்விட்டதாக பிச்சைமணிதான் இவனிடம் சொன்னான்.

"ஏப்பா ஒன்னைத்தானே கேக்கிறேன். ஏன் இப்படி மரமாட்டம் நிக்கறே?" மகமூதாவின் குரல் அவனை நினைவுக்குக் கொண்டு வந்தது.

"ஆமாம், அவனாவது நல்ல படிப்பு படிக்கட்டும். நாங்கதான் வழியில்லாம படிக்கல." ராசாங்கம் உறுதியாகச் சொன்னான்.

அஜ்மல் அமைதியாக அமர்ந்திருந்தான். ஊரைவிட்டு, அம்மாவை விட்டு எங்கோ போவது விருப்பமில்லைதான். ஆனால், ராசாங்கம் எடுக்கும் முடிவை எதிர்த்துப் பேச முடியாது. அவன்தான் எல்லாவற்றையும் முடிவுசெய்கிறான். அம்மாவாவும் சின்னம்மாவுமே பேச முடியாதபோது, தான் மட்டும் என்ன செய்வது எனப் புரியவில்லை. அவனுக்கு அழத்தான் தெரியும். அதற்கும் அவன் இரங்குவானா எனத் தெரியவில்லை.

"அனிபா எங்கே?" இத்தனை நேரமாக அவன் இங்கே இல்லாமல் இருப்பதே இப்போதுதான் ஞாபகத்திற்கு வந்தது ராசாங்கத்திற்கு. "அவன் மொட்டை மாடியில் ஒக்காந்திருக்கான், யார்க்கிட்டேயும் பேசக்கூட இல்லை" என்று விரக்தியாகச் சொன்னாள் மகமூதா.

"நான் அவன்கிட்டே பேசறேன்" என்றவனிடம், "அவனுக்குப் பொண்ணு பாத்திருக்கோம் கலியாணத்துக்கு" என்றாள் மகமூதா. சொல்கிற தொனியே, இதில் அவன் தலையிட முடியாது என்பது போன்ற பாவனை இருந்தது.

'நீ சின்னப்பயல், இதிலெல்லாம் தலையிட உனக்கு உரிமை யில்லை' என்கிற தொனியை உணர்ந்தவன் அமைதியாக மாடிக்கு ஏறினான்.

மாலை நேர வெய்யிலில் மொட்டைமாடியில் மல்லாந்து படுத்திருந்தான் அனிபா. அவனுக்கு அருகில் போய் நின்று "வெயிலில் ஏன் படுத்திருக்கண்ணே" என்ற ராசாங்கத்தின் குரல் கம்மியிருந்தது. தம்பியின் குரல் கேட்டுக் கண்விழித்த அனிபா சாவகாசமாக எழுந்து அமர்ந்தான். நல்லவேளை, ஆனையடிக்கல்லின் சூடு கால் பொறுக்கும் அளவிற்குத்தான் இருந்தது நிம்மதியாக இருந்தது ராசாங்கத்திற்கு. அனிபாவின் சிவந்த முகத்தில் வியர்வை படிந்திருந்தது. "இப்படி வேர்த்தா சளி பிடிக்காதா, என்னத்துக்கு இப்படி படுத்துக்கிடக்கிற?"

"அதெல்லாம் புடிக்காது. பாக்கறதுக்கு வேலை வெட்டி இல்ல, அதான் இப்படி படுத்துட்டேன். தென்னை மரத்தை யெல்லாம் அம்மா குத்தகைக்கு விட்டுருச்சுல்ல, எனக்குப் பாக்குறதுக்கு வேலை இல்ல அதான்" சலிப்பாக ஒலித்தது குரல்.

"நீயும் மச்சான் கடைக்கே வந்திருன்னா கேக்க மாட்டேங்கிற. இப்போ சைக்கிள் ஸ்பேர் பார்ட்ஸ் கடை ஒண்ணு தொடங்கப் போறோம், நீ பாத்துக்குவ."

"அது எப்டி..? வீட்ல ஆம்பளைத் தொணை வேணாமா? அதுவும்... நான் அந்த ஊருக்கெல்லாம் வரமாட்டேன்.

அம்புட்டும் திமிர் பிடிச்ச கூட்டம்" சொல்லும்போது வெறுப்பு மேலிட்டது .

"சரி. . . சரி. . . உள்ள வா, போகலாம்" என்று சொல்லி, கையைப் பிடித்து எழ வைத்தான்.

உடல் தெப்பலாக நனைந்திருந்தது. அணிந்திருந்த ஊதாகலர் சட்டை முதுகில் ஒட்டிக் கிடந்தது. அதைப் பார்ப்பதற்கு மனத்திற்கு வேதனையாக இருந்தது.

விருப்பமில்லாமல் இருந்தாலும், தம்பியைப் புறக்கணிக்காமல் மனம் கசந்த நிலையில் எழுந்து, கையைத் தம்பியிடமிருந்து உருவிக் கைலியை அவிழ்த்துக் கட்டினான்.

படிகளில் யாரோ ஏறிவரும் சப்தம் கேட்க, இருவரும் மச்சு வீட்டின் உள்ளிருந்தபடித் தலையைத் திருப்பிப் பார்த்தார்கள். பாத்திமா வந்துகொண்டிருந்தாள். பழைய வாயில் சேலை உடுத்தியிருந்தாள். கைகளில் கண்ணாடி வளையலும், கழுத்தில் தங்கத்தாலான கருகமணிச் சங்கிலியும், தூக்கிக் கட்டிய கொண்டையும் அவளைப் பேரழகியாகக் காட்டின. "வாக்கா" என்றான் ராசாங்கம். அவளது கரும்பச்சை நிற விழிகள் உருண்டை முகத்தின் மீது கலக்கத்துடன் உருண்டுகொண்டிருந்தன. தம்பிகளது துயரத்தில் தானும் பங்கெடுக்க வந்திருப்பது போன்ற தோரணையை, அவளது உடல் இயக்கம் காட்டிற்று.

தரையில் விரித்திருந்த கோரைப்பாயில் மூவருமாக அமர்ந்தார்கள். மொட்டைமாடியின் வெக்கையைப் பக்கத்திலிருந்த அறை முழுவதுமாக உள்வாங்கியிருந்ததனால், கடும் வெப்பம் உணரக் கூடியதாக இருக்க, எழுந்து சென்று மின்விசிறியை ஓடவிட்டாள் பாத்திமா. உஷ்ணக் காற்று மூவரின் மீதும் படரலானது.

"என்ன சொல்லுது உங்கம்மா ? கல்யாணமா, பொண்ணு யாரு, என்னத்துக்கு இத்தனை அவசரம் ?" அக்காவிடம் வரிசையாகக் கேள்விகள் கேட்டான் ராசாங்கம். "ஆமாம், நம்ம பாய்க்காரம்மா மகளைப் போய்ப் பார்த்துப் பேசி முடிச்சுட்டாங்க ரெண்டு பொம்பளைகளும்" என்றாள். "நீ என்ன சொன்ன ?" அனிபாவைப் பார்த்துக் கேட்டான் ராசாங்கம். "எனக்கெதுக்குக் கல்யாணம் ? சொன்னா யாரு மதிக்கிறாங்க என்னை." கண்கள் கலங்கக் குரல் துடித்தது. "ஆமா... எப்பப் பாரு, படுத்துக்கிட்டு மோட்டு வளைய பார்த்துக்கிட்டு இருக்கானே, அதான் அம்மாவுக்குப் பயம், முட்டாத்தனமா அன்னக்கி மாதிரி ஏதாச்சும்..." அவள் முடிப்பதற்குள்ளாக, "ச்சூ... சும்மா இரிக்கா" என வாயை அடைத்தான் ராசாங்கம்.

அனிபா எந்தச் சலனமும் காட்டாமல் அமர்ந்திருந்தான். மருத்துவமனையிலிருந்து திரும்பியதிலிருந்து அவன் இரவுகளில் எழுந்து சப்தமிடுகிறான் என்று அம்மா சொன்னது நினைவுக்கு வந்தது. பேய் ஏதும் பிடிச்சிருக்குமா? அம்மா ஒருமுறை போன் செய்து இவனிடம் கேட்டாள். "ஏர்வாடிக்கு இல்லாட்டி காட்டுவா பள்ளிவாசலுக்குப் போகலாமா" என்றவளிடம் இவன் எரிந்து விழுந்தான்.

"நீங்களெல்லாம் சேர்ந்து அவனைக் கிறுக்கா ஆக்கிறா தீங்க."

அதன்பிறகு யாரும் இவனிடம் ஏதும் சொல்வதில்லை. ஆனால் மந்திரித்த தாயத்துகள் இரண்டு மூன்றை அவனது இடுப்பில் கட்டிவிட்டிருந்தார்கள். அனிபா கைலியை அவிழ்த்துக் கட்டியபோது அதைப் பார்த்திருந்தான்.

"பொண்ணு அழகான பொண்ணு. அத்தா இல்லை, சாப்பாட்டுக்குக்கூட வழியில்லை. எதுவுமே வேணாம்ன்னு சொல்லிப் பேசி முடிச்சுட்டாங்க. அனிபாவை யாருக்குத்தான் பிடிக்காது?" அனிபாவின் தோள்களை அணைத்தபடி சிரித்தாள் பாத்திமா.

அப்போதும், அசைவேதும் காட்டாமல் இருந்த அனிபா, "அஜ்மல் எங்கே போறான்?" என்றான்.

"அவனைப் பள்ளிக்கூடத்திலே சேர்த்துவிடப்போறேன். அங்கேயே ஹாஸ்டலும் இருக்காம்."

"அதுக்குச் செலவாகுமே யார் பணம் கட்டுவா?" அனிபா கவலையோடு கேட்டான்.

"மச்சான், அவரே பணம் கட்டுறேன்னு சொல்லிட்டார். அவனாவது படிச்சு வேலைக்குப் போகட்டும். நாம ரெண்டு பேரும்தான் படிக்க முடியல" ஆதங்கத்தில் குரல் கம்மிற்று.

"அவர் சொன்னாக்க நாம ஒத்துக்கணுமா? பொண்ணு கொடுத்த சம்பந்தப்புரம் நாளைக்குச் சொல்லிக்காட்ட மாட்டாங்க?" பாத்திமா ஆதங்கத்துடன் கேட்டாள். அந்த ஆதங்கத்திற்குப் பின்னணியில், அஜ்மலை அனுப்பாமல் வீட்டிலேயே வைத்துக்கொள்ளலாம் என்கிற நப்பாசை வெளிப்பட்டது. அவனைப் பிரிவது அவளுக்கும் தாளவியலாத துன்பத்தைத் தரக்கூடும் என்பதனால், அவள் ஏதேனும் சொல்லி அவனை நிறுத்தலாமா என மனத்தில் நினைத்துக் கொண்டாள். மகள் ஷமீம் விளையாட அஜ்மல்தான் இருக்கிறான்.

“நீ என்னக்கா... அவன் படிக்கட்டும்னு நல்லது நினைக்க றேன். அம்மா, சின்னம்மா மாதிரி நீயும் சம்பந்தி சம்பந்தின்னு சொல்லிக்கிட்டு, அங்க யாரு இருக்கா மச்சானைத் தவிர? மச்சானுக்கு அம்மா, அத்தா, கூட பிறந்தவங்க யாரு இருக்காங்க அங்க?”

“ஊர்ல அசிங்கமா பேசுவாங்களே.”

“அங்க யாருக்கு என்ன தெரியப்போவது சொல்லு? அவன் மதுரைகிட்ட ஒரு ஊர்ல படிக்கப் போறான். இதெல்லாம் நாம யார்கிட்டே சொல்லப் போறோம்?”

அடிவயிற்றிலிருந்து பீறிட்டுக் கிளம்புகிற அவனது வார்த்தை களின் உக்கிரத்தைப் பயத்துடன் கவனித்தார்கள் பாத்திமாவும் அனிபாவும்.

“சரி, சரி... நீ கோபப்படாதே, வாங்க எல்லோரும் சாப்பிடலாம்.” பாத்திமா தம்பிகளை அழைத்தாள்.

“நீ என்ன பண்ணப் போறே?” அனிபாவைப் பார்த்துக் கேட்டவனிடம், “அம்மா மனசுலே இவன் கவலைதான், அன்னையிலிருந்து. நீ பேசாம இரு ராசாங்கம். கல்யாணம் பண்ணிக்கிட்டு இவன் சந்தோஷமா இருந்தாலே அம்மா வுக்கும் பெரியம்மாவுக்கும் நிம்மதிதான்.” தானே பதில் சொல்லிய பாத்திமா, மேற்கொண்டு இந்த உரையாடல் தொடரக் கூடாது என்று வெகுவாக பிரயத்தனப்பட்டாள். அதற்காகவே அவர்களை அங்கிருந்து நகர்த்திச் சென்றுவிட விரும்பினாள். சகோதரியின் பரிதவிப்பைப் புரிந்துகொண்டவனாக அனிபா எழுந்து நின்று தம்பியிடம், “வா... போய் சாப்பிடலாம்” என்றழைத்தான்.

விடையேதுமற்ற கேள்வியுடனும் குழப்பத்துடனும் ராசாங்கம் அவர்களோடு இணைந்து மாடிப்படிகளில் இறங்கினான்.

12

ரசியா அழகிய மலரைப் போல இருந்தாள். அவளைப் பார்த்துக்கொண்டே இருக்கலாம் போலிருந்தது, ஆபிதாவுக்கு. சாப்பாட்டுக்கே வழி யில்லாத குடும்பம்னு சொன்னாங்க. அங்கே இப்படி ஒரு பொண்ணா என்று நினைத்தாள்.

"ஏன்டி, பொண்ணுக்குப் பக்கத்திலேயே ஒக்காந்துக்கிட்டு என்னா செய்யற? வந்து ஒம் புருஷனுக்குச் சாப்பாட்ட எடுத்து வைய்யி" என்று அடுப்படியிலிருந்து தலைமுக்காட்டை இழுத்து விட்டபடி சைனம்பு கூப்பிட்டாள்.

"இந்தா வந்துட்டேன்மா" என்றபடி எழுந்தாள் ஆபிதா. அனிபா ஒரு ஹாலில் பாயில் படுத்திருந்தான். அவளது அருகில் போனவள், "அண்ணே... போயி அண்ணிகூட ரூம்ல இருந்து பேசு. தனியா இருக்கு" என்றபடிச் செல்லமாக அவனது கன்னத்தில் கிள்ளி விட்டுப் போனாள்.

அனிபா பதில் ஏதும் சொல்லாமலும் எழுந்து கொள்ளாமலும் அப்படியே படுத்திருந்தான். ராசாங்கம் பக்கத்து ஊருக்கு வலிமா[1] விருந்திற்குச் சாமான்கள் வாங்கும் வேலையாகப் போயிருந்தான்.

தனக்குத் திருமணமாகிவிட்டதை மிகப் பெரிய சுமையாக உணர்ந்தான் அனிபா. சந்தோஷம் இல்லை, வெறுப்பும் இல்லை போன்றதொரு மனநிலையில் இருந்தான்.

1. மணவிழா விருந்து.

மனத்தில் ஏனோ ஒருவிதமான இருள் பரவிக்கொண்டிருந்தது. பிசுபிசுக்கும் அந்த இருளை எப்படி அகற்றுவது என்று தடுமாற்றம் உண்டாயிற்று.

அந்தப் பெண்ணைப் பார்த்தால் பரிதாபமாக இருக்கிறது. இரவு பெரும் நடுக்கத்துடன் அவள் பயந்தபடி, தன்னருகே அமர்ந்திருந்ததை நினைத்துக்கொண்டான். அவளைப் பார்த்துப் பரிதாபப்பட்டபடியே இவனும் தூங்கிப் போயினான்.

கறி வாசனையும், பலகார வாசனையும் தன்னைத் தீண்டிச் செல்வதை கவனித்தான். மச்சானுக்கு ஆபிதாதான் சாப்பாடு எடுத்து வந்து, மாடிக்குக் கொண்டு சென்றாள்.

"அண்ணே, நீயும் அண்ணியும் சாப்பிட ரெடியா இருங்க. மச்சான் சாப்பிட்டதும் உங்களுக்குச் சாப்பாடு வைக்கிறேன்." மினுமினுக்கும் சரிகைச் சேலை உடுத்தியிருந்தாள். கிண்டலும் சிரிப்பும் அவளது குரலில் தெரிந்தது.

"போ ... போயி பொண்ணு கூடப் பேசிக்கிட்டு இரு" என்று மறுபடியும் சொன்னவள், சிரித்தபடி மாடிப்படியில் ஏறினாள். "ஏய் ... பாத்து ஏறு, சின்னப்படி. சேலை தடுக்கி விட்ரும்." தங்கையை எச்சரித்தான் அனிபா. "சரிண்ணே" என்றபடி ஏறினாள்.

"ஏத்தா எந்திரிக்கிறது, சாப்பிடணும் இல்ல?" அம்மாவின் குரல் கேட்டு எழுந்து உட்கார்ந்தான். வியர்வை மினுமினுக்கும் அம்மாவின் முகம் திருப்தியில் நிறைந்திருந்தது. வியர்வை முகத்தை அழுத்தித் துடைத்தபடி, "போய் அந்தப் புள்ளைகிட்டே பேசிட்டு இரேன். தனியா ஒக்காந்துருக்கா இல்ல" என்றாள்.

அம்மாவின் கவலை புரிந்தவனாக எழுந்து அறைக்குள் போனான். இரும்புக் கட்டிலின் ஓரத்தில் அமர்ந்திருந்த ரசியா இவனைப் பார்த்ததும் அவசரமாக எழுந்து நின்றாள். "உக்காரு" என்றபடி இவனும் கட்டிலில் உட்காந்தான். "ரெண்டு பேருக்கும் ஜோடிப்பொருத்தம் அட்டகாசம். சிவாஜி பத்மினியாட்டம்" நேற்று யாரோ சொன்னபோது அம்மா சிரித்துக்கொண்டவளாகச் சொன்னாள், "என் புள்ளக்கி ஏத்த மாதிரி இல்ல கட்டியிருக்கேன். நகை, பணம் ஏதும் இல்லாட்டிக்கூட பரவாயில்லைனு."

அம்மாவின் நினைவில் ஒரேவிசயம்தான் இருந்தது. இவன் பழைய காதலை நினைத்துக் கவலைப்படக் கூடாது, அதற்காகத் தான் இந்தத் திருமணம். ஏழைப் பெண்ணாக இருந்தாலும் அழகாக இருக்க வேண்டும் என்றெல்லாம் அவள் யோசித்து யோசித்து எல்லாமும் செய்திருப்பது புரிந்தது. அவளது

கோரிக்கை எதுவாக இருந்தாலும், தான் அதை நிறைவேற்ற வேண்டும் என்று விரும்பினான்.

ரசியா தலைகுனிந்து உட்கார்ந்திருந்தாள். தலைமுக்காட்டில் முகமும் மறைந்திருந்தது. "யாரும் இல்ல, நான்தான் இருக்கேன். நிமிர்ந்து உட்கார், கழுத்து வலிக்கும்" என்றான்.

அவள் சன்னமான குரலில் 'உம்' என்று ஒற்றை வார்த்தை யில் பதில் தந்தாள். அவனது அக்கறை அவளுக்குப் பிடித்திருந்தது. தன் வாழ்க்கை இவனோடுதான் எனும் நிம்மதி அவளை வந்தடைய, தலைநிமிர்ந்து உட்கார்ந்து அவனைப் பார்த்துச் சிரித்தாள். அவளது பெரிய ஸ்ரீதேவி மூக்குத்தியில் பிரகாசித்த கற்கள் அவளுக்குத் தனி அழகைத் தந்தன. அவனுக்கு ஸ்ரீதேவியும் பதினாறு வயதினிலே படமும் நினைவுக்கு வந்தன.

13

"சாப்பிட வாங்க" மாடிப்படிக்குக் கீழே நின்று குரல்கொடுத்தாள் பானு. ஏறக்குறைய ஏழு வீட்டிற்குக் கேட்கும் போல் இருந்தது அவள் குரல்.

"வரேன்... மெதுவாகக் கத்து, காது வலிக்குது" என்று சொல்லியபடி கீழே இறங்கினான் ராசாங்கம்,

"தோசை ஆறுதுல்ல... கத்துனாதான் சீக்கிரம் வருவீங்க" சிரித்தபடி அவனுக்கு முன்பாக நடந்து சாப்பாட்டு மேசைக்குப் போனாள்.

கத்தியதில் அவளுக்கு மூச்சு வாங்கிற்று. "இதோ வந்துட்டேன்" என்றபடி மரப்படியில் மெதுவாக இறங்கினான். உடலில் பூசியிருந்த அத்தர் வாசனை சாப்பாட்டு அறையில் வியாபித்தது. "அல்லாவே இம்புட்டு அத்தர என்னத்துக்குப் பூசுறீங்க? இந்த வாசம் எனக்குத் தலைய நோவும். எத்தனை தடவை சொல்றது" என்றபடி பானு தோசையை எடுத்துத் தட்டில் பரிமாறி, எதிர்த்தாற் போல் இருந்த டைனிங்டேபிள் சேரில் அமர்ந்தாள்.

முகம் அசதியாக இருந்தாலும், உடல் முழுக்க நகைகளும் சரிகைப் புடவையும் அணிந்திருந்தாள். "என்ன விசயம் இம்புட்டு ஜோரா கிளம்பி நிக்கிறீங்க?" மனைவியிடம் நைசாகக் கேட்டபடி 'பிஸ்மில்லா' சொல்லிச் சாப்பிட ஆரம்பித்தான்.

"அடுத்த தெருவரைக்கும் போவணும். சபியா மகளுக்கு இன்னக்கி நிச்சயம் வச்சு பூ வைக்கிறாங்க அதான். வெயில் அடிக்கிறத பாத்தா மயக்கமா வருது" என்று சலித்துக்கொண்டாள்.

ராசாங்கம் முகத்தில் நக்கல் தெரிந்தது. "என்ன நக்கலு?" செல்லமாகச் சிணுங்கிக் கோபித்தவளிடம், "அதெல்லாம் ஒண்ணுமில்லை, இவ்வளவு சலிக்கிறவங்க என்னத்துக்கு இம்புட்டு நகைய அள்ளிப் போட்டுக்கணும்? சிம்பிளா போக வேண்டியதுதானே?" என்று கேட்டான்.

"எல்லாம் உங்க கவுரவத்த காப்பாத்ததான். பொண்டாட்டிக்கு நகையாலே இழைச்சு வச்சுருக்காருன்னு, ஊருக்குத் தெரியணும்ல. அதான். அது சரி. . . உங்களுக்கு எதுலயுமே ஆசையே இல்லபாரு. . . நம்பிட்டேன்."

மனைவியின் பேச்சை ரசித்தபடி அவசரமாகச் சாப்பிட்டு முடித்தவனிடம், "இன்னொரு தோசை சுடட்டுமா" என்று கேட்டாள்.

"எனக்கும் சேர்த்து நீ உடம்பைத் தேத்தி வைச்சிருக்கியே பிறகென்ன?" என்று கிண்டல் செய்தவன், 'அல்ஹம்துலில்லாஹ்' என்றபடி கைகழுவினான்.

"கார் டிரைவர வரச் சொல்லணுமா? இல்லே. . . நடந்தே போயிடு. அதான் நல்லது, வாக்கிங் போனாப்ல இருக்கும். துப்பட்டிய நல்லா உடம்ப மூடிப் போட்டுக்கங்க. பேருக்குப் போடறேன்னு போடாம. . ."

மிகச் சன்னமாக ஒலிக்கும் தனது குரல், ராசாங்கத்திற்குப் புதிராகத்தான் இருந்தது. அவளிடம் சத்தமாகவோ ஆணையிடுவது போலவோ எதையாவது சொன்னால் போதும், தொலைத்து விடுவாள். அதன்பிறகு அந்தச் சண்டை முடிவதற்குள் கடைக்குப் போவதும் இயலாத காரியமாகிவிடும்.

"நாங்க ஒழுங்கு மரியாதையாத்தான் போவோம், எங்க குடும்ப கவுரவம் அப்படி. நீங்க உங்க தலை தொப்பிய காத்துலே பறந்துடாம பார்த்துக்கோங்க. பரம்பரைப் பணக்காரியப் பார்த்துப் புதுப் பணக்காரி பவுசு காட்றாளாம்." வெடுக்கென ஒலித்த குரல் மனத்தை நோக வைக்கக் கூடியதாக இருந்தது.

ஒரே நொடியில் தன்னை, தனது பரம்பரையைக் கேவலமாகப் பேசிவிட அவளுக்கு நிகராக யாரும் இருக்க முடியாது. மனம் வேதனைக்குள்ளாயிற்று.

'கவுரவம்.' இந்த வார்த்தை எந்த அளவு காலமெல்லாம் தன்னைத் தொடர்ந்து வந்திருக்கிறது என்று யோசிக்க முற்பட்டான்.

ஆசிக் மச்சான் கடைக்கு வந்தபிறகு, கடையின் ஒட்டு மொத்தப் பொறுப்பையும் மச்சான் இவன் கைகளில் தந்து

விட்டபோது, ஊர் செய்த கிண்டலை எப்போதாவது மறக்க முடியுமா என்ன?

'எங்கியோ இருந்துவந்த பட்டிக்காட்டானுக்கு வந்த யோகத்த பாரு. இலாஹி ஸ்டோரரோட கல்லாவுக்கு இருந்த மரியாதை கவுரவம் என்னா? அதுல ஒக்காந்துட்டானே. பெரியவரு காஜாமுகைதீன் வாழ்ந்த வாழ்க்கை, மரியாத, அந்தக் கல்லாபெட்டியில அவரு உட்கார்ந்து இருக்கற அழகு என்னா? கம்பீரம் என்னா? மச்சினனுக்கு இம்புட்டு இடம் குடுக்கறது நல்லாவா இருக்கு?'

ஆசிக்கின் காது படவும், ராசாங்கத்தின் காது படவும் ஊர் பேசத்தான் செய்தது. ஆசிக் அவர்களைக் கண்டுகொள்வதாகவே இல்லை. தாய் தந்தையில்லாத தங்கை பானுவை ராசாங்கத்திற்குக் கட்டி வைக்க வேண்டும் என்கிற எண்ணம் வேறு இருந்தது. இப்போது மளிகைக் கடையில் அவனைப் பொறுப்பாக இருக்க வைத்து, பிறகு பெண்ணையும் தரலாம் என்றுதான் இந்த ஏற்பாடு.

தங்கை ஆபிதா ஒருமுறை சொன்னாள், "மச்சானுக்கு ... பானுவை ஒனக்கே கட்டித் தரணும்னு ஆசை, அவ கொஞ்சம் ராங்கி புடிச்சவதான். தாயில்லாப் பொண்ணு, ரொம்ப செல்லம். மத்தபடி நல்ல பொண்ணு."

ராசாங்கத்திற்கு இணக்கம் இல்லையென்றாலும் அமைதி யாக இருந்துவிட்டான். இந்த ஊரும் மனிதர்களும்... நினைக்கவே எரிச்சலாக வந்தது. இவர்கள் என்ன லண்டனில் வாழறது போல் அல்லவா நம்மளைப் பார்த்து பட்டிக்காட்டான்ங்கறானுக, இளக்காரமா பாக்கறானுங்க. முட்டாப் பயலுக. எல்லாம் பணம் இருக்கற திமிர். ஒரு காலேஜ் இல்ல, பெரிசா ஆஸ்பத்திரி இல்ல ... இது பட்டிக்காடு இல்லையாக்கும்?

மனத்திற்குள் கருவிக்கொள்வான். ரத்தம் கொதிக்கும். இதெல்லாம் யாரிடமும் பேசிக்கொள்ள மாட்டான். தனது வேலையைச் சரியாகப் பார்ப்பதுதான் மச்சான், தன்மீது வைத்த நம்பிக்கைக்கு உகந்தது. வேறென்ன செய்ய?

"என்ன பலத்த யோசனை ... எதிர்க்க வர்றவங்களகூட பார்க்காம"? பாரூக்கின் குரல் கேட்டு நினைவுக்குத் திரும்பினான். "கவனிக்கவில்லை" என்றபடி கடையைத் திறந்தான். எப்போதும் எட்டு மணிக்குத் திறந்துவிடுவது வழக்கமென்றாலும், இன்றைக்குக் கால்மணி நேரம் தாமதம்தான். ஆபீஸ் வேலையா என்ன என்று மனத்திற்குள் நினைப்பு வந்து போயிற்று.

"பொழுதன்னிக்கும் கடையில உட்கார என்னால் முடியாது. குண்டி உட்காராது. பாதி நேரம் கணக்கப்பிள்ளைதான் இருப்பாரு.

அவரு சொல்றதுதான் கணக்கு. இவன் இருந்துதான் கடையில பொறுப்பா பார்த்து இம்புட்டு லாபம் பாக்கறேன்."

மச்சான் அடிக்கடி சொல்கிற வார்த்தைகள் நினைவில் வந்தன, அவனது ஐ.ஏ.எஸ். கனவைக் கலைத்துவிட்டோம் என்கிற துளி வருத்தமும் அவரிடம் இருக்காது. இவனுக்கு மனம் வேதனையிலும் துக்கத்திலும் மூழ்கிக்கிடக்கும். கட்டுப்படுத்த இயலாத கண்ணீரை யாருக்கும் தெரியாமல் துடைத்துக்கொள்வான்.

'இப்ப எதற்காக அதெல்லாம் ஞாபகம் வருகிறது' என்று தன்னைத்தானே நொந்துகொண்டவன், கல்லாப் பெட்டியை 'பிஸ்மில்லா' சொல்லித் திறந்துவைத்தான்.

'வாழ்வே மாயம்' படம் வெளியாகியிருந்தது. பாடல்கள் நன்றாக இருந்தன. நேற்று மளிகைச் சரக்கு மொத்தமாக வாங்குவதற்காக மதுரைக்குப் போயிருந்தபோது கேசட் வாங்கி வந்திருந்தான். "இந்த ஊர்ல யாருகிட்டேயும் டேப்ரிக்கார்டு இல்ல. நீங்கதான் வாங்கியிருக்கீங்க. இது எப்படிங்க, நாம சொன்னதைத் திரும்பச் சொல்லுது?" ஆச்சரியமாகக் கேட்ட பானுவிடம் அதை விளக்கிச் சொல்லி, அவளை ஆச்சரியப் படுத்தியதை நினைத்துக்கொண்டான். இன்று இரவு வீட்டிற்குப் போகும்போது இந்த கேசட்டையும் டேப்ரிக்கார்டையும் எடுத்துக்கொண்டு போக வேண்டும். இரவு பாட்டு கேட்கலாம் என நினைத்துக்கொண்டான்.

டெலிபோன் அடித்து, அவனை இந்த உலகத்திற்குக் கொண்டு வந்தது.

'அஸ்லாம் அலைக்கும்... ஏத்தா நல்லாயிருக்கியா?' மகமூதா சின்னம்மாவின் குரல் பதற்றத்தோடு ஒலித்தது. "வஸ்லாம்... என்ன சின்னம்மா?"

"அத்தா... அனிபாவை காணல. எங்க போனான்னு தெரியல்ல. ஏர்வாடி பள்ளிவாசல்லதான் நானும் அவனும் படுத்திருந்தோம். காலைல பாக்குறேன் காணோம். நான் என்னா பண்ணுவேன்." மறுமுனையில் அழும் குரல் இவனை உடைய வைத்தது.

"அழுவாதீங்க சின்னம்மா. இதோ வந்துட்டேன்." ஆறுதல் சொல்வதாக நினைத்துத் தானும் கூடவே அழுதுகொண்டிருப்பது புரிந்தது. என்னத்துக்கு ஏர்வாடி போனார்கள் என்கிற குழப்பமும் கவலையும் ஒன்றுசேரத் தன்னைத்தானே கட்டுப்படுத்திக் கொண்டவன், "நீங்க ஊருக்குப் போங்க. நான் எப்படியும் அவனை தேடி கண்டுபிடிக்கிறேன்." என்று ஆறுதலாகப் பதில் சொல்லிவிட்டுத் தொலைபேசியை வைத்தவனது கண்களில் நீர் வழிய ஆரம்பித்தது.

14

“நான் கிளம்பறேன், கடைய பாத்துக் கோங்க... அனிபாவை மறுபடி காணோமாம்.” மச்சானிடம் சொல்லிக்கொண்டு கிளம்பியவனிடம், “என்னாச்சு ..? அனிபாவ காணோமா” என்றார் ஆசிக். அவரது முகத்தில் வருத்தம் தெரிந்தது.

“ஆமா, கார்ல போய்ட்டு உடனே வந்துடறேன்” என்று சொல்லியபடி கடையிலிருந்து வெளிக் கிளம்பினான் ராசாங்கம்.

கார் பேட்டைக்குள் நின்றது. நடந்து செல்லும் தூரம்தான்; அதனால் வேகமாக நடந்தான். பதற்றத்தில் உடல் நடுங்கிற்று. ஆறு மாதத்திற்கு ஒரு முறையாவது அனிபா இப்படி காணாமல் போய்விடுவது நினைவுக்கு வந்தது.

காரை நெருங்கி ஏறினான். பெட்ரோல் இருக்கிறதா என்று சரி பார்த்துத் திருப்தியுற்றவ னாக காரை இயக்கினான். பானுவிடம் சொல்ல விரும்பவில்லை. அவள் உடனே ஆபிதாவிடம் சொல்வாள். அவளுக்கும் கவலைதானே? தேடிப் பிடித்து வீடு வந்தவுடன் சொல்லிக்கொள்ளலாம் என்று நினைத்தான். ஆசிக் மச்சானும் சொல்ல மாட்டார் என்று தெரியும்.

அவன் தனது அம்பாசிடர் காரைத் தனது கிராமத்திற்கு அடுத்ததாக, வழக்கமாகச் செல்லக் கூடிய ஊரை நோக்கிச் செலுத்தினான். அந்த ஊருக்கு தான் அனிபாவும் இவனும் சினிமாவுக்குப் போவார்கள். கிராமத்திலிருந்து பிரியும் இரண்டு

சாலைகளில் ஒன்றில் நடந்தால் இந்த ஊருக்கும், மற்றொன்றில் நடந்தால் ஆபிதாவின் கணவன் ஊருக்கும் செல்லலாம். தான் இருக்கும் ஊருக்கு அவன் வந்திருப்பானா என்கிற சந்தேகம் இருந்தாலும், முதலில் அந்த சினிமா தியேட்டர் இருக்கும் ஊருக்குச் சென்று பார்ப்பதுதான் சரியாக இருக்கும் என்கிற முடிவு செய்துகொண்டு காரை ஓட்டினான்.

ஊரில் முதன்முதலாகச் சொந்தமாக கார் வாங்கி அதை ஓட்டப் பழகியதால், கார் ஓட்டுவது குறித்த மிகையான மகிழ்ச்சியைக் கொண்டவனாக இருந்தான். தன்னை மதிக்காத ஊருக்குத் தான் யார் என்று காட்டவும், அவர்களை விட தான் மேல் என்று சொல்லிக்காட்டவும் விரும்பினான்.

“துரை கார்லாம் வாங்கி ஓட்டுறார் போல... அற்பனுக்கு வாழ்க்கை வந்தா அர்த்த ராத்திரியில குடை பிடிப்பானாம்.” சையதும் பக்ருதீனும் இவன் இருப்பதைத் தெரிந்தே பள்ளிவாசலில் கிண்டல் செய்தது நினைவு வந்தது. அவர்களது பொறாமையை அப்படித்தான் அவர்களால் காட்ட முடியும் என்று சபுர்[1] செய்துகொண்டான். ‘நீ என்னதான் பண்ணாலும், உன்னை மதிப்பதற்கு நாங்கள் தயாரில்லை’ என்பதுபோல் ஊரின் நடவடிக்கை இருப்பதைப் பொருட்படுத்தாமல் இருக்க முயன்றான்.

ஊரிலிருந்து வந்து எட்டு வருடங்கள் முடிந்துவிட்டதன. இதே ஊரில் பெண் எடுத்துக் குழந்தைபெற்று வாழ்ந்துகொண் டிருந்தும், இன்றும் வந்தேறி போல் நடத்தப்படுவதை யோசிக்கவே கஷ்டமாக இருந்தது.

பானுவிடம் அனிபாவைப்பற்றிப் பேசுவது இல்லை. “ஒங்களுக்கு அப்படி என்ன உறுத்துது அண்ணன் மேலே” என்பாள்.

“எப்பப் பாரு அண்ணன் அண்ணன்ட்டு.” அவள் சலிப்பாகச் சொல்லும் தொனி நினைவுக்கு வந்தது. அவளுக்கு என்ன தெரியும் எங்களுடைய நெருக்கம் என்று நினைத்தவன் காரை சினிமா தியேட்டருக்கு அருகிலிருந்த தெருவில் நிறுத்தி விட்டுக் குறுக்குச்சந்தில் இறங்கி சினிமா தியேட்டரை நோக்கி நடந்தான். மூத்திரவாடையும் சாணியுமாக இருந்தன. எட்டு வருடங்களில் பெரிய மாற்றம் ஏதும் உண்டாகியிருக்கவில்லை. தியேட்டருக்கு பெயிண்ட் அடித்திருந்தார்கள். ‘வாழ்வே மாயம்’ படம் ஓடிக்கொண்டிருந்தது.

தானும் அண்ணனும் ‘மூன்றாம் பிறை’ படம் பார்த்ததும் ஸ்ரீதேவியின் அழகைப்பற்றிப் பேசிக்கொண்டு சைக்கிளில் போனதும் நினைவுக்கு வந்தது.

---

1. பொறுமை.

அவன் பக்கவாட்டில் இருந்த தேநீர்க்கடைக்கு வந்து சேர்ந்திருந்தான். வழக்கமாக தேநீர் குடிக்கும் கடை. அங்கே டீ மாஸ்டரைத் தேடினான். ஒரு சிறிய பையன் மட்டும் இருந்தான்.

முன்பு ஓடு போட்டிருந்த கடையில் கான்கிரீட் மோல்டு போட்டிருந்தார்கள். முன்புறம் மொசைக் தரையைப் பாவி, பிளாஸ்டிக் சேர்களும் போட்டிருந்தார்கள். கடையை மாற்று வதற்கு நிறைய மெனக்கெட்டிருந்தார்கள்.

"என்னப்பா ராசாங்கம், சவுக்கியமா ..? ரொம்ப நாளாச்சு. எங்கே இந்தப் பக்கம்" என்றபடி கடைக்குள்ளிருந்து வெளியே வந்த கணேசன், "டீ குடிக்கிறீயா ?" என்றார். வேம்பாவில் தண்ணீர் கொதித்துக்கொண்டிருந்தது.

அவரது குரலில் சுயநினைவுக்கு வந்தவன், "அண்ணே ... நல்லாயிருக்கீங்களா ?" என்றான். சாமிக்கு மாலை போட்டிருந் ததைக் கவனித்தான்.

மனம் ஏனோ கடந்தகால நினைவுகளைச் சுமந்திருந்தது.

"அண்ணன் இந்தப் பக்கம் வந்தானா ?" பதற்றத்துடன் அல்லாமல் அமைதியாகக் கேட்பது போன்ற பாவனையோடு கேட்டான். "ஆமாம், காலையில் எட்டுமணி போல பார்த்தேனே. ட்ரெஸ்லாம் அழுக்கா இருந்துச்சு. கைலிய மடிச்சுக் கட்டி யிருந்தாப்ல. இங்கதான் சினிமா தியேட்டர் பக்கத்தில இருப்பாப்டி. வேற எங்கே போயிருப்பான் ?" அவருடைய குரலில் பச்சாதாபம் இருந்தது.

இவன் மறைக்க நினைத்த விசயம் அவருக்கு ஒன்றும் புதிதல்ல என்று புரிய, 'நன்றிண்ணே' என்றபடி தியேட்டருக்குப் பக்கவாட்டு இரும்புக் கதவைத் திறந்து உள்ளே நுழைந்தான்.

வெயில் தலையில் சுள்ளென்று விழுந்தது. நீண்ட டிக்கெட் கவுண்டர் உள்ளே நுழைந்து பார்த்தான்.

டிக்கெட் தருகிற இடத்தில் அனிபா நின்றுகொண்டிருந் தான். அவனுடைய முகத்தில் முதல் ஆளாக நிற்கிறோம் என்கிற கர்வம் போல ஏதோ ஒன்று தெரிந்தது. காற்றோட்டமில்லாத மூடுண்ட சுவர். அவன் முகத்தில் வியர்வை மின்னிற்று.

"அண்ணே" என்றபடி உள்ளே நுழைந்தவனின் குரல் கேட்டு தலை திருப்பிப் பார்த்தவன், "ராசாங்கம் வாடா வா ! சினிமா பார்ப்போம். நல்ல படம் போட்டுருக்கான்" முகம் மலர இரு கை நீட்டிக் கூப்பிட்டான்.

ராசாங்கத்திற்கு அழுகை வந்தது. அனிபாதானா என்று சந்தேகப்படுவது போல் அவனது தோற்றம் இருந்தது. பரட்டைத்

தலை, அழுக்கடைந்த துணிகள். "அண்ணே நீ என்னத்துக்கு இங்க வந்த? வா, நாம சாயங்காலமா படம் பார்க்க வருவோம். இப்ப அம்மா தேடுது, வீட்டுக்குப் போவோம்" என்றான்.

அனிபாவின் கையைப் பிடித்து நடத்திக் கூட்டி வந்தான். "அப்டியா, இப்ப வேணாமா சரி... நீ சொன்னா சரி" என்றவன் தன் தலையைத் தடவியபடி தம்பியின் சொல்லுக்குக் கட்டுப் பட்டவனாக விடுவிடென நடந்து வந்து அவன் கையைப் பிடித்தபடி, அவனோடு நடக்கத் தயாராக நின்றுகொண்டான்.

அவனது வறண்டு போயிருந்த கை விரல்களை இறுகப் பற்றியபடி காரை நோக்கி நடந்து சென்றான். காரை அடையும் முன்பாகப் பக்கவாட்டில் இருந்த தேநீர்க்கடைக்குச் சென்று, "சாமி, ரெண்டு டீ போடுங்க, பன்னு ரெண்டு குடுங்க, அண்ணன் சாப்பிட" என்றவன், மண்பானையில் வைக்கப்பட்டிருந்த தண்ணீரை அலுமினியக் குவளையில் மெத்தி அனிபாவைக் கடைக்கு ஓரமாகக் கூட்டிச் சென்று முகம், கைகளைக் காட்டச் சொல்லிக் கழுவிவிட்டான். பற்கள் காரைபிடித்துக்கிடந்தன.

"நீ என்னத்துக்கு அம்மாகூட தர்காவுக்குப் போன?" மெலிந்த குரலில் கேட்டவனிடம், "நானா போனேன்... அந்தம்மா சரோஜாதேவிதான் கூட்டிபோச்சு."

மகமூதா சின்னம்மாவை, நல்ல மனநிலையில் இருக்கும் போது இப்படித்தான் கேலிசெய்வான் அனிபா.

தன் கண்களில் வழியும் கண்ணீரை யாரும் பார்த்து விடாதபடிக்குத் திரும்பி நின்று துடைத்துக்கொண்டான் ராசாங்கம். அனிபாவின் குரல் சோர்ந்திருந்தது. "பசிக்குது ராசாங்கம்... சீக்கிரம் பன்னு வாங்கிக் கொடு" என்றான்.

"இரு...கை கழுவிட்டுத்தான் சாப்பிடணும். நல்லா தேய்ச்சு கழுவு. நான் தண்ணி ஊத்தி விடுறேன்" என்றபடி கடையில் தொங்கிக்கொண்டிருந்த இரண்டு ரூபாய் சோப்பு ஒன்றைப் பிரித்தெடுத்துக் கொண்டுவந்து, "இதைப் போட்டு நல்லா தேயி" என்றான்.

போட்டு வைத்த தேநீரை வைத்துவிட்டு, அவர்களையே கவலையுடன் உற்றுப் பார்த்தபடி இருந்தார் கணேசன். அவருக்கு ஏனோ கலக்கமாக இருந்தது. குழந்தைகளாக இருந்த நாளிலிருந்தே பார்த்து வளர்ந்த பிள்ளைகள், இப்படி கஷ்டப்படுவதைக் காண சகிக்க முடியாமல் இருந்தது.

நல்லவேளை கடையில் கூட்டம் இல்லை. பக்கத்து ஊர்ச் சந்தைக்குப் போயிருப்பார்கள் என்று ராசாங்கம் நினைத்துக் கொண்டான்.

சல்மா

அனிபா, பன்னை ஒரே வாயில் வைத்து அதக்கிச் சாப்பிட்டான். சாப்பிட்டு எத்தனை நேரம் ஆகியிருக்குமோ, தெரியவில்லை. கடையில் கணக்குவைத்திருந்தான் ராசாங்கம். அனிபா எப்போது வந்து, என்ன கேட்டாலும் கொடுக்கச் சொல்லியிருக்கிறான். ஒருமுறை முனைக்கடை போய் நின்று தேநீர் கேட்டுத் தொந்தரவு செய்ததற்காக யூசுப் கடைப்பையன் சுடு தண்ணீரை அனிபாமீது ஊற்றிய பிறகு, கணேசன் கடையில் கணக்குவைத்தான்.

மனம் ஏனோ கலங்கிற்று. இது என்ன வாழ்க்கை, ஏன் இந்தக் கொடுமை யார் என்ன பாவம் செய்தார்கள், என்றெல்லாம் மனம் தவித்தது. அந்தப் பெண் சித்ரா எதற்காக நெருப்பு வைத்துக் கொண்டாள்? அவளைக் கணவன் அடித்துக் கொடுமைப் படுத்தினான் என்றால் அவள் எதற்காகச் சாக வேண்டும்? அந்த மரணம் இவனை இந்த அளவு பாதிக்குமா? அனிபாவும் சித்ராவும் கல்யாணம் செய்துகொள்ளவிடாமல் செய்தது தான்தானே? அதனால்தான் தன்னைக் குற்றவுணர்வு துன்புறுத்துகிறதா என்றும் கவலை கொண்டான்.

அதற்காக அந்தத் திருமணத்தை நடத்திவைக்கவா முடியும்? அது எந்த வகையில் சாத்தியம்? அம்மா, சின்னம்மா மட்டும் ஒத்துக்கொண்டார்களா என்ன? ஊர்தான் ஒத்துக் கொண்டிருக்குமா? குற்றவுணர்விலிருந்து தன்னை விடுவித்துக் கொள்ள முயற்சித்துத் தோல்வியுற்றான்.

கொதிக்கும் தேநீரைக் கொஞ்சம்கூட இடைவிடாமல் உறிஞ்சிக் குடித்துக்கொண்டிருந்தான் அனிபா. "மெதுவா குடி... சுடுது" என்றவனிடம், "இல்ல சூடு சரியாத்தான் இருக்கு" என்று சொல்லிவிட்டு மறுபடியும் குடிக்க ஆரம்பித்தான். சுடுமோ என்கிற பரிதவிப்புடன் சகோதரனைப் பார்த்தபடி அமர்ந்திருந்த ராசாங்கத்தை வியப்புடன் பார்த்தபடி நின்ற கணேசனின் கண்கள் கலங்கின.

அவர்கள் வீடுவந்து சேர்ந்தபோது இருட்டியிருந்தது. இருட்டட்டும் என்றுதான் காரிலேயே ஊருக்கு வெளியே சுற்றிக்கொண்டிருந்தான். அனிபா மிகத் தெளிவாகத் தம்பியிடம் பேசுகிறவனாக இருந்தான். "என்னனு தெரியல, அப்போ... அப்போ... ஏதோ மாதிரி ஆகிடுது. ராத்திரில கத்திடறேன். அம்மா எனக்குப் பேய் பிடிச்சிருக்குனு கூட்டிப் போயிக் கொடுமைப்படுத்துது."

அடைக்கும் தாழ்

15

மகமூதா மகனைக் கட்டிப்பிடித்து அழுது கொண்டிருக்க, ரசியா தூணை அணைத்தபடி தலைகுனிந்து நின்றுகொண்டிருந்தாள். அவளிடம் ஒரு சலனமுமில்லாமல் இருந்ததை ராசாங்கம் கவனித்தான். முகம் வெளிறிப் போயிருந்தது. கண்கள் மிக விட்டேத்தியாக அனிபாவைப் பார்த்த படி இருந்தன. அழுவதற்கு அவை தயாராக இருந்த மாதிரி இல்லை.

அம்மாதான் ஏதேதோ சொல்லிப் புலம்பிக் கொண்டே அனிபா குளிப்பதற்கான ஆயத்தங்களைச் செய்துகொண்டிருந்தாள். வாசலில் பாத்திமா சுடுதண்ணீர் காய வைக்க, வேம்பாசலில் கரி அள்ளிப் போட்டுக்கொண்டிருந்தாள். அவளது அருகில் சேலையைப் பற்றியபடி ஷமீமா நின்றிருந்தாள்.

அம்மாவின் கண்ணீர், அவளையும் அழ வைத்திருந்தது. “விடு சின்னம்மா. அவனை மொத குளிக்க வை, சாப்பாடு குடு மத்தவங்க முகத்த பார்க்க விடு. ஒரேயடியாக அழுதுக்கிட்டு” ராசாங்கம் அதட்டினான். அவன் குரலில் இருந்த கடுமை மகமூதாவின் அழுகையைக் குறைத்தது.

முந்தானையை எடுத்து முகத்தை அழுந்தத் துடைத்தாள். அனிபாவிடம், “எங்கேத்தா போன, அம்மா எம்புட்டு தேடுனேன். நீ ஏன்த்தா சொல்லாம கொள்ளாம போயிட்ட?”

"நான் என்னா தொலைஞ்சா போயிட்டேன்? சும்மா காலாற கடைத் தெருப் பக்கம் போயிருந்தேன். தம்பி வந்து கூப்பிட்டதும் வந்துட்டேன். நீ சும்மா இரு அழாமே." நிதானமாக ஒன்றுமே நடக்காததைப் போல் பேசினான்.

இந்த முறையாவது காணாமல் போய், மறுநாளே கண்டு பிடித்துக் கொண்டுவந்து விட்டாயிற்று. கடந்தமுறை நான்கு நாட்களுக்குப் பிறகுதான் கண்டுபிடித்துக்கொண்டு வந்து சேர்க்க முடிந்தது. அல்லாஹ்வுடைய அமானுந்தம். மனத்திற் குள்ளாக அல்லாவிற்கு நன்றி சொன்னான் ராசாங்கம்.

ரசியாவைப் பார்க்கத்தான் மிகுந்த மனக்கலக்கம் உண்டா யிற்று. அவள் என்ன பண்ண நினைக்கிறாள் என்றே புரிந்து கொள்ள முடியாத கவலை மனத்தை அறுத்தது. யாரோ ஒருத்தியைப் போல் அவள் நின்றுகொண்டிருக்கும் அவலம், பார்ப்பதற்குக் கொடுமையாக இருந்தது. அவளின் தீர்க்கமான பார்வை சுவரின் மீது பதிந்துகிடந்தது. நீலநிற விழிகளில் கண்ணீருக்கான சுவடோ, கருணைக்கான தடயமோ இல்லை.

ராசாங்கம் தலைகுனிந்துகொண்டான். சின்னம்மாவோ அம்மாவோ யாரையும் கவனிக்கும் எண்ணமில்லாதபடி புலம்பினார்கள்.

"அனிபாண்ணே, அங்கெ பாரு, மச்சி உன்னையே பாக்கறாங்க" என்றான். அவன் அந்த அமைதியைக் கலைக்க வேண்டுமென்ற நோக்கமாய் இருந்தான்.

அவனது நோக்கம் புரிந்தவளாக, தலையை இவன் பக்கமாகத் திருப்பி மவுனமாகப் புன்னகைத்தாள் ரசியா. அவளது புன்னகைக்குப் பின்னால் மிகப் பெரிய துயரம் பொதிந்திருப்பதைக் கண்டான் ராசாங்கம். அது அவனை நொறுங்கிப் போகச் செய்தது.

"ரசியா வா வா இங்கன வந்து ஒக்காரு. கால் வலிக்கும். ரொம்ப நேரமா நிக்கிற." அனிபா தன் நினைவுக்கு வந்தவனாக அவளைக் கையசைத்துத் தன்பக்கமாக அழைத்தான்.

ரசியா என்ன செய்வதென்று புரியாதவளாக ஒரு நொடி தயங்கியவள், சட்டெனப் பின்னோக்கிச் சென்று அறைக்குள் நுழைந்து கதவைத் தாளிட்டுவிட்டு அழுதாள்.

அவள் தேம்பும் ஒலி ராசாங்கத்தின் காதுகளில் பிரத்யேகமாக நிரம்பிற்று.

ரசியாவுக்கு உறக்கம் வரவில்லை. அனீபாவும் மாமியாரும் ஏர்வாடிக்குப் போயிருந்தார்கள். அவர்கள் கிளம்பும்போதே பாத்திமா தடுத்தாள்.

அடைக்கும் தாழ்

"ராசாங்கம்தான் அங்கேலாம் போகக் கூடாதுனு சொல்லி இருக்கான் இல்ல, பின்ன என்னத்துக்கு தர்காவுக்குக் கூட்டிட்டுப் போயி அவன கொல்ற?"

தம்பியைப் பார்த்து அவள் கலங்கி நின்றது ரசியா நினைவுக்கு வந்தது. புழுங்கிய அறையை விட்டு வெளியில் வந்தாள்.

பாத்திமா, சமீமோடு தனது அறையில் படுத்திருந்தாள். முற்றத்து வாசலில் படர்ந்துகிடந்த நிலவொளியும், அதன் பிரகாசமும், குளிர்க்காற்றின் தன்மையும் பரவசத்தை உண்டாக்கின. உடல் மெலிதாகக் குளிரில் நடுங்கிற்று. அந்த ஏக்கமும் தேடலும் அனிபாவை நினைவூட்டுவதற்குப் பதிலாக ரசியாவுக்கு ராசாங்கத்தை நினைவூட்டிற்று. அவனது பேச்சும் தோற்றமும் அவனது பார்வையும் நினைவுக்கு வர பித்துப் பிடித்தாற் போன்றதொரு மனநிலைக்கு அவளைக் கொண்டு சென்றது.

தன்னை அறியாமலேயே அவனை விரும்ப ஆரம்பித்திருந் தாள். அவன்மீது விழுந்துவிட்ட கவனத்தை என்ன செய்வது, எப்படிக் கையாள்வது எனப் புரிந்துகொள்ள முடியாதவளாக அவள் இருந்தாள். பிறர் அறியாதபடி அதனை மறைக்க விரும்பினாள். அதற்காகப் பெரும் பிரயத்தனம் செய்ய வேண்டி யிருந்தது.

தனது நடவடிக்கைகளை வைத்து பாத்திமா தனது காதலை அறிந்துகொள்வாளோ எனும் பயம் அடிமனத்தில் ஓடிக்கொண் டிருந்தாலும், அதனைக் கவனமாக மறைத்தே வைத்தாள்.

அவன் வரும் நாளைக்காகக் காத்திருப்பதும், தனது பார்வைகளின் வழியே பிறர் அறியாதபடிக்குத் தனது காதலை அவனிடம் உணர்த்திவிடுவதும் அவளுக்கு அப்படி எளிதான தாகவும் இல்லை. நேருக்கு நேராகச் சந்திக்கத் துணிவில்லாதவ னாக அவன் இவளது கண்களைத் தவிர்க்கத் தத்தளிப்பதையும், தடுமாற்றத்தையும் ரசிப்பாள்.

உறக்கம் வராத இரவுகளில் அவளுக்குத் துணையாக இருப்பது ராசாங்கத்தின் நினைவுகள் மட்டும்தான். அவனது அண்மைக்காக மன்றாடும் மனத்தைக் கட்டுப்படுத்த அவள் விரும்பியதே இல்லை. நினைவுகளில் அவனோடு கொள்ளும் உறவுகளைப் பெரும் பரவசத்தோடு எதிர்கொண்டாளே தவிர, அதைப் பாவம் என்றோ, அது மறுமையில் இறைவனிடம் பதில் சொல்லவியலாமல் நரகத்தின் வாசலில் தன்னை நிறுத்தும் என்றோ பயப்படவில்லை. அவள் அந்தத் தருணத்தில் வாழவே விரும்பினாள்.

16

"அப்பப்போ நீ எங்க போயிடுற?" பாத்திமா, அனிபாவுக்குத் தலை துவட்டியபடிக் கேட்டாள். அவளது குரல் நடுங்கிற்று. "இல்லம்மா... நான் சும்மா நடந்துட்டு வரலாம்னுதான் போறேன்; வீட்டுக்கு வர்ற வழிதான் மறந்துபோயிருது. இப்ப ரசியா புள்ள பேசமாட்டிங்குது பாரு. நீ சொல்லு அதுகிட்ட, நான் வேணும்னு எல்லாம் போகலன்னு. ஏதோ சைத்தான் என்னைய கூட்டிட்டுப் போயிருதுனு." பாத்திமாவுக்கு வியப்பாக இருந்தது. இவ்வளவு தெளிவாகப் பேசுகிறானே, இவனுக்கா புத்தி பேதலித்திருக்கிறது?

அவன் தன் வேலையைத் தானேதான் பார்க்கிறான்; நன்றாகத்தான் பேசுகிறான். பிறகு எந்தச் சமயத்தில், எதனால் இப்படிக் காணாமல் போகிறான்? அது மட்டும் புரியவில்லை. அம்மா எத்தனையோ தரம் செய்வினை எடுத்துப் பார்த்து விட்டாள்.

சில இரவுகளில், "அய்யோ நெருப்பு... சுடுதே சுடுதே" என்று பினாத்தியபடி அறை மூலையில் போய் முடங்கிக்கொள்கிறான். மந்திரித்த தாயத்துக் களையும் கட்டிப் பார்த்தாயிற்று. தெற்குத் தெரு அசனம்மா சொன்னாள் என்பதற்காக ஏர்வாடி யில் கொண்டு போய் ஒரு வெள்ளி ராவும் கொஞ்ச நாளும் இருந்துவிட்டு வரப்போனாள் அம்மா. திரும்பிவந்த பிறகுதான் அனிபாவின் நடவடிக்கை மோசமாகியது.

தனக்குள் பேசிக்கொள்வதும், அடிக்கடி காணாமல் போவதும் அதன் பிறகுதான் நடக்கிறது. ராசாங்கம் தலையில் அடித்துக்கொண்டான். அங்கே போகக்கூடாது. தர்காவெல்லாம் அனாச்சாரம், ஆஸ்பத்திரி போகலாம் என்று. அம்மா கேட்க வில்லை.

மனம் வேதனையில் துவண்டது பாத்திமாவிற்கு. இந்த வாழ்க்கை யாரை என்ன செய்யக் காத்திருக்கிறது என்று புரிய வில்லை. ரசியா சொன்னாள், “எனக்குத் திரும்பிப் போக போக்கிடம் இல்ல, வயித்துப் பாட்டுக்கு இங்கனயே இருந்துட்டுப் போறேன், நீ வாழ்றது மாதிரி எனக்கும் ஒரு வாழ்க்கை...” இதைச் சொல்லும்போது அவளது குரல் மிக தீர்க்கமாக ஒலித்தது. விரக்தி உருவாக்கும் உறுதி மிகத் தீவிரமாக இருப்பதை பாத்திமா புரிந்து கொண்டதைவிட உணர்ந்து கொண்டாள் என்றே சொல்ல வேண்டும்.

இரு பெண்களுக்கும் இடையே மிகப்பெரிய நெருக்கமும், புரிதலும் உண்டாகியிருந்தது. அவளைப்போல் ஒரு பெண். இருவரது வாழ்வும் தோல்வியுற்றிருப்பவை. இதைத்தவிர வேறென்ன வேண்டும்?

அனிபாவின் கால்களைத் துடைத்துவிடக் குனிந்தவளுக்கு, அவனின் கணுக்காலில் சங்கிலியால் அழுத்திக் கறுத்து தடித்த தடம் தெரிந்தது. பதற்றத்துடன் அதனைத் தொட்டபோது, “ஆ. . . வலிக்குது” என்று கத்தினான்.

“என்னாச்சுடா, இது எப்டி ஆச்சு?” பதறினாள். அம்மாதான் ஒரு ஊரில் பள்ளிவாசல்ல கொண்டு போய்கட்டிப் போட்டுச்சே, அதான் புண்ணாயிருச்சு. நான் லூசாம்மா, அதான் அங்கேயிருந்து ஓடிப் போயிட்டேன்.” அவனது குரலில் வெளிப்பட்ட இயலாமை பாத்திமாவின் கண்களில் நீரை வரவழைத்தது.

“லூசு பொம்பளைக. . . ஏர்வாடிக்குப் போகாதே போகாதேனு தலையால அடிச்சுக்கிட்டேன், கேட்டுச்சா... இப்ப இந்த புள்ளைய முழுப் பைத்தியமா மாத்திக்கொண்டு வந்திருக்கு,” என்று முணுமுணுத்தவள், “இரு மருந்து எடுத்துட்டு வரேன், புண்ணுக்குப் போடலாம்” என்று சொல்லிவிட்டு அடுப்படிக்குப் போனாள். அவள் திரும்பிவரும்வரை அனிபா புண்ணைத் தீவிரமாகச் சொறிந்துகொண்டிருந்தான். புண்ணிலிருந்து இரத்தம் கசிந்தது.

17

இம்ரான் பள்ளிக்குக் கிளம்பிக்கொண்டிருப்பதை பானுவின் ஓங்கிய குரல் காட்டிற்று. இவ்வளவு ஆர்ப்பாட்டமா என்று கேட்கத் தோன்றினாலும் வாயை மூடிக்கொண்டான் ராசாங்கம்.

நம்மீது பாய்ந்துவிடுவாள். நமக்கெதற்கு வம்பு என எண்ணி அமைதியாகச் சாப்பிட ஆரம்பித்தான். டேப் ரிக்கார்டில் பாடல் கேசட்டைப் போட்டிருந்தான். இந்தச் சத்தத்தில் பாட்டை ரசிக்க முடியாமல் இருந்தது. தினமும் பள்ளிக்கூடத்திற்கு அனுப்பும்போது, இதே பரபரப்பும் ஆர்ப்பாட்டமும்தான். அவனுக்குப் பிள்ளைமீது பரிதாபம் உண்டாயிற்று. இரண்டாம் வகுப்புக்கு இத்தனைப் பதற்றமா?

“அத்தா. . . நீயே இனிமே பள்ளிக்கூடத்துக்கு அனுப்பேன். இந்த அம்மா ரொம்ப ரொம்ப கத்துது.” இம்ரான், அம்மா அறியாதபடிக்கு காதில் சொல்வதை நினைத்துச் சிரித்துக்கொண்டவனுக்கு புரையேறிற்று.

“சாப்பிடறப்ப நீ என்ன ஞாபகத்திலே இருக்க?” ஆபிதா வேகமாக ஓடிவந்து தலையில் தட்டிவிட்டு, சொம்பில் இருந்த தண்ணீரை எடுத்துக் குடிக்கக் கொடுத்தாள்.

“ஒண்ணுமில்ல” சமாதானமாகச் சொல்லியபடி தண்ணீரைக் குடித்தான். “சாப்பிடறப்ப என்னத்துக்கு பாட்டு? எப்போப்பாரு பாட்டு பாட்டு பாட்டு.” புலம்பியபடியே அங்கிருந்து அடுப்படியை நோக்கிச் சென்றாள் ஆபிதா.

அவளுக்கு நன்றாகச் சதைபோட்டிருப்பதால் நடப்பதற்குச் சிரமப்பட்டு நடந்தாள். பருத்த உடலின் கனம் தாளமாட்டாமல் முழங்கால் வலி வரும் என்று ராசாங்கத்திற்குக் கவலை உண்டாயிற்று.

“அல்லாஹூ” என்றபடி வாசலில் இருந்த திண்ணையில் அமர்ந்த பானு, “இத பள்ளிக்கூடத்துக்கு அனுப்பறதுக்குள்ள தாவு தீந்துடுது, சைத்தான்” என்றாள். அவளது முகமும் உடலும் வேர்வையில் தொப்பலாக நனைந்திருந்தன.

“இதுக்கெல்லாமா சலிச்சுக்குவாங்க, என்னமோ போ. . .” ஆபிதாவின் குரல் கண்டிக்கும் வகையில் ஒலித்தது. “நாங்கெளெல்லாம் பிள்ள இல்லைன்னு கிடந்து தவிக்கிறோம். நீ என்னவோ புலம்பற.” பானு இதற்கு என்ன பதில் சொல்வதென்று புரியாதவளாக அப்படியே அமர்ந்திருந்தாள்.

தான் எதுவும் தப்பாகச் சொல்லிவிட்டோமா என்பது போன்ற தவிப்பு ஆபிதாவின் முகத்தில் தெரிந்தது. சாப்பாட்டு மேசையில் அமர்ந்து இவர்களைக் கவனித்தபடியிருந்த ராசாங்கம் பதற்றம் அடைந்தான். “பானு கொஞ்சம் டீ வேணும், சீக்கிரம் கொண்டு வா, போகணும்.”

பானுவுக்கு, தன்னை உடனே அங்கிருந்து செல்வதற்கான வாய்ப்பை அவன் உருவாக்கித் தருவது புரிய, “இதோ வர்றே” என்றபடி அங்கிருந்து எழுந்து அவசரமாக அடுப்படியை நோக்கி நடந்தாள்.

ஆபிதாவுக்கும், அண்ணன் பானுவை அங்கிருந்து அனுப்புவதன் காரணம் புரிந்தது. இருவருக்கும் இடையே அவ்வப்போது நடக்கும் உரசல்களை இப்படித்தான் சரிசெய்ய முயல்வான். பிள்ளையைப் பார்த்து, ஆபிதா பொறாமைப்படுவதாக பானு சொல்லிவிடுவாள். அடிக்கடி இப்படித்தான் நடக்கிறது.

அவளது துடுக்குத்தனத்தின் முன் பதில்சொல்ல இவளுக்கு வராது. மௌனமாக இருந்துகொள்வாள். பானுவின் முன்பு இருக்கும்போதெல்லாம் பிரச்சனை எந்த நொடியில் வரும் என்று தெரியாது. ஆபிதா அங்கிருந்து அகன்று தனது அறைக்குள் நுழைந்தாள். “பிள்ளையை அவள் திட்டினாளென்றால் நான் ஏன் பரிந்து பேச வேண்டும். என் நாக்கு சும்மா இருக்காது, சனியன்...” தன்னைத்தானே கடிந்தவள், குமுறும் மனத்தையும் அழுகையையும் தனக்குள் அடக்கப் பெரும் பிரயத்தனம் கொண்டாள்.

ஊருக்குப் போய் நாளாகிவிட்டது. போய் இருந்துவிட்டு வந்தால் தேவலாம் என நினைத்துக்கொண்டாள். அங்கே

போனாலும் ஊர்சனம் இன்னும் சும்மாதான் இருக்கியா என்று கேட்டுக் கொல்லும். 'அல்லாவே' எனப் பெருமூச்சு விட்டவள் ஒலு¹ செய்வதற்காகக் கிணற்றடியை நோக்கிச் சென்றாள்.

ராசாங்கம் மிகுந்த மன அழுத்தத்தோடு மேசையில் அமர்ந்திருந்தான். ஆபிதா ஒலு செய்வதைப் பார்த்தவாறு, இந்த நேரத்தில் எதற்காக ஒலு என்று யோசித்தான்.

தொழுவதற்கென்ன நேரம் காலம்? தோன்றும்போதெல்லாம் தொழுவாள், ஓதுவாள் என்று சொல்லிக்கொண்டான். அதுகூட நல்லதுதானே? மன அமைதி எந்த வழியில் கிடைக்கிறதோ கிடைக்கட்டுமே. கடைக்குக் கிளம்புவதற்காக டி.வி.எஸ். 50ஐ எடுத்தான். ராசாங்கம் மனத்தில் அனிபாவின் நினைவு கூடிக்கொண்டிருந்தது. கடைக்குப் போனதும் அம்மாவிற்கு போன் செய்து கேட்க வேண்டும் என்று நினைத்துக்கொண்டான். ஏனோ ரசியாவின் முகமும் கண்களும் நினைவுக்கு வந்து தொந்தரவு செய்தன. அவளுக்கு எதிர்காலம் எப்படி இருக்கப்போகிறது எனும் எண்ணம் துன்புறுத்தலாக மாறிற்று.

---

1. தொழுகைக்கான அங்க சுத்தி.

அடைக்கும் தாழ்

18

பள்ளிவாசலில் ஜமால் நின்றான். கைலியும் சட்டையும் கசங்கியிருந்தன. வேகமாக உள்ளே நுழைந்த சித்திக், அவனது தோள்மீது கை போட்டு, "என்ன மாப்ள சவுக்கியமா?" என்றான்.

தன் தோள்மீது கைபோடுவது யார் என்று புரியாமல், வேகமாகத் திரும்பிய ஜமால் 'நீயா?' என்பது போல் பார்த்துவிட்டு "நல்லாயிருக்கேன், நீ எப்ப திருப்பூரிலிருந்து வந்தே" என்றான்.

"இன்னக்கித்தான். நாளைக்குப் பள்ளிவாசல் கந்தூரி இல்ல. . ." என்றவன், "கைலியும் சட்டையும் இப்புடி கசங்கி இருக்கு ஏன்?" என்று கேட்டான்.

"ப்சு. . . நான் ஒரு வேலையா மதுரைவரை போயிட்டு வரேன். நேரா அசர் தொழுகைக்குப் பள்ளிவாசலுக்கே வந்திட்டேன், அதான்."

இருவருமாக ஒலு செய்யும் இடம் நோக்கி நகர்ந்தார்கள். அவுலில்[1] தண்ணீர் நிரம்பி வழிந்தபடியிருந்தது. "மோட்டார் ஆஃப் பண்ணாம மோதினார் என்ன செய்றார்" என்று சுற்றும்முற்றும் கண்களை ஓடவிட்டான் சித்திக்.

ராசாங்கம் சற்றுத் தொலைவில் மோட்டார் சுவிட்சை நோக்கிப் போவது தெரிந்தது. ஆஃப் செய்யத்தான் போகிறான் என்று புரிந்தது.

"இவனுக்குப் பாரு என்னா பவுசு, வெள்ளையும் சள்ளையுமா" வாய்க்குள் முணுமுணுத்தபடி ஜமாலிடம் கண்ணைக் காட்டினான்.

---

1. பள்ளி வாசலில் இருக்கும் தண்ணீர் தொட்டி.

"ஸ்விட்சை ஆஃப் செய்தாச்சா? என்ன இருந்தாலும் கஷ்டப்பட்டவங்களுக்குத்தான் தெரியும் காசோட அருமை. இங்க யாருக்காச்சும் தெரிஞ்சுச்சா?" தங்களை நோக்கி வந்த ராசாங்கத்திடம் சித்திக் சொன்னான்.

ராசாங்கம் மனத்திற்குள் கடும் கோபம் கொந்தளிக்க ஏதாவது பதில் சொல்லி அவர்களது மூஞ்சியை உடைக்க வேண்டும் என்கிற ஆவேசம் உண்டாயிற்று. "காசு பணம் எல்லாம் கொண்டுகிட்டா வந்தோம். இல்ல, கொண்டுகிட்டுத்தான் போகப் போறோமா? அந்த இறைவன் விதிச்சது, கபர்ஸ்தான்ல ஆறடி மண்தான் எல்லாருக்கும்" சன்னமான குரலில் பதில் சொன்னபடி ஒலு செய்தான்.

"ஹதீது சொல்றது பெருசு இல்ல மாப்புள. . . ஈமான பலப்படுத்துங்க. தாடி கூட வைக்காம என்னா நீங்க. . ." பதில் சொல்லியபடித் தனது தாடியை நீவினான் சித்திக்.

ராசாங்கம் சற்று நின்று, நிமிர்ந்து அவர்களைப் பார்த்தான். "முதுகுக்கு பின்னால குறை பேசுபவர்கள் கேடானவர்கள். இது ரசூல் சொன்னது. அப்றம் நன்னடத்தைக்கு இணையான உயர்குடிப்பிறப்பு ஏதும் இல்லை. . . இதும் அவர் சொன்னது தான்." அழுத்தமாக ஒலித்தது ராசாங்கத்தின் குரல்.

சித்திக்கிடம் இருந்து பதில் ஏதும் வரவில்லை.

ராசாங்கம் அதற்குள்ளாக ஒலுவை முடித்திருந்தான். தொழுகைக்காகப் பள்ளிவாசலின் உள்ளே நுழைந்தவனுக்கு மனம் ஆதங்கத்தில் தவித்தது. நான் யாரை என்ன செய்கிறேன்? எனது செயல்பாடுகள் யாரைத் துன்புறுத்துகிறது? என் மீதான வன்மத்திற்கு பொறாமைதான் காரணமா? பலரும், நீ தாழ்ந்தவன் என்பது போன்ற வார்த்தையைத் தன் முதுகுக்குப் பின்னால் பேசுவதையும், தனக்கே உணர்த்த முயல்வதையும் இத்தனை ஆண்டுகளில் தொடர்ந்து கவனித்துக் கொண்டுதான் வருகிறான். தான் என்ன செய்தால் இவர்கள் என்னை மதிப்பார்கள் என்று யோசித்தான். பணம் வேண்டிய அளவைவிட அதிகமாகச் சம்பாதித்துக் காட்டியாகிவிட்டது. கார், பைக் என்று சகல வசதிகளோடு இருந்தும் கூட எதன் பொருட்டு இத்தகைய வன்மம்? இதில் என்ன பெருமை? மனம் வெதும்பிற்று. "அல்லா. . . உன் பேரால சபுர் செய்றேன்" என்று தொழ ஆரம்பித்தான்.

அடைக்கும் தாழ்

19

பாத்திமாவும் ரசியாவும் ஆற்றை நோக்கிப் போய்க்கொண்டிருந்தார்கள். இன்னும்கூட விலகியிராத இருள் வழியே முன்னேறினார்கள். அவ்வப்போது தவளைகளின் சத்தமும் பறவைகளின் ஒலியும் காதில் விழுந்து மனத்தை வசப்படுத்திற்று.

மூலிகைச் செடிகளின் வாசனையும் நீரில் நனைந்த தேங்காய் மட்டைகளின் நாற்றமும் இணைந்து காற்றில் மிதந்து ரசியாவின் மன இறுக்கத்தைத் தளர்த்திற்று.

ஷமீமா இவர்களுக்கும் முன்பாக நடந்து சென்றாள். இதமான குளிர் காற்று மனத்தை நெகிழச் செய்தது. ஷமீமாவின் துள்ளல் நடை அந்த இருளிலும் பார்த்து ரசிக்கக் கூடியதாக இருந்தது. இப்படி வேகமாக வளர்ந்துவிட்டாளே என்று அம்மா எப்போதும் கவலையோடு புலம்புவதை, ஏனோ நினைக்காமல் இருக்க முடியவில்லை. இந்தப் பிள்ளையின் தகப்பன் எங்கோ தொலைந்து போனான் என்கிற வெறுப்புவர பாத்திமா அடிவயிற்றிலிருந்து காறி எச்சிலை உமிழ்ந்தாள். மங்கிய தெருவிளக்கு அவளது முகத்தின் வெறுப்பைக் காட்டிற்று. "என்ன ஏதோ நெனைப்புல இருக்க மாதிரி இருக்கு" என்றாள் ரசியா.

"எல்லாம் என் தலைவிதிய நெனைச்சுதான். எப்போ ஷமீம் வயசுக்கு வரப்போறாளோ. . ." மெதுவாகச் சொன்னாள். தனது குரல் குழந்தையின் காதில் விழுந்துவிடக்கூடாது என்கிற அக்கறை அவளது குரலில் தெரிந்தது.

"அப்போ என் நசீபை நெனைச்சு நான் யாரை நோகுறது" ரசியாவின் குரல் கிசுகிசுத்தது. அதில் தெரிந்த துயரத்தை கணக்கிட யாராலும் இயலாது என்பது புரிய, பாத்திமா அமைதியாக நடந்தாள். இருவரது பாதங்களும் ஒரே திசையில் ஒத்த அசைவுகளுடன் நகர்ந்தன.

அனிபா இப்போதெல்லாம் ஒழுங்காகத்தான் இருக்கிறான். என்றாலும் இரவுகளில் அவனது மூர்க்கத்தனமான உறவினைத் தாங்க முடியாமல் ரசியா கதறிக்கொண்டு அறையிலிருந்து ஓடி வந்து, பாத்திமாவின் அறைக்குள் பதுங்கிக் கொள்வாள்.

"அவர் சரியாகவே இல்லை. இனி அவர் பக்கத்திலே கூட படுத்துக்க மாட்டேன்" என அழுதது நினைவுக்கு வந்தது.

ரசியாவைப் பேசி முடித்தபோது அம்மா சொன்னாள், "என்னா அழகு! அம்புட்டு சாலிஹான பொண்ணு குடிக்க ஒஜீபனம்¹ இல்லாத குடும்பத்தில இப்புடி ஒரு சீதேவிய அல்லா கொடுத்திருக்கான்."

பாத்திமாவின் மனத்தில் பெரும் துக்கம் கவிந்தது. ரசியாவுக்குத்தான் எத்தனை பொறுமை? இத்தனை விசயங்கள் நடந்தபிறகும் அவள் வீட்டை விட்டுப் போகவில்லை. யாரிடமும் எந்தக் கோபத்தையும் வெளிப்படுத்தாமல் இருந்ததில் அதிர்ந்து போய்த்தான் இருந்தாள்.

அவள்மீதான இரக்கம் அளவற்ற அன்பாக மாறியிருந்தது. கருணைதான் அன்பாக மாறுமோ? இதுபோன்ற உணர்வுகள் மேலெழும்புகின்ற தருணங்கள் குறைந்துகொண்டே போகின்றன. அது நல்லதுதான் என்றாலும், அவ்வப்போது வருகின்ற உணர்வுகளைக் கட்டுப்படுத்தித்தானே ஆக வேண்டும். உடல் சார்ந்த உணர்வுகள் பல இரவுகளை உறங்கவிடாமல் உயிரை வாங்கத்தான் செய்கிறது. என்ன செய்து அவற்றைக் களைய என யோசித்தே காலம் போய்விட்டது.

பெருமூச்சை வெளியிட்டாள் பாத்திமா. குளிர்ந்த காற்றின் தழுவலில் ஆற்றில் எழுந்த நீரின் அலைகள் வரிவரியாகப் பார்க்கவே மனத்தை என்னவோ செய்தன. தெளிந்த நீரில் கூழாங்கற்கள் பளிச்சிட்டன.

"அம்மா..." குடுகுடுவென ஷமீமா ஓடி வந்து பாத்திமாவின் இடுப்பை இறுக அணைத்தாள். "குளிரவே இல்லை தானே" ரசியா ஷமீமாவிடம் கிண்டல் செய்தாள். "மாமி பொய் சொல்றீங்க." சிணுங்கினாள் ஷமீமா.

---

1. உணவு.

அடைக்கும் தாழ்

"அப்படித்தான் குளிரும், சும்மா குளிப்பியா என் கன்னுக்குட்டி" செல்லமாகச் சொல்லியபடி தண்ணீரை இரு கைகளில் அள்ளிக் குழந்தையின் முகத்தில் விசிறியடித்துச் சிரித்தாள் ரசியா. இடைவிடாத சிரிப்பு நீரலையின் மீது விழுந்து கரையெங்கும் பிரதிபலித்தது.

அவளது எல்லையற்ற சிரிப்பைத் தானும் பற்றிக்கொள்பவளாக, பாத்திமாவும் சிரித்தாள். நீண்ட காலங்களாகத் தடைப்பட்டுக் கிடந்த நீரைத் திறந்துவிட்டது போல் அவர்களிடமிருந்து பீறிட்டுக் கிளம்பியது சிரிப்பொலி.

20

பானு பிள்ளையை எழுப்பும் சத்தம் வீட்டை இரண்டாக்கிற்று. "சனியன் பலாமுசிபத்[1] புடிச்சுறப் போறது, காலையில எழுந்திருக்காம."

பத்திரிகை வாசித்துக்கொண்டிருந்த ராசாங்கத்திற்குக் கோபம் தலைக்கேறிற்று.

பிள்ளையிடம் பேசுவதற்கு நல்ல வார்த்தைகள் ஏதுமே இவளுக்குக் கிடைக்காதா என்று நினைத்துக்கொண்டானே தவிர, ஏதும் சொல்லவில்லை. வாய்திறந்து பதில் சொல்லுவதற்கு விடுவாளா என்ன? 'கோபக்காரி,' வாய்க்குள்ளாக முணுமுணுத்தான். ஆசிக் மச்சானின் மவுத்திற்குப் பிறகு, ஆபிதா அக்காவின் குரல் ஒடுங்கிப்போய் விட்டது. தடுத்திருக்க வேண்டிய மரணத்தைத் தடுக்கவியலாத குற்றவுணர்வு மனத்தை ரணமாக்கிற்று.

வெள்ளிக்கிழமை வழக்கம்போல் காலையில் குளித்துச் சாப்பிட்டு இருவரும் கடைக்குக் கிளம்பிப் போனார்கள். பன்னிரண்டு மணிபோல, "ஏப்பா எனக்கு என்னவோ மாதிரி வருது... வீட்டுக்குப் போய் ரெஸ்ட் எடுத்துட்டு அப்புறம் ஜும்மாவுக்கு வரேன்." என்று கிளம்பியவரை, மோட்டார் சைக்கிளில் வைத்துக்கொண்டு வந்து வீட்டில் இறக்கிவிட்டான் ராசாங்கம்.

இத்தனை நாளில் அவர் இப்படிச் சொன்னது இல்லை. அவரது தாட்டியான உடல் சோர்வுற்றதனால் நடுங்கிக்கொண்டிருந்தது. முகம் சிவந்து வியர்த்துக் கொட்டிற்று.

---

1. ஆபத்து

“ஆபிதா. . . மச்சானுக்குக் கொஞ்சம் மோர் இருந்தாக்க கொண்டு வா” என்றவன், அவரை அமரவைத்துக் காற்றாடியைப் போட்டு விட்டான். வெய்யிலின் உக்கிரம் முற்றத்தில் தகித்தது.

“இந்தா வாரேன் ...” என்றபடி ஆபிதா மோர் கலக்கிக் கொண்டிருக்க, பானு தண்ணீர்ச் சொம்பை நிரப்பிக்கொண்டு வந்தாள். ஆசிக்கின் முகமும் உடலும் வியர்வையினால் தொப்பலாகி விட்டிருந்தது. அலமாரியிலிருந்து குற்றாலம் துண்டை எடுத்து முகத்தைத் துடைத்துவிட்டவாறு ‘என்ன பண்ணுதுண்ணே’ என்று கேட்டாள் பானு. பதற்றம் குரலில் தெரிந்தது. “சும்மா தலை சுத்துது ... ராத்திரி சரியா தூங்கல, அதான்” என்றான்.

“மோரை குடிங்க” என்று சொல்லிக் கணவனது வாயின் மீது தம்ளரை வைத்துக் குடிக்கவைத்தாள் ஆபிதா. அதற்குள் பக்கத்து வீட்டு சவுரா, ஆமினா, கடையிலிருந்து ரசாக், சாகிது எல்லோரும் வீட்டிற்கு வந்துசேர்ந்துவிட்டார்கள்.

“என்னா செய்யுதுத்தா. . . காலையில ஒழுங்காச் சாப்பிட்டியா?” ஆசிக்கின் குப்பி ஆமினா தலைமாட்டில் அமர்ந்து அக்கறையோடு கேட்டாள்.

ஆசிக்கின் முகம் பயத்தில் இருண்டிருந்தது. ராசாங்கம் டாக்டருக்கு போன் செய்தான். “சார் பக்கத்து ஊர் ஜி.எச்சுக்குப் போய்ட்டாங்க” என்ற நர்சின் குரல் கேட்டு ஏமாற்றத்துடன் ரிசீவரை வைத்தான். ஆசிக் உடல் வியர்வையினால் தொப்பலாகியது.

ஆமினா குப்பி, “காலையில என்னா சாப்பிடக் குடுத்த” என்று கேட்டாள் ஆபிதாவிடம். “பச்சை மொச்சைக் குழம்பு, இட்லி” என்றாள் ஆபிதா.

“வாயுவுக் கோளாறு, அதான் புள்ளக்கிக் குத்துது. போய்ப் பூண்டு போட்டு பால் காய்ச்சி எடுத்துக்கிட்டு வா” என்ற ஆமினாவிடம், “இல்ல... நாம மதுரை ஆஸ்பத்திரிக்குப் போவம், நான் காரை எடுக்கறேன்” என்றான் ராசாங்கம். பதற்றத்தில் உடல் நடுங்கியது.

பாங்கு சொல்லும் சப்தம் கேட்டதும் அனைவரும் அமைதியாக அமர்ந்திருந்தனர். “ஜும்மா[2] நேரம் வந்துடுச்சு. ஒருவழியா தொழுகையை முடிச்சுட்டுக் கிளம்பலாம்” ஆமினாவின் கணவர் சபிபுல்லா ஆணையிட்டார்.

---

2. வெள்ளிக்கிழமை நண்பகல் தொழுகை.

“அதெல்லாம் வெயிட் பண்ண வேணாம். ஜும்மா மதுரைல போய் டாக்டர்கிட்டே காட்டிட்டுத் தொழுகலாம். ஆபிதா... ஒரு மஞ்சப்பையில ரெண்டு சட்டை சேலை எடுத்து வையி கெளம்பலாம்” என்றான் ராசாங்கம்.

ராசாங்கத்தின் ஆணை சபிபுல்லாவைக் கோபம் கொள்ளச் செய்தது. “நான் என்ன சொல்றேன், நீ என்ன சொல்ற ..? ஜும்மா தொழாம ஊரைத் தாண்டலாமா? ஜும்மாவை களா[3]வாதான் தொழுகலாமா? உனக்கெல்லாம் ஈமான் இஸ்லாம் தெரியுமா?” என்று சப்தமிட்டார்.

ரசாக் சொன்னார், “இன்னும் ஒருமணி நேரத்தில் ஜும்மா முடிச்சுட்டே கிளம்பலாம். பொறுத்துப் போவோம். என்னாத்துக்கு இம்புட்டு அவசரம்?” கூடியிருந்த உறவுக்கும்பல் ராசாங்கத்தின் வேகத்தைத் தடுத்து நிறுத்திற்று. ஆசிக் சொன்னான், “தொழுதுட்டே போகலாம். ஒண்ணும் இல்ல பயப்படாதே.”

தொழுதுவிட்டு காரில் கிளம்பிப்போகும்போது பாதி வழியிலேயே ஆசிக்கின் உயிர் பிரிந்தது.

“வலி வந்தவுடன், உடனே கூட்டி வந்திருந்தால் காப்பாத்தி இருக்கலாம். சாவகாசமா வர்றீங்க.” டாக்டர்களின் குரல் ராசாங்கத்தைக் கதறியழ வைத்தது.

ஆபிதா ஒரு விபரமும் புரியாதவளாக, ஜடமாக உறைந்து போயிருந்தாள். ஏறக்குறைய அவளது வாழ்வு முடிவுக்கு வந்திருந்தது. இரண்டு மணி நேரம் முன்னாடி வந்திருந்தால் இந்த யதார்த்தம், தன்னால் அந்த நிமிடத்தில் முடிவெடுக்க விடாதபடி செய்த அந்த உறவுகள்... அவள் உடைந்துபோய்விட்டாள்.

•••

இம்ரானை எங்காவது தூரத்திற்குப் படிக்க அனுப்பிவிடலாமா என்று அவ்வப்போது யோசிப்பான். கிராமத்துப் பழக்கங்களும் இவளுடைய பழக்கவழக்கமும் பிள்ளையைப் பாதிக்காமல், நல்ல கான்வென்ட்டில் சேர்த்துவிட்டால் நிம்மதியாகப் படிப்பான். ஆனால் பானுவிடம் எப்படிச் சொல்வது என்று தயக்கமாக இருந்தது.

“அதெல்லாம் அனாதையாட்டம் விட முடியாது. கறி, சோறு இல்லாம ஹாஸ்டல்ல போட்டுக் கொல்லவா சொல்றீங்க?”

3. நேரம் தவறிய தொழுகை.

தனது ஆடம்பரத்தை, பணத்தின் அதிகாரத்தைப் பிள்ளைக்குக் கற்றுத் தருவதே கவுரவம் என்கிற எண்ணம் அவளிடம் இருந்தது. "நாங்களெல்லாம் பரம்பரையா அப்படித் தான்" என்கிற வார்த்தைகளிலிருந்து அவளை விடுவிக்கச் சாத்தியமே இல்லை. அவ்வப்போது இப்படிச் சொல்வதன் மூலம் இவனை ஒரு படி குறைத்துக்காட்டுகிற திருப்தி.

அவளது அறியாமை அல்லது குழந்தைத்தனம் என்று அதைப் புறக்கணிக்கப் பழகி நாளாயிற்று.

இத்தா முடிந்த பிறகு இடம் மாற வேண்டும் என்பதனால் ஊருக்குப் போய், அம்மாவைப் பார்த்துவிட்டு வந்தார்கள். ஆபிதா சொன்னாள், "நானும் அங்கனயே இருந்துடறேன். எனக்கென்ன புள்ளையா, குட்டியா?" அவளது குரலில் ஒலித்த வருத்தத்தின் சுமை, ராசாங்கத்தைத் தாளமுடியாதபடி அடித்து வீழ்த்திற்று.

"அப்போ நான் தனியா இருக்கட்டுமா? பானுகூட" என்கிற கேள்வி வாய்வரை வந்து நின்றது. அம்மாவையும் மற்ற யாரையும் கவலைகொள்வதற்கு விடக்கூடாது என்கிற எண்ணத்தில் அமைதியாக இருந்தவன், "நீ கௌம்பு. . . அங்க ஆயிரம் வேலை கெடக்கு. குப்பி எங்கனு இம்ரான் கேப்பான்" என்றான்.

மகமூதாவும் சைனம்புவும் ஏதோ புரிந்ததுபோலவும், எதுவுமே புரியாததுபோலவும் பார்த்தார்கள். இரண்டுவிதமான எண்ணங்களுக்கும் அங்கே இடமிருப்பது போல தெரியவில்லை.

ஷமீமாவிற்குத் தலைவாரியபடி பாத்திமா எங்கேயோ கவனத்தைக் குவித்திருந்தாள். அது ரொம்பவும் நாடகமாகத் தெரிந்தது. ரசியாவோ விட்டேற்றியாக அமர்ந்து முற்றத்தை வெறித்தபடியிருந்தாள்.

அனிபா உள்ளறையில் தூங்கிக்கொண்டிருந்தான்.

மாடுகளும் கோழிகளும் கொட்டத்தை நோக்கி அடைவதற்காக வந்தபடி இருக்க, பாத்திமா எழுந்து அவசரமாகப் போனாள். மஹ்ரிபி[4]ற்கு பாங்கு[5] சொல்லும் சத்தம் கேட்டது. "யார் இட்ட சாபமோ, பொண்ணுக வாழ்க்கை பூராவும் பொட்டலா போச்சு. நம்ம வாழ்க்கைதான் போச்சுனு நெனைச்சன். . . யா அல்லா. . ." அம்மா சன்னமாக அரற்றினாள்.

அனிபா எழுந்துவந்து மவுனமாகத் திண்ணையில் அமர்ந்தான். சற்று நேரத்திற்குப் பிறகு "தம்பி எப்படா வந்த?

4. முன் இரவு தொழுகை.

5. பள்ளிவாசல் தொழுகைக்கு மைக்கில் அழைப்பது.

ஆபிதா கண்ணு எப்டியிருக்க?" என்ற சுரத்தில்லாத அவனது குரல் மனத்தின் பாரத்தை அதிகப்படுத்த, அண்ணனின் தோள்களில் கைகளைப் போட்டு, ராசாங்கம் அழுத்தமாக அணைத்துக்கொண்டான். இவன் கண்களில் கண்ணீர் வழிந்தது. அவனது உடல் ஒடுங்கிக் கிடந்தது.

ஆபிதாவும் ராசாங்கமும் கிளம்பி காரில் ஏறும்போது, சேலை முந்தானைக்குள் யாரோ மூக்கைச் சிந்துவது காதில் கேட்டது. அங்கிருக்கும் நான்கு பெண்களில் ஒருவரா அல்லது நால்வருமா என்ற பதற்றத்துடன் காரைக் கிளப்பினான்.

"நான் இந்த பிள்ளைகூட மாரடிக்கிறேன், கல்லாட்டம் ஒக்காந்திருக்கீங்க பாருங்க. . ."

பானுவின் சத்தம் கேட்டுத் தன் நினைவுக்கு வந்தான் ராசாங்கம். "பிள்ளைய என்கிட்ட விடு. நான் ஸ்கூலுக்கு கூட்டிப் போறேன்" என்றவனிடம், "ஒரு டேலாகட்டி[6]யும் வேண்டாம், நான் பாத்துக்கறேன்" என்றவளை நிமிர்ந்து ஒரு கணம் வெறுப்போடு பார்த்தவன், பற்களைக் கடித்துக் கோபத்தை மட்டுப்படுத்தினான். இத்தனை மோசமாகப் பேசக் கூடியவளாக அவள் என்றைக்கும் இருந்ததில்லை மனத்தை அமைதிப் படுத்தினான். தன் அறைக்கு நடந்தான். கேசட்டைப் போட்டுப் பாடலை ஒலிக்கச் செய்தான்.

இளையராஜாவின் இசையில் மனத்தை ஆற்றுப்படுத்த முடியுமா என்று நினைத்து முயற்சி செய்தான். இப்போதெல்லாம் இசையில் ஒன்றிப்போவது சாத்தியப்படாமல் ஆகிவிட்டது. அது இயலாமல் போக அம்மாவிடம் பேசலாம் என்று தொலைபேசியைக் கையில் எடுத்தான்.

"அனிபா இப்போதெல்லாம் ஒழுங்கா சாப்பிடுறது இல்லத்தா. சொணங்கிப் போய்க் கிடக்கு. திண்ணையிலேதான் படுக்கை. ராத்திரி வாய் பேசாம ரூமுக்குள்ள போயிடுது புள்ள." அம்மாவும் சின்னம்மாவும் மாறி மாறி அழுது மூக்கைச் சிந்தினார்கள். "நான் ஒரு டாக்டருக்கிட்ட பேசியிருக்கேன். இந்த வாரம் வந்து மதுரைல அட்மிட் பண்ணிக்கலாம்". என்று அவர்களைச் சமாதானம் செய்வதற்கு முயன்றான். அது கடினமாயிருந்ததால், மனச் சஞ்சலத்துடன் ரிசீவரை வைத்தான்.

கடந்த வாரம் வசூலுக்குப் போகும்போது மதுரை வியாபாரி பஷீர்தான் சொன்னார், "இங்க இருக்கற கான் டாக்டர் மனவியாதிக்கு நல்லா பாக்குறார். நீ வேணா ஒங்க அண்ணனைக் கூட்டிவந்து காட்டேன்."

---

6. ஆண்கள் சிறுநீர் கழித்தபிறகு சுத்தம் செய்ய பயன்படுத்தும் மண்கட்டி.

ஊருக்குள் யாருக்கும் தெரிந்துவிடக்கூடாது என்கிற கவலைதான் அவனைப் பிடித்திருந்தது. சும்மாவே தன்னை மதிக்காத பானுவின் சொந்தங்கள், இது தெரிந்தால் இன்னும் கூட மட்டமாகக் கேலி பேசுவார்கள்.

"பஷீர்பாய்... நீங்க இந்தச் சங்கதியை எங்க ஊர்ல, மத்த எந்த வியாபாரிகள்கிட்டேயும் சொல்லிராதீங்க. எங்க ஊர்ல தெரிஞ்சா கிண்டல் பண்ணுவாங்க." அவனது இறைஞ்சும் குரலைக் கேட்டு ஆதரவாகத் தோளில் தட்டினார் பஷீர்.

"அந்தக் கவலைய விடுப்பா. அல்லா போதுமானவன்." அவரிடமே கானுடைய விலாசம் வாங்கிக் கொண்டான்.

பானுவுக்குத் தெரியக்கூடாது என்பதில் உறுதியாக இருந்தான். அவள் பேச்சுக்காகவேனும் தனது சொந்தங்களிடம் சொல்லிவிடக் கூடும். சமயம் கிடைத்தால் தன்னைத் திட்டும் போது அனிபாவை இழுத்துப் பேசக்கூடும்.

21

காலை காரில் கிளம்பும்போதே, மதுரைக்கு வசூலுக்குப் போவதாகத்தான் பானுவிடம் சொன்னான். ஆபிதாவிடம் ஏதும் சொல்லவில்லை. அவளும் மைமூனும் கொல்லையில் நின்று வடகத்திற்கு ஆட்டிய மாவை அடுப்பில் வைத்துக் கிண்டிக்கொண்டிருந்தார்கள். வேலைக்காரப் பெண் முன்பாக ஏதும் பேசவேண்டாம் என்று கிளம்பிவிட்டான்.

ஆபிதா தனது மிச்சமிருக்கும் நேரத்தை இப்படித்தான் வீட்டு வேலைகளை இழுத்துப் போட்டுச் செய்வாள். வடகம், அப்பளம், வத்தல், இடியாப்ப மாவு, உப்புக்கண்டம் என்று வருடத் துக்கும் தேவையான அத்தனையும் செய்வாள். துணைக்கு மைமூனை வைத்துக்கொள்வாள். இருவருக்குமான உறவும் மிகப் பிரமாதமானதாக இருக்கும். அவளுக்கும் கணவன் இல்லை. இரண்டு பெண் பிள்ளைகள். அவள் அடிக்கடி சொல்வாள், “கட்டுன புடவையும் கையில ரெண்டு குமரி களோடையும் இந்த ஊருக்கு வந்தேன். அடுத்த வேளைச் சோத்துக்கு வழிதெரியாம... மவராசன் குடும்பம் என்னைய ஏத்துக்கிச்சு.”

•••

மனம் ஏனோ தவிக்கத்தான் செய்தது. அம்மாவைப் பார்க்கப் போகிறேன், அனிபாவை மருத்துவமனையில் சேர்க்கப் போகிறேன் என்கிற செய்தியை பானுவிடம் மறைப்பது மனத்தை

என்னவோ செய்தது. இன்று இல்லையென்றால் இன்னும் ஒருசில நாட்களில் ஊரிலிருந்து யார் மூலமாவது செய்தி வரத்தான் போகிறது. அப்போது தெரிந்தால் அவள் மிக மூர்க்கமாகக் கோபத்தை வெளிப்படுத்தக்கூடும். அதனைச் சமாளிப்பதற்கு நிச்சயம் கஷ்டப்படத்தான் போகிறோம் என்ற குழப்பம் ஊடாட ஊரை நோக்கி காரைச் செலுத்தினான்.

மெயின் ரோட்டைத் தாண்டிக் கிராமத்துச் சாலைக்குள்ளாக வண்டியைத் திருப்பினான். ஊருக்கு முதலில் தென்பட்ட தென்னந்தோப்பை, அனிபாதான் சில வருடங்களாகக் குத்தகைக்கு எடுத்து வந்தான். இப்போது யார் எடுத்திருக்கிறார்கள் என்று அம்மாவிடம் போனமுறை வந்தபோது கேட்டான். "மணியக்கார வீடுதான். தோட்டக்காரர் அன்னக்கி வந்து அழுதுட்டுப் போறாரு, நீங்க எடுக்கற மாதிரி வருமான்னு. அந்த மணியக்காரர் வீட்டம்மா தேங்காய்க்கு ரொம்பவே மூக்காலே அழுகுதாம்." அம்மா சொன்னது நினைவுக்கு வந்தது.

பல வருடமாகக் கையில் இருந்த மரங்கள். அனிபா குத்தகை மரங்களைத் தன்னுடைய சொந்த மரங்களை எப்படி பராமரிப்பானோ அதே போலத்தான் பார்த்துக்கச் சொல்வான். அடிக்கடி அவனோடு, இவனும் மரங்களைப் பார்க்க, களை எடுப்பதைப் பார்வையிட சைக்கிளில் வருவார்கள். ஊரிலிருந்து ஒரு கிலோ மீட்டர் தொலைவுதான் இருக்கும். சின்னையா ஓடி வந்து இளநீர் வெட்டித் தருவதைக் குடித்தபடி புதிதாகத் தியேட்டருக்கு வந்திருக்கும் படங்களைப் பற்றி நடிகர், நடிகைகளைப் பற்றிப் பேசிக்கொண்டிருப்பார்கள்.

குறிப்பாக நடிகர்களது உடைகளைப் பற்றித்தான் இருவரும் அதிகம் பேசுவார்கள். தோரணையாகக் காட்டிக் கொள்வதில் இருவருக்குமே ஆர்வம் அதிகம் என்றாலும், அனிபாவிற்கு அளவுக்கு அதிகமாக ஆர்வம் இருக்கும். ராஜேஷ்கன்னாவின் படம் ஒருமுறை பார்த்துவிட்டு, மீசையை எடுத்துவிட்டு வந்து அம்மாவிடம் நன்றாகத் திட்டு வாங்கினான்.

"இதென்ன இது? மொழுக்கட்டையா வந்து நிக்கற" என்று வெளக்குமாற்றை எடுத்துக்கொண்டு அவனை அடிக்க ஓடினாள். சின்னம்மா அதை ரசித்துக் குலுங்கிச் சிரித்தபடி, நெற்குத்தும் உரல் மீது அமர்ந்திருந்தது நினைவுக்கு வர, கண்களில் கண்ணீர் வழிவதை உணர்ந்து காரை ஒதுக்கி நிறுத்தினான்.

சிறிய பாலத்தின் கீழாக ஆறு ஓடிக்கொண்டிருந்தது. நீர் அதிகம் இல்லையென்றாலும் செடிகளின் பச்சை வாசனையும், நீரின் சலசலப்பும், பறவைகளின் ஓசையும் காதில் நிறைய, காரை விட்டு இறங்கி நின்று தன்னை ஆசுவாசப்படுத்திக்கொண்டான்.

சூழல் மனத்தை ஆசுவாசப்படுத்திற்று. மரங்கொத்திப் பறவை களின் டொக் டொக் எனும் சத்தமும் தொலைவில் குயிலின் கூவலும் மனத்தை இலகுவாக்கிற்று. குருவிக் கூட்டங்கள் செடிகளுக்குள்ளே அமர்ந்து உணவைக் கொத்திக்கொண்டிருந் ததைப் பார்த்தான். கீச் கீச் எனும் அவற்றின் ஒலி ரம்மியமாக இருந்தது. "பிள்ளைக்குத் தகப்பன் நான். இன்னும் குழந்தையைப் போல கலங்கி நிற்பது ஏன்?" என்று தன்னையே கடிந்து கொண்டான். தனக்கென மிகப்பெரிய பொறுப்புகள் தோள்களின் மீது இருக்கும்போது, கலங்கி நின்றுதான் சுயஇரக்கத்தைத் தேடுவது சரியல்ல என்று தோன்ற, கைக்குட்டையை எடுத்துக் கண்களையும் முகத்தையும் அழுந்தத் துடைத்தான். வீடு என்ன நிலையில் இருக்கிறதோ? அம்மா, சின்னம்மா, ரசியா என யாருடைய மனநிலையும் எப்படி இருக்குமோ தெரியாது. அதை எதிர்கொள்ள வேண்டிய மன தைரியத்தைக் கொடுடா அல்லா. . . என்றபடி காரை இயக்கினான்.

அவ்வப்போது, "அதென்னாத்துக்குச் சின்னம்மா குடும்பம் குடும்பம்ன்னு சாகறீங்கன்னு தெரியல. ஊரு உலகத்திலே இல்லாதபடி அதிசயமா கெடக்கு, காசு பணத்தைச் செலவளிக்கவும், ஒக்கப் பாடுபடவும்" எனக் கரித்துக்கொட்டுவாள் பானு.

அம்மா திண்ணையில் அமர்ந்திருந்தாள். சின்னம்மாவைக் காணவில்லை. பாத்திமா வழக்கம் போல் அடுப்படியிலிருந்து வெளியே வந்தாள். "வாத்தா" என்ற அம்மாவிடம், "அண்ணன் எங்கே காணோம்" என்றான். ரூமை நோக்கிக் கை காட்டியவள், "உட்காருத்தா. . ." என்றாள். கையில் வைத்திருந்த பையை பாத்திமாவிடம் கொடுத்தான். ஷமீமாவுக்குப் பழங்களும் பிஸ்கெட்டும் கொண்டு வந்திருந்தான். அவள் பள்ளிக்கூடம் போயிருக்கக் கூடும்.

ரசியா எங்கே என்று அவன் கேட்கவில்லை. அவனது மனம் அவளை நினைத்து அடைகிற வேதனை தனியானவை. ஏழைப் பெண் என்கிற ஒரு காரணத்தினாலேயே வாழ்க்கை ஏன் இப்படி ஆக வேண்டும்?

நம் வீட்டில், ஏன் ஒருத்தருக்குமே வாழ்க்கை சந்தோஷ மாக இல்லை என்னும் கழிவிரக்கம் மறுபடி மனத்தில் வர, அல்லா போதுமானவன் என்று எண்ணிக்கொண்டான். சுருண்டு படுத்திருந்தான் அனிபா. "அண்ணே எந்திரி. . . யார் வந்திருக்கா பாரு" என்ற குரல்கேட்டுச் சடாரெனக் கண் திறந்து எழுந்து அமர்ந்தான் அனிபா. "தம்பி எப்படா வந்த?" ஆர்வத்தோடு கேட்டவனின் குரல் உடைந்துபோயிருந்தது. முகம் ஒட்டிப் போய்க் கிடந்தது.

கசங்கிய கைலியும் சட்டையும் பார்க்கச் சகிக்காதபடி உருவே மாறியிருந்தது. ஒரு நிமிடம், மீசை எடுத்த ராஜேஷ்கன்னா வின் தோற்றத்தைக் கொண்ட அனிபாவின் முகம் கண்ணில் வந்து மறைந்தது.

அழுகையைப் பற்களைக் கடித்து மட்டுப்படுத்தினான். இரு கைகளாலும் அவனை வாரியணைத்தான். “அஸ்ஸலாமு அலைக்கும் அண்ணே எப்படியிருக்கீங்க? வழக்கமா நீங்கதான் எனக்கு மொதல்ல சலாம் சொல்வீங்க. இப்ப ஏன் சொல்லல?” என்று கேட்டான். “சலாமு அலைக்கும் சலாமு அலைக்கும் தம்பி, மறந்துட்டேன். எப்படா வந்த எப்படி இருக்க? ஏன் இளைச்சுப் போய்ட்ட?” என்றான்.

“இல்லண்ணே நல்லாத்தான் இருக்கேன். சரி, எழுந்திரி குளிக்கலாம். சாப்பிட்டு ஊருக்குப் போகலாம்” என்று கையைப் பிடித்து எழும்ப வைத்தான். ரசியா ஒதுங்கி நின்று கொண்டிருந்தாள். அவள் முகத்தைப் பார்ப்பதற்குச் சங்கடமாக இருந்தாலும் பேச வேண்டும் என்பதற்காக “சலாம் மச்சி” என்று முகம் பார்த்துச் சொன்னான். அவள் முகம் நிலவைப் போல் பளிச்சிட்டது. அதன் வசீகரத்தைப் பார்த்து ஒரு கணம் தடுமாறிப் போனான். அந்தக் கூர்மையான சோகம் தோய்ந்த கண்கள், அதன் கவர்ச்சி அவனைத் திகைக்கவைக்க, அவசரமாகத் தலையைத் திருப்பி அனிபாவோடு அறையை விட்டு வெளியே வந்தான்.

ஏற்கெனவே அம்மா, வீட்டு வாயிற்கதவைத் தாளிட்டு விட்டாள். ராசாங்கம் கார் வந்த சப்தம் கேட்டு அக்கம்பக்கத்துச் சொந்தக்காரர்கள் வந்துவிடுவார்கள் என்கிற முன்னெச்சரிக்கை. ராசாங்கம் வரும்போதெல்லாம் அவர்களுக்குக் கையில் பணம் தருவதனால் ஆர்வமாக அவர்கள் வருவார்கள். இன்றைக்கு அவர்கள் வருவதை யாரும் விரும்பவில்லை. சின்னம்மா மாட்டுக் கொட்டிலில் இருந்து வெளியே வந்து கழனித் தண்ணியை மறுபடி கன்றுக்குட்டிக்குக் குடிக்கவைத்துக் கொண்டிருந்தாள். அப்போதுதான் ராசாங்கத்தைப் பார்த்தாள். “வாத்தா” எனச் சொல்லியபடி “அனிபா... குளிச்சுட்டு வாத்தா” என்றாள். அவள் கட்டியிருந்த வாயில் சேலை நனைந்து தவுடு ஒட்டிக்கிடந்தது. கழனிப்பானையிலிருந்து கன்றுக்குட்டிக்குத் தண்ணீர் வைத்துக் கொண்டிருந்தாள்.

தம்பி அருகில் இருக்கும் நிறைவில், மறுபேச்சில்லாமல் அனிபா குளிப்பதற்காகக் கிணற்றடிக்குப் போனான். “அஜ்மலை ஆஸ்பத்திரிக்கு வரச்சொல்லிவிட்டேன். சின்னம்மா... நீங்களும் அனிபாவும் ஆஸ்பத்திரிலே இருங்க. அஜ்மல் துணைக்கு இருப்பான். ஒருவாரம் இருந்தா போதும்.” காரில் ஏறும்போது

அனிபா மறு பேச்சில்லாமல் ஏறினான். எங்கே என்று கேட்க வில்லை.

காரில் உட்கார்ந்து "போய்ட்டு வரேன்" என்று அம்மா அக்காவிடம் சொல்லித் திரும்பியவனது கண்கள், ரசியாவின் முகத்தின் மீது பதிய, அதை மிகுந்த சிரமத்துடன் விலக்கி வண்டியைச் லெுத்தினான்.

அவள் உதடுகள் எதையோ சொல்வதற்குத் துடித்ததை உணர்ந்தான்.

தல்லாகுளத்தில்தான் அந்த மருத்துவமனை இருந்தது. ஒரு பழைய இரண்டு மாடிக் கட்டடம். குறுகலான சந்தின் மூலையில் இருந்தது. ஒரு பெண் சேரில் அமர்ந்து நோட்டில் எதையோ எழுதிக்கொண்டிருந்தாள். அவளது வற்றிய உடலும் தெற்றுப் பல்லும் பார்க்கவே பரிதாபமான தோற்றத்தைக் கொண்டிருந்தாள். டாக்டர் சலீம் பரிசோதனைக்குப் பிறகு சொன்னார். "இந்த அளவுக்கு ஒத்துழைப்பு தரக்கூடிய பேசண்டை நான் பார்த்த தில்லை. ஒரு வாரம் இருக்கட்டும். மெடிசன்ஸ், கவுன்சிலிங் இரண்டும் தொடர்ச்சியா குடுப்போம். பிறகு மாத்திரைகள் மட்டும் போதும், வீட்டுக்குப் போயிடலாம், கவலைப்படாதீங்க." அவர் கொடுத்த தைரியம் மனதை இலகுவாக்கிற்று.

"நான் நாளைக்கு வரேன். பத்திரமா பாத்துக்கோங்க" என்றபடி அனிபாவை அணைத்து முத்தமிட்டவன், சின்னம்மா கையில் கத்தையாகப் பணம் தந்து, "பத்திரமா பாத்துக்கோ" என்று சொல்லிவிட்டுக் கிளம்பினான்.

"நீ போய்ட்டு வா. பத்திரமா இருப்பேன்." புன்முறுவலோடு தம்பியை வழியனுப்பிய அனிபாவின் முகம் சோர்வுற்றிருந்தது.

மனத்தில் சுமக்க முடியாத அளவுக்குச் சோகம் தொக்கி நின்றது. வெளியில் மழை விழத் தொடங்கியிருந்தது. "பத்திரமா போ" என்ற அனிபாவின் குரல் காதில் ஒலித்தது. காரில் ஏறிப் புறப்பட்டான்.

22

“காலையில மதுரைக்குப் போறேன்னு மொத நாளே சொல்லியிருந்தா, நானும் வந்திருப்பேன் இல்லே” என்றாள் பானு. “அதான் சொன்னேனே, வர வேண்டியதுதான” என்றபடி சாப்பிட நாற்காலியில் அமர்ந்தான். “என்ன சாப்பாடு” என்றான். “நான்தான் அரிசி வத்தல் போடறதுக்காக அரிசி ஊறப் போட்டுட்டனே. எப்படி திடீர்ன்னு வர்றது? வந்திருந்தால் கொஞ்சம் சேலை, துணி வாங்கிருப்பனே. எல்லாம் தந்திரம்” என்றவள், “இட்லி கறி ஆணம்தான்” என்றாள்.

அவனது தட்டில் இட்லியை எடுத்து வைத்தவள், “மதுரைக்குப் போனா அம்சவள்ளி பிரியாணி வாங்கிட்டு வரலாம் இல்ல. எனக்குப் புடிக்கும்ன்னு தெரியும். அதெல்லாம் மூளையில் ஏறாது, ஒண்ணுக்கும் லாயக்கில்லை” என்று முணுமுணுத்தாள்.

“நான் சாப்பிடலாமா, வேணாமா? சும்மா நசநசன்னுக்கிட்டு...” குரலைச் சற்று உயர்த்தினான் ராசாங்கம். டேப்ரிகார்டில் ஒலித்த பாடலை, அமைதியாகக் கேட்க விரும்பினான். அவள் ஏதோ தொணதொணத்தபடி இருந்தது எரிச்சலூட்டிற்று.

“நான் பேசினா ஒங்களுக்குப் பிடிக்காதே. சரி, நான் போறேன்” என்றபடி அடுப்படியை நோக்கி நகர்ந்தாள்.

“அப்பாடா...” என மூச்சுவிட்டான் ராசாங்கம். மதுரைக்குப் போனால் கூட வரவேண்டும்.

சேலைகளை, நகைகளை அள்ளி வர வேண்டும். அது ஒரு விதமான மனப்பிராந்தி என யோசித்தவன், பணம் இருக்கு அனுபவிக்க விரும்புறதிலே என்ன தப்பு என்று சமாதானம் செய்துகொண்டான். அவள் அப்படியொன்றும் மோசமானவள் இல்லை. பிறருக்கு உதவுவது, கருணையோடு இருப்பது அவளது குணாதிசயம்தான்; என்றாலும் சில சமயங்களில் அசட்டுத் தனமாகவும் அற்பத்தனமாகவும் நடந்துகொள்வாள். அந்தச் சமயங்களில் இவன் கண்டுகொள்ளாமல் இருந்து சண்டை வராமல் பார்த்துக்கொள்வான்.

பாட்டு கேசட் ஓடிக்கொண்டிருந்தது. இவன் மனம் ஏனோ அதில் நிலைக்கவே இல்லை. டாக்டர் சொன்ன வார்த்தைகள் ஆறுதலையும் நம்பிக்கையையும் தரக்கூடியதாக இருந்தன தான். ஆனாலும் அனிபா ஒழுங்காக இருக்கிறானா, சின்னம்மாவும் தம்பியும் என்ன செய்கிறார்களோ என்கிற கவலை மனத்தில் ஓடிக்கொண்டிருந்தது. போன்செய்து கேட்கலா மென்றால் பானுவுக்குத் தெரிந்துவிடும். இன்றைக்கு இல்லை யென்றாலும், இன்னும் இரண்டு நாளில் அவளுக்குத் தெரியத்தான் போகிறது. கிராமத்திலே யாராவது நிச்சயம் சொல்லிவிடுவார்கள். இப்போதே அதைப்பற்றி யோசிக்க அயர்ச்சியாக இருந்தது.

அவளுக்குத் தெரியாமல் எப்படி போன் செய்ய என யோசித்தவன், “ஆபிதா” என்றான். “என்னண்ணே...” என்றபடி அவனருகில் வந்தவளிடம், “வீட்டுக்குள்ளதான இருக்க? தலையில என்னத்துக்கு முக்காடு, வேர்க்காது?” அக்கறையோடு கேட்டான்.

பானு ஒரு நாளைக்கு ஐந்துவேளை தொழுவாள். ஆபிதா ஒன்பதுமுறை தொழுவாள். வாராவாரம் நோன்பு, முக்காடு நழுவிப் பார்த்ததே இல்லை. இறைவன் போதுமானவன் எனும் நம்பிக்கை அவளை வழிநடத்திற்று. “இல்லை வேர்க்கலை” என்று மறுதலித்தவள், “சாப்பிட்டியா? எப்ப மதுரையிலிருந்து வந்த?” என்றாள்.

“சாயங்காலம் வந்தேன். பிள்ளை தூங்கிட்டானா? அவனுக்குக்கூட ஒண்ணும் வாங்கல.” அவன் என்னவோ சொல்ல வருகிறான், ஆனால் தயங்குகிறான் என்று புரிய, கண்களை எதிரில் இருந்த சமையலறையை நோக்கித் திருப்பினாள். பானு நிற்பது தெரிந்தது. இருவரும் மௌனமாக இருந்தார்கள்.

“காலையில் இருந்து எங்க ரெண்டு பேருக்கும் நல்ல வேலை. வடகம் போட்டோம் இல்ல. அரிசி ஆட்டி, மாவை வேக வைச்சு புளிஞ்சு மொட்டை மாடி ஏறி, இறங்கிக் கால் வலி, இடுப்பு கடுப்பு வந்துடுச்சு. அதான் சீக்கிரமே படுக்கை போட்டேன்” எதையாவது பேசவேண்டுமே என்பதற்காகப் பேசினாள் ஆபிதா.

“ஆமாம், எனக்கும்தான் தூக்கம் கண்ண சொழட்டுது. இந்தாங்க பாலைக் குடிங்க.” பால் கோப்பையை மேசையில் வைத்தாள் பானு. “சரி, நீங்க படுங்க நான் வரேன்.” அவர்களைப் போகச் சொல்லிவிட்டுப் பாலைக் குடிக்க ஆரம்பித்தான்.

காலை எழுந்ததும், சமையல் வேலைகளில் ஆபிதாவும், பிள்ளையைப் பள்ளிக்கு அனுப்புவதில் பானுவும் தீவிரமாக இருந்தபோது தொலைபேசியில் அஜ்மலை அழைத்தான். சின்னம்மா, “ஒன்றும் பிரச்சனையில்லை” என்றதும் நிம்மதி உண்டாயிற்று. கடை திறப்பதற்குக் கிளம்பினான்.

இன்று, முதல் சிட்டிங் கவுன்சிலிங் முடிந்தவுடன் டாக்டர் தானே அழைப்பதாகச் சொல்லியிருந்தார். பன்னிரண்டு மணிக்கே அழைத்து, “பயப்பட ஒன்றுமில்லை. . . ஹி இஸ் ஆல்ரைட்டு, ஒத்துழைப்பு கொடுக்கிறார். குணப்படுத்திடலாம்” என்று சொன்னதும் மனம் லேசாகிக் காற்றில் பறப்பது போல் இருந்தது.

உடனே அம்மாவிடமும், ரசியாவிடமும் சொல்லலாம் என்று போன் செய்தான். ரசியாதான் போனை எடுத்தாள். அவளது குரல் கேட்டதும், சற்று நேரம் மௌனமாக இருந்தவன், ஸலாம் சொல்லிவிட்டு, “ஒண்ணும் பயப்பட வேண்டாமாம், டாக்டர் சொன்னார்” என்றான். “ஸலாம் மச்சான், சரிங்க மச்சான், அம்மா வெளியில போய்ட்டாங்க, நான் சொல்றேன். ஒங்களத்தான் நம்பியிருக்கேன்” என்றவளது குரல் அவனை ஏதோ செய்தது. துன்புறுத்துகிறதா இல்லை கிறங்கவைக்கிறதா எனப் புரியாமல் ஒருவிதத் தடுமாற்றத்திற்கு ஆளானான். அவள் முகமும் கண்களும் நினைவில் வந்து இம்சித்தது. பரிதாபமா இல்லை வேறேதுமா என்று புரியாத தருணம் அவனை அங்கேயே நிறுத்தியது. அவளது அழகு ஏனோ அவனை அலைக்கழித்தது. அந்த அழகின் அருமை தெரியாத ஒரு மனிதனோடு அவள் வாழ்வதன் கொடுமையும் அனிபாவின் நிலையும் மனத்தை அறுத்தன.

மேற்கொண்டு எதையும் பேச இயலாதவனாக, அவன் தொலைபேசியை வைத்தான். மறுமுனையில் அவள் இன்னும் வைத்திருக்கவில்லை என்பது தெரியும் என்றாலும் தொடர்ந்து பேசினால், அவள் மனத்தில் சஞ்சலம் உருவாகிவிடுமோ எனக் கவலைகொண்டான்.

இன்னும் ஒருசில மாதங்களில் எல்லாம் சரியாகும். அனிபா குணமடைந்த பிறகு எந்த ஒரு குற்றவுணர்ச்சியும் சஞ்சலமும் இல்லாமல் அவளிடம் பேசமுடியும் என்கிற நம்பிக்கை உண்டாகிற்று.

அவன் தன்னளவில் தைரியம்கொண்டவனாக, வேலைகளைத் தொடர்ந்தான். கடையில் அன்று ஏராளமான விற்பனை இருந்தது. மதியம் சாப்பிடக்கூட நேரம் இல்லாமல் கல்லாவில் அமர்ந்திருந்தான். பானு இரண்டுமுறை போன் செய்து விட்டாள். ஏனோ மனம் நிறைவாக இருந்தது. அனிபாவை நினைத்துப் பெரிய அளவு கவலைப்பட வேண்டியிருக்காது என்பதனால், இனி அமைதியாக வேலைகளைப் பார்க்க முடியும் என்று நம்பினான்.

23

ஏழுமணிக்கு வீட்டிற்குக் கிளம்பலாம் என யோசித்தவன், காலையிலிருந்து தேநீர் மட்டுமே குடித்துக்கொண்டிருக்கிறோம் என்பது நினைவுக்கு வர, கடைப் பையனை ராயல் கடைக்கு அனுப்பி புரோட்டாவும், முட்டை கலக்கியும் வாங்கிவரச் சொன்னான்.

போய்ச் சாப்பிடலாம்தான். அங்கே சொந்தக் காரர்கள் இரண்டுபேராவது வந்து வெட்டியாகக் கதை பேசுவார்கள். அனிபாவைப் பற்றிக் கேட்பார்கள் அல்லது கார் வைத்துதான் இங்கே கூட வரணுமோ, நாலு கடை தள்ளிவர்றதுக்கு வெட்டிப் பகுமானம் என்று குத்திக் காட்டுவார்கள். அதனால் அதைத் தவிர்க்க விரும்பினான்.

சாப்பிட்டுவிட்டு இஷா தொழுகைக்குப் போக வேண்டும். இன்று மஃரிபு மட்டும் களா செய்தான். லுஹரும் அஸரும் கடை மாடியில் தொழுதுவிட்டான். ராசிக் புரோட்டாவை மாடியில் கொண்டு போய்வைத்துவிட்டு, சாப்பிட அழைத்தபோது தொலைபேசி அடித்தது.

பானுவாகத்தான் இருக்கும் என்ற யோசனை யோடு போனை எடுத்தான். சின்னம்மா, "ராசாங்கம், அனிபாவைக் காணோம். மோசம் போயிட்டேன்..." என்று கூறி ஓ...வென்று அழ ஆரம்பித்தாள். அவளது குரலும் செய்தியும் தலையில் இடி இறங்கியது போலிருக்க, "என்னாச்சு... எப்படியாச்சு? இதோ வர்றேன்... அழாதீங்க" என்று பதற்றத்துடன் கூறியவன், தொலைபேசியை

வைத்துவிட்டு, அவசரமாகக் கடையைப் பூட்ட ஆரம்பித்தான். இவனது பதற்றத்தைப் பார்த்த ராசிக் வேகமாக விளக்குகளை அணைத்து ஷட்டரை இறக்குவதற்கு உதவினான்.

"நான் மதுரைக்குக் கிளம்பறேன். கடைச்சாவியை பானு கிட்ட கொடு" என்றபடி கடைக்குப் பின்புற மந்தைக்குள் நின்றிருந்த காரை நோக்கி ஓடினான். அவன் கிளம்பும்போது மழை தொடங்கியிருந்தது, "அனிபா எங்கே நனைந்துகொண் ருக்கிறானோ?" மழையைச் சபித்தபடி காரை ஓட்டினான்.

•••

"அதென்னாது கட்டின பெண்டாட்டிக்குக் கூட தெரியாம, மதுரை ஆஸ்பத்திரில சேத்திங்க? நான் என்ன அவ்வளவு இருசியா உங்க குரல் வளையைக் கடிச்சுப்புடுவேன்?" என்றாள். "அஞ்சு நேரம் தொழுவுகிற மனுஷனுக்கு எதுக்கு பொய்?" இவனது வேதனையைப் புறம் தள்ளியவளாக, பானு புலம்பினாள். அவளைப் பொருட்படுத்தாதபடிக்கு ராசாங்கம் அமர்ந்திருந்தான். இம்ரான் அத்தாவின் அருகே அமர்ந்தபடி மௌனமாகக் கவனித்துக்கொண்டிருந்தான். ஆபிதா உள்ளறைக்குள் அமர்ந்தபடி மூக்கைச் சிந்திக்கொண்டிருந்தாள்.

போலீசில் புகார் பண்ணியிருந்தான். நோட்டீஸ் அடித்துத் தெருத்தெருவாக மதுரையில் ஒட்டியாயிற்று. ஒருவாரம் ஆகி விட்டது. இவனும் பழைய இடங்களிலெல்லாம் தேடித் தேடி அசந்துபோய்விட்டான். ரசியாவின் முகத்தைப் பார்ப்பதற்குத் துணிச்சல் ஏதும் இல்லை. அவளிடம் தொலைபேசியில் பேசி எப்படியும் கண்டுபிடித்துவிடலாம் என்கிற நம்பிக்கையைத் தந்துகொண்டிருந்தான் என்றாலும் அந்த நம்பிக்கை தீர்ந்து போயிருந்தது.

"நல்லா இருந்தவன், சினிமாவுக்குக் கூட்டிப் போமான்னு கேட்டுச்சு புள்ளே. உனக்குத்தான் தெரியுமே, அவனுக்கு சினிமான்னா எம்புட்டுப் பிடிக்கும்ன்னு. அதான் போனோம். அவன்தான் டிக்கெட் எடுத்தான். சட்டை வேட்டியெல்லாம் போட்டு, தலைசீவி, பவுடர் போட்டு மாப்பிளை மாதிரி இருந்தான். நாமும் கூடத்தானே போறோம்னு கூட்டிப் போனேன். இடைவேளையில, புள்ள மூத்திரம் போயிட்டு வர்றேன்னு போனான். நானும் வெளியில நின்னுக்கிட்டு வருவான், வருவான்னு பார்த்தா புள்ள வரலே." சின்னம்மா அழுது தீர்த்தாள்.

"நீ கொஞ்சம் வாயை மூட்றியா? சளசளன்னுட்டு, தலைய நோவுது." எரிச்சலில் கத்தினான். அவனது குரல் இவ்வளவு உயர்ந்து இதுவரை யாரும் கேட்டதில்லை. பானு முதல்முறையாகச்

சற்று பயம்கொண்டாள். இது என்ன இத்தனை கோபம் என்ற எண்ணமாய் அவனை உற்றுப் பார்த்தாள்.

ஆபிதா அந்தக் கோபத்தின் அர்த்தத்தை ஓரளவு விளங்கியவளாகவே எதிர்கொண்டாள். அது பானுவின் மீது மட்டுமல்ல, தன் மீதும். இந்த ஊர், அனிபா காணாமல் போனது பற்றிப் புறணி பேசிக் கேலி செய்வதைத் தாங்கவியலாது வெடித்திருக்கிற கோபம்.

நல்லதுதான். அவன் அதை மனத்திலேயே வைத்திருந்தால் இதயத்திற்கு நல்லதில்லை. வெளியில் கொட்டுவது சரிதான் என நிம்மதிகொண்டாள். வாரத்திற்கு இரண்டு நாட்களாவது ராசாங்கம் காரை எடுத்துக்கொண்டு ஊர் ஊராக அனிபாவைத் தேடிவிட்டு வருவான். அவன் கிளம்பும் ஒவ்வொரு முறையும், ஆபிதா அரக்காசம்மாவிற்கு நேர்ந்துகொண்டு காத்திருப்பாள்.

24

அனிபா காணாமல்போய் ஒரு வருடத்திற்குப் பிறகு, ரசியா தன் வீட்டிற்குச் செல்வதாகத் தொலைபேசியில் ராசாங்கத்திடம் அனுமதி கேட்ட போது அதிர்ந்து போனான். “ஏன் என்னாச்சு?” அதற்கும் மேல் பேச்சு வராமல் திகைத்து நின்றான். “நீங்கள் இங்கு வரும்போது உங்கள் வீட்டில், பானு உங்களிடம் பிரச்சனை செய்வதாக ஆபிதாக்கா சொன்னாங்க. அதான்...” அவள் குரல் கிணற்றிலிருந்து வருவது போல் இருந்தது. “அப்டி ஏதும் இல்லை. பானுவுக்கு என்மேல் சந்தேகமெல்லாம் கிடையாது. ஆபிதா, சும்மா எதையாவது சொல்லியிருப்பா.”

“இல்லை, எனக்கே மனசு தடுமாறத்தான் செய்யுது, அது நல்லதில்லை. அதான் நான் எங்க வீட்டுக்குப் போறேன் மச்சான்.”

அதற்கும் மேல் இருவருக்கும் பேசுவதற்கான வார்த்தைகள் ஏதும் மிஞ்சியிருக்கவில்லை. நடுங்கிய குரலினூடே ரிசீவரை வைத்தாள். “எனக்கே மனசு தடுமாறத்தான் செய்யுது” எத்தனை எளிதாக அந்தப் பெண் தன் ஏக்கத்தைச் சொல்லிவிட்டாள். அவளைப் போல தன்னால் இந்த வார்த்தைகளை, உணர்வுகளை ஏன் சொல்வதற்கு முடியவில்லை?

இருவரும் தனித்தனியே தத்தமது சிந்தனை களில் ஆழ்ந்து போவதற்கான தருணமாக அடுத்த சில நிமிடங்கள் இருந்தன. அதன்வழியே காலத்தை அணுகுவது எப்படி என்கிற கவலையிருந்தது.

“போறவங்கள கைய புடிச்சா வைக்க முடியும்? அவ அம்மா ஊமச்சிதான் இவள இருக்க விட மாட்டேங்கறா. அங்கே அடுப்புல பூனை படுத்திருக்கு. இவ அங்க போயி என்ன பண்ணப் போறா?

சாப்பாட்டுக்கு வயித்தில துணிய கட்டிக்குவாங்களா?” என இயலாமையில் புலம்பிய அம்மா, சின்னம்மா இருவரையும் சமாதானம் செய்தவன், “இனி மாதா மாதம் பணம் தர்றேன். ரசியாவுக்குக் கொடுத்தனுப்பிடுங்க” என்றான்.

பாத்திமாவுக்கு மனத்தில் தீராத துயரமும் வெறுமையும் மண்டியிருந்தது. தனக்கொரு துணையாக தன்னைப் போலவே ஒருத்தி கூடவே இருந்தாள். இனி அவளும் இல்லாமல் நான் மட்டும் இந்த வீட்டறையில் அடைந்திருக்க வேண்டும் என்கிற நினைவே கடும் வேதனைக்குள்ளாக்கியது. அனிபா அண்ணன் எப்படியாவது கிடைத்துவிட மாட்டானா என ஐந்து நேரமும் தொழுது, அல்லாவிடம் கையேந்துவதிலேயே பெரும்பாலான நேரத்தைக் கழித்தாள்.

ராசாங்கம் காரில் எங்கு சென்றாலும் எங்காவது ரோட்டில் அண்ணன் நிற்க மாட்டானா எனத் தேடுவான். சமயங்களில் ரோட்டோரங்களில் யாராவது அரைகுறை உடையோடு மனநிலை சரியில்லாதவர்களைக் காண நேர்ந்தால் அவசரமாக காரை நிறுத்திவிட்டு, ஓடிப்போய்ப் பார்த்துவிட்டு ஏமாற்றத்தோடு திரும்புவான். நல்ல உணவு உண்ணும்போதும், சினிமா தியேட்டரில் படம் பார்க்கும்போதும் அனிபாவை நினைக்காமல் அவனால் இருக்கமுடியவில்லை. பசியோடு எங்கே சுற்றித் திரிகிறானோ எனும் கவலை விடாமல் துரத்திற்று.

“இந்த வருடம் நோன்புக் கஞ்சிக்கு நான், என் பெயரில் தலைக்கட்டுப் போட்டுக் காய்ச்சறேன்” என்று ராசாங்கம், முத்துவல்லியிடம் கேட்டபோது அங்கே பள்ளியில் முற்றத்தில் யாரும் இல்லை. யாசின்பாய் அவனது முகத்தை உற்றுப் பார்த்தார். “எனக்கு என்னமோ மனசுக்கு ஒருவிதமான கவலையா இருக்கு, நிம்மதியே இல்லை. கஞ்சி காச்சறேன். பள்ளியை விஸ்தரிச்சுக் கட்டுறதுக்கு ஒரு லட்சம் தரேன். குமரு காரியத்துக்கு வைப்பு நிதிக்கும் பணம் தர்றேன்.”

முத்தவல்லி அவனை உற்றுப் பார்த்தார். எதைச் செய்யச் சொன்னாலும் சரி என்பான் போல என யோசித்தார். சும்மாவா, கஞ்சி காய்ச்ச கிடைக்கிறது பாக்கியம். “அதான் உங்க ஆசிக் மச்சான் தலைக்கட்டு இருக்கே. அதுக்கு நீதானே பணம் கட்டுற. பிறகு என்ன?” என்றார்.

“ஆமாம். ஆனா அது என்னோட பேர்ல இல்லையே.”

“அதனால் என்ன? ஊர்ல யாராச்சும் வேணாம்ன்னு சொன்னாங்கன்னா ஒனக்குத் தரலாம்.”

“ஆசிக் மச்சான் பேர்ல இருக்கறத வேணா என் பேருக்கு மாத்திக்கங்க” என்றவன், “நான் கிளம்பணும், வரட்டுமா?” என்றான்.

அங்கிருந்து நகர்ந்தவனிடம், "பள்ளிவாசல் கட்டுறதுக்கு எவ்வளவு முடியுமோ அதைச் செய்யுங்க" என்றார்.

நோன்புக் கஞ்சி காய்ச்சுவது ஊர் தருகிற கௌரவம். அதை எப்படியாவது வாங்கிவிடலாம் என்கிற அவனது எண்ணம் நிறைவேறவில்லை.

அவனுக்கு எரிச்சலாக இருந்தது. தன்னை மதிக்க மறுக்கிற இந்த ஊரில், அவர்களே வந்து தன்னை மதிக்க என்ன செய்தால் தகும் என்று மண்டைக்குள் குடைந்தது. பானுவின் ஒன்றுவிட்ட சின்னத்தா சலீல் வீட்டில் பேரன்களுக்கு நேற்று சுன்னத்துக் கல்யாணம் வைத்து, ஊரில் பாதிப் பேருக்கு விருந்து சொல்லி யிருந்தார்கள். ஆபிதா பானுவிடம் கேட்டாள், "ஏன் ராசாங்கத் துக்குச் சொல்லலை?"

"தெரியலை. . . நெருங்கின சொந்தத்து ஆம்பளைங்களுக்கு மட்டும்தான் சொன்னாங்களாம். எம் புருஷனுக்கும் சொல்லி யிருக்கலாம்தான். தட்டுக்கெட்ட பயலுகளுக்குப் பொறாமை. வந்து கூடி சாப்பிட்டுப் போனவனுங்க, எல்லாம் சோத்துக்குச் செத்தவனுங்க. பேருதான் ஏதோ ராவுத்தர் பரம்பரைன்னு. எல்லாப்பயலும் நூந்துபோய்தான் கிடக்கிறானுங்க. இவரை ஒதுக்கிவைக்கிறோமுனு பம்மாத்து பண்றானுங்க, பொறாமை புடிச்ச நாயிங்க.

மூச்சுவிடாமல் திட்டி முடித்தாள் பானு. பள்ளிவாசலில் லுஹர் தொழுது முடித்தபோது ஒவ்வொருவராகக் கிளம்பாமல், கூட்டமாகவே பத்திருபதுபேர் கிளம்பியபோது இவன்தான் கேட்டான், "என்ன ஒண்ணுமண்ணா கிளம்புறீங்க. எங்கேயும் சாப்பாடா?"

"சலீல் ராவுத்தர் வீட்டுல சுன்னத்துக் கல்யாண விருந்து, உங்களை கூப்பிடல. . .?" ரசாக்கின் குரல் கிண்டலாக ஒலித்தது. தெரியாமல் வம்பில் மாட்டி விட்டோமோ என்கிற யோசனை யில், "தெரியல. நான் இதோ ஊருக்குக் கிளம்பிட்டு இருக்கேன்" என்று தனது ஏமாற்றத்தை மறைத்துப் பதில் சொன்னான்.

"எங்க. . . உங்க அண்ணனைத் தேடியா? பைத்தியம் காணாமல் போன அவனைத் தேடியா? நம்பிக்கை இருக்கா?" இளக்காரமாகக் கேட்டான் யூசுப்.

சட்டென முளைத்த கோபத்தைப் பற்களைக் கடித்து விழுங்கி சபுர் செய்தான். "அல்லா. . . நீ கேள்" என்கிற ஒற்றை வார்த்தை அவனது குரல்வளைக்குள் முடங்கியது. பதில் ஏதும் சொல்ல விரும்பாதவனாக நின்ற நிலையில் கைகளை ஏந்தி துஆ கேட்க ஆரம்பித்தான்.

25

“ரசியாவுக்கு மாசா மாசம் ஒங்கண்ணன்தான் பணம் குடுக்கிறாரு இல்ல” என்ற பானுவின் குரலில் ஆதங்கம் இருந்தது.

“ஆமாம், உனக்குத்தான் தெரியுமே. . .” ஆபிதா அரிசியைக் குண்டானில் வைத்து அரித்தபடி பதில் சொன்னாள். அரிசிக்குள் கிடந்த கற்களை அரித்தெடுத்தவள், “எம்புட்டுக் கல்லு” முனங்கினாள்.

“நம்ம ஊருக்குள்ள என்னா பேசுறாகனு தெரியும்தான. . .” நறுக்கிய கத்தரிக்காயில் பூச்சி இருக்கிறதா என விரித்துப் பார்த்தபடிக் கேட்டாள் பானு. “நாசமாகப் போற ஊரு. எது வேணா பேசும், அதையெல்லாம் பார்த்தா வாழ முடியுமா?” ஆபிதா வலிய உண்டாக்கிய ஏளனம் வார்த்தைகளோடு ஒட்டவில்லை.

“அப்புறம் ஊர்ல யாரும் மதிக்க மாட்டேங்க றாங்கன்னு குத்தம் சொல்லக்கூடாது இல்ல.”

“ராசாங்கத்த மதிக்கிற அளவுக்கு இந்த ஊர்க் கரரன் எவனுக்கும் தகுதி இருக்கா? இவன் கால்தூசி தான் வருவானுங்களா? குணம் என்னா, அறிவு என்னா, திறமை என்னா, அழகு என்னா, இரக்க குணம் என்னா” முற்றத்தை நோக்கிக் காறித் துப்பினாள் ஆபிதா.

“பணம் இருந்தா என்ன? அதை யாரு பொருட் படுத்த போறாங்க? நம்பள பத்தி, குடும்பத்த பத்திதான் கவுரமா இருக்கமான்னு பேசுவாங்க” சுருக்கென்று சொன்னாள் பானு.

"ஏன்? எங்க குடும்பத்தில என்னா கவுரவக் குறைச்சல்ங்கற? ஒரு மனுஷனுக்கு மனநிலை சரியில்லாம போறது, அவ்வளவு கேவலமா என்ன? எங்க வீட்ல எல்லாருமா கிழிச்சுக்கிட்டு திரியுறாங்க. இந்த ஊர்க்காரனுக எவனுக்கும் அல்லா எந்த கேட்டையும் விட மாட்டானா? அல்லாவை மறந்து, ஆம்பள பொம்பள பேசுறாகன்னு நீயும் பேசற. . ." கடுமையான குரலில் சொன்னாள்.

இத்தனை ஆவேசமான குரலை இதுவரை ஆபிதாவிடமிருந்து கேட்டதில்லை. பானு பயந்து போனாள். ஆபிதாவின் உடல் நடுங்கிக்கொண்டிருந்தது. வியர்த்து வழியும் சிவந்த முகம், ஷிபான் சேலையில் உள்ளாக உடல் தடதடத்தது.

"அமைதியாக இருங்க, கோபப்படாதீங்க, தண்ணிய குடிங்க." பானு விரைந்து எழுந்து ஆபிதாவை அணைத்தவளாக அருகி லிருந்த தண்ணீர்ச் சொம்பை வாயில் வைத்துக் குடிக்கச் செய்தாள்.

தண்ணீரை ஒரு வாய் குடித்த ஆபிதா, அப்படியே எழுந்து தள்ளாடியபடித் தனதறையை நோக்கி நடந்தாள். பானு, அவளைத் தன்னோடு நடக்க வைக்க முயன்றாள். அவளது கைகளைத் தனது தோள்களிலிருந்து எடுத்துவிட்டுத் தானாகவே நடந்து அறைக்குள் போய்ப் படுக்கையில் படுத்தாள்.

பாத்திமாவின் ஓடிப்போன கணவன், காணாமல் போன அனிபா, ரசியாவின் இருண்ட முகம், ஆசிக்கின் இல்லாமல் போன வாசனை எல்லாமும் நினைவில் வந்து அவளது அழுகையைக் கூட்டிற்று. விசும்பலுடன் பல நாள் துயரங்களைக் கடந்து கொண்டிருந்தாள் ஆபிதா. அவற்றில் எந்த ஒன்றும் அழுவதன் மூலம் கடந்து, எளிதில் சென்றுவிடக்கூடிய துயரமன்று. அவை அவளை மனம் வெதும்பி அழத் தூண்டின சுயஇரக்கத்தை எப்படிக் கடந்து செல்வது எனும் திகைப்பில் அவள் ஆழ்ந்துபோய்க்கொண்டிருந்தாள்.

26

“ஹஜ்ஜுக்குப் போறீங்களா? இந்த வயசுலயா? சும்மா இருங்க.” ராசாங்கம் விளையாட்டிற்குச் சொல்வதாகத்தான் பானு நினைத்தாள். “ஆமாம் அப்ளை பண்ணிட்டேன். இதெல்லாம் விளையாடற சங்கதியா என்ன?” மனைவியிடம் செல்லமாகக் கோபித்தான் ராசாங்கம். எழுதிக்கொண்டிருந்த இம்ரான் தலையை நிமிர்த்தித் தந்தையைப் பார்த்தான்.

“ஒங்க புள்ளைக்கு எட்டு வயசுதான் ஆகுது. இப்படி லபக்குன்னு கிளம்பிப் போனா கடைய யார் பாப்பாங்க? எல்லா கடமையும் முடிச்சுட்டு தானே அல்லா ஹஜ்ஜுக்குப் போகச் சொல்றான்.”

“கடைய அஜ்மல் பார்த்துக்குவான். அவன் தான் பியூசி முடிச்சுட்டானே. நான் யாருக்கும் கடன் கொடுக்க வேண்டியதில்லை. பின்னே என்ன?”

“ஹஜ்ஜுக்குப் போயிட்டு வந்தப்புறம் அய்யா இப்ப மாதிரி சினிமா, பாட்டு, ஷோக்குன்னு இருக்க முடியாது. சூஃபியாகிறனும் தெரியும் இல்லை” கிண்டலாகச் சிரித்தாள்.

“இதெல்லாம் தெரியாமத்தான் இருக்கேனா என்ன? பைத்தியம். . . சினிமா பாட்டு கேட்காம உயிர் வாழ முடியாதா என்ன?” சிரித்தான் ராசாங்கம்.

“அத்தா . . . ஹஜ்ன்னா என்ன? எங்கே போறீங்க?” இம்ரான் ஆவலாகக் கேட்டான்.

"உம்... அத்தா பிளைட்டுல வெளிநாடு போறேன். உனக்கு சாக்லேட்டு, மிட்டாய், கார் எல்லாம் வாங்கிட்டு வருவேன்." மகனை மடியில் வைத்து அணைத்து முத்தமிட்டான்.

பானுவின் முகத்தில் சந்தோஷம் தெரியவில்லை. "எங்க அத்தா அம்பத்தஞ்சு வயசுல ஹஜ் செய்ய போனார். நீங்க முப்பது வயசுகூட ஆகாம ஏன் போறீங்க? வியாபாரத்த தம்பியாக இருந்தாலும் நம்பி ஒப்படைக்கிறது நல்லதில்லை."

ராசாங்கம் மெலிதாகச் சிரித்தான். "அப்படி ஏதும் நடக்காது. அல்லாவை நம்பித்தானே போறேன். அவன் பார்த்துக்குவான், தைரியமாக இரு. இந்த இளம் வயசிலே இல்மு¹ செய்யறது அல்லாவுக்குப் பிடிக்கும். நமக்கு ஒரு குறையும் விட மாட்டான். தொழிலை அவன் பாத்து நடத்துவான்."

பானு கணவனின் முகத்தைக் கூர்ந்து கவனித்தாள். இந்த அளவு கண்ணியமும், குணமும் கொண்ட ஒருவனைக் கணவனாகத் தந்த அல்லா நிச்சயம் எந்தக் குறையும் விட மாட்டான் என்று தோன்றிற்று. தேவையில்லாத பயத்தை விட்டொழிப்பது நல்லது என்று நினைத்துக்கொண்டாள்.

அவன் ஹஜ்ஜிலிருந்து திரும்பும்போது தனக்கு எத்தனை பவுன் நகை, என்ன மாதிரியான நகைகள் வாங்கி வரச் சொல்லலாம் என்கிற கணக்கில் அவள் மனம் மூழ்க ஆரம்பித்தது. அவள் மனத்தில் தற்போதைக்கு என்ன நினைவுகள் ஓடுமென்று ராசாங்கமும் துல்லியமாகவே அறிந்துவைத்திருந்ததனால் அவள் குறித்த கவலையை விட்டொழித்தான். அவளது இயல்பிலேயே வெகுளித்தனம் மிகுந்திருந்தது. அதனால் அவள் மீதான அவனது நேசம் அளவேயில்லாதபடி இருந்தது. சின்ன விஷயங்கள் போதும் அவளுக்கு, சந்தோஷமாக இருப்பதற்கு.

அவனைப் பொறுத்தவரை கடன் ஏதும் இல்லை; கடமைகள் இருப்பதாகவே நினைத்தான்.

பாத்திமாவின் மகள் ஷமீம் திருமணத்தை முடித்துவைப்பது இவனது பொறுப்பு. வெளியில் எங்கிருந்தும் மாப்பிள்ளை தேடிப் போக முடியாது. தகப்பன் இல்லை என்பதனால், அதே ஊரில் மிளகாய் மண்டி வைத்திருந்த அபுபக்கரைப் பேசி முடித்திருந்தான். அவனுக்குப் பெரிய எதிர்பார்ப்பு இல்லை. அந்தவகையில் அவனைப் பிடித்திருந்தது. அம்மா வீட்டிற்குப் பின்புறத்தில் வீடு கட்டிக் கொடுத்துவிட்டால் நிம்மதியாகக் காலத்தை ஓட்டுவாள் பாத்திமா.

---

1. மதத்தின் போதனைகளை கடைப்பிடித்தல்.

அடைக்கும் தாழ்

அந்தப் பையனுக்கு மிளகாய் மண்டி போக்கியத்திற்கு நிரந்தரமாக ஓர் இடத்தை ஊர் மந்தைக்கருகில் வாங்கி ஷமீம் பெயரில் பத்திரமும் போட்டாயிற்று. ஒரு புல்லட்டு வண்டி புக்செய்து வைத்துவிட்டான். அக்கம்பக்கத்து ஊர்களுக்கு பைக்கில் போய் மிளகாய் வாங்குவதற்குத் தேவைப்படும். ஹஜ் முடித்து வந்த பிறகு நிக்காஹ் வைப்பதாக முடிவுசெய்திருந் தான். தனக்குப் பெண்ணைத் தருவது மட்டுமின்றி, தன் எதிர்காலத்திற்கான திட்டமிடல்களையும் கவனமாகச் செய்யக் கூடிய ராசாங்கத்தின் மீது அபுபக்கர் அளவில்லாத மரியாதையும் அன்பும் கொண்டான்.

ரசியாவிற்கு, அவள் பேரில் ஒருலட்ச ரூபாயை வைப்பு நிதியாகப் போட்டுக்கொள்ள சின்னம்மா கைகளில் தந்தபோது, அவ்ள் மறுத்து அழ ஆரம்பித்தாள். அஜ்மலுக்கும், இனி தன் பொறுப்பை உறுதிப்படுத்த வேண்டி அவனைக் கடையில் உட்கார வைத்தான்.

இனி தனக்கான கௌரவத்தை, அந்தஸ்தை உருவாக்க தன் வாழ்நாளில் பட்ட துயரங்களை, அவமானங்களைப் போக்க நல்ல அமல்களைச்[2] செய்து, மீதிக் காலங்களைக் கடத்தலாம் என்கிற பெரும் விருப்பம் உருவாகியிருந்தது. அந்த நம்பிக்கை,தேர்வு சாத்தியப்படுமா என்கிற கேள்வி மனத்தினுள்ளே இல்லாமல் இல்லை என்றாலும், அவன் அதை விரும்பினான். இறைவன் நாடாமல், தான் இந்த அளவு செல்வந்தனாக ஆகியிருக்க முடியாது. அதற்கான நன்றியை, அமல்களைச் செய்யவிரும்பினான். இந்த ஊருக்குள் தன்னை அலட்சியப்படுத்த முயன்றவர்கள் அனிபா வின் உடல்நிலையை, குடும்ப பின்னணியைப் பார்த்துப் பரிகசித்துச் சிரித்தவர்கள் முன்பாகத் தனது அடையாளத்தை மாற்றிக்காட்டவும், அவர்கள் தாங்களாகவே, தனக்கு உரிய மரியாதையை அளவில்லாமல் தரக் கூடிய சூழலை உருவாக்கிக் காட்டவும் விரும்பினான்.

அதற்கான விலைகளாகச் சிலவற்றைத் தந்துதான் ஆக வேண்டும். தனது அறைக்குள் அலமாரிகளில் வரிசையாக அடுக்கப்பட்டிருக்கும் சினிமா பாடல்களின் கேசட்டுகள் தன்னைப் பார்த்துச் சிரிப்பது போல் இருந்ததைக் கவனித்தான்.

பானு, அஜ்மல், இம்ரான் என எவராவது பயன்படுத்தட்டும் என நினைத்துக்கொண்டான். ஹஜ் போய்விட்டு வந்த பிறகு இந்த துனியாவின் அற்ப சந்தோஷங்களிலிருந்து விடுபட வேண்டும். ஆபிதாவுக்கு வருத்தமாக இருந்தது. இயல்பாகவே அண்ணன் எப்படிக் குதூகலமானவன் என்று அவள் மிக நன்றாக அறிவாள்.

---

2. மத நம்பிக்கைகளை நற்செயல்கள்.

சினிமா ரிலீசானவுடன் பார்ப்பது, அந்தக் கதையை வீட்டில் வந்து நடித்துக் காட்டுவது, நடிகர்களைப் போல் உடை உடுத்துவது, முடியை வெட்டிக் கொண்டுவந்து அம்மாவிடம் திட்டு வாங்குவது, சினிமா பாட்டைக் கேட்டுப் பாடிக் காட்டுவது என எல்லாமும் நினைவில் வந்தன. அவனைப் பட்டாம்பூச்சி யாகப் பார்த்து வளர்ந்தவளுக்குத் திடீரென்று அதையெல்லாம் விட்டுவிட்டு இந்த வயதில் ஆசைகளைத் துறந்து ஹாஜியாகப் போவதெல்லாம் அதிகமாகப்பட்டது.

"எல்லாமும் ஒரு வயசுதானே. அந்தந்த வயதில் அதையதைச் செய்யணும். அதுதான் அழகு" என்கிற சின்னம்மா சைனம்புவின் குரல் காதில் ஒலித்தது. இதைக் கேள்விப்பட்டதுமே, அடப் போங்கடா... போக்கத்த பசங்களா... என்கிற ஒற்றை வார்த்தை யில் சின்னம்மா சொல்லிமுடித்துக்கொள்ளக் கூடும் என யோசித்துத் தனக்குள் சிரித்துக்கொண்டாள், ஆபிதா.

அனிபாவும் ராசாங்கமும் வாரம் ஒரு சினிமாவுக்குப் போக வேண்டுமென்றால் அதற்குச் சில்லறைக் காசு கொடுத்தனுப்பு வாள். போய்விட்டு வந்ததும் அவர்களிடம் எப்படி இருக்குடா என்று கேட்பாள். அவர்கள் மகன்கள் என்றுகூட அறியாதவள் போல் கதையைச் சொல்லவிட்டுக் கேட்டுக்கொண்டிருப்பாள்.

ஆபிதாவிற்கும் ஹஜ்ஜுக்கு போவதற்கு ஆசையாகத்தான் இருந்தது. செய்வதற்குக் கடமை ஏதும் இல்லை. ஆசிக் மவுத்திற்குப் பிறகு தனக்கென பெரிய விருப்பங்களை அவள் வைத்துக் கொண்டதில்லை. ராசாங்கம் ஒருமுறை தங்கையிடம், "உனக்கு ஏதாவது வேணும்ன்னா சொல்லேன்" என்று கேட்டபோது, அதற்குப் பின்னிருந்த அர்த்தத்தை அவள் புறக்கணித்தாள். அவர் பண்ணிப்போட்ட நகையும், சேர்த்த பணமும், சொத்தும் போதும். "நீ சும்மா இரி. இனி சோறும், இல்முமும்தான் காலத்துக்கும்" என்றாள்.

அடுத்த முறை பானு ஹஜ்ஜுக்கு செல்லும்போதுதான் தானும் போகணும் என்று யோசித்தபடி ஒலு செய்ய எழுந்தாள். தூரத்தில் பாங்கொலிக்கும் சப்தம் கேட்டது. இந்த வருடம் புதிதாக இன்னொரு பள்ளிவாசல், வடக்குத்தெருவில் கட்டுவதற்கு ராசாங்கம் பெரிய தொகையைக் கொடுத்திருந் தான். பெரிய பள்ளியில் ஜும்ஆவுக்குக் கூட்டம் அதிகமானதால் இன்னொரு பள்ளி கட்டலாம் என்று நாட்டாமை, முத்தவல்லி, ட்ரஸ்டி அனைவரும் கூடிப் பேசியபோது தானாகவே முதல் ஆளாக எழுந்து தொகையைச் சொன்னவுடன், அவன் சொன்ன தொகையைக்கேட்டு ஊரில் அனைவரும் வாயடைத்துப்போயினர். "தொகையைத் தருவதற்கான மனதும், வக்கும் இந்த ஊரில் எவனுக்கு இருக்கு?" தனக்குள் சிரித்துக்கொண்டாள் ஆபிதா.

27

ஊருக்கு வெளியே ஒரு கிலோமீட்டர் தூரத்தில், ஊரின் முதலாவது ஹாஜியை வரவேற்கக் கூட்டம், ஜமாத் தலைவர்களுடன் நின்று கொண்டிருந்தது. காரிலிருந்து இறங்கிய ராசாங்கம் வெள்ளைநிற உடையில் சூஃபியைப் போல் இருந்தான். மெலிந்த தோற்றமும் லேசாக வளர்ந்த தாடியும் மொட்டையை மறைத்த வெண்மையான துணியிலான தொப்பியும் பார்ப்பதற்கே மனத்தை மயக்கக்கூடியதாக இருந்தது. ஊர்ப் பெரிய மனிதர்கள் சலாம் சொல்லி ஆரத்தழுவி முசாபா செய்து கன்னத்தோடு கன்னம்வைத்துக்கொண் டிருந்தார்கள். அவனது உடைகளிலிருந்து வெளிப் பட்ட உயர்தர அத்தர் வாசனை அந்த இடத்தையே அரவணைத்துக்கொள்வது போல் இருந்தது.

அங்கிருந்து பள்ளிவாசலை நோக்கி ஊர்வலம் போயிற்று. அசரத்மார் பைத் ஓதி ஊர்வலத்தின் முன் ராசாங்கத்துடன் நடந்தார்கள். காரில் அமர்ந்து பார்த்துக்கொண்டிருந்த ஆபிதாவுக்குக் கண்களில் கண்ணீர் வழிந்தது. அவளது அருகே அமர்ந்திருந்த இம்ரான் ஒன்றும் புரியாமல் அவளையே பார்த்தபடி இருந்தான்.

ஊர்வலம் கடைவீதிகளைக் கடந்து, பள்ளிவாசலைப் போய்ச்சேர சற்று நேரம் எடுக்கும். அங்கு ஏதாவது பயான்[1] சொல்லிவிட்டு வீடு வருவார்கள். காரில் வீட்டிற்கு வந்தாள் ஆபிதா.

---
1. மத பிரசங்கம்.

பானு ஓதிக்கொண்டிருந்தாள். கணவனது வருகைக்காகக் காத்திருந்தாள். வரவேற்புத் தருகிற இடத்திற்கு வர அவள் மறுத்துவிட்டாள். ஊரிலிருந்து அம்மா, சின்னம்மா, பாத்திமா அனைவரும் வந்திருந்தார்கள்.

"அவுக எப்படி இருக்காங்க?" ஆவலுடன் கேட்ட பானுவிடம், "நல்லாருக்காப்டி. கொஞ்சம் இளைச்சு போயிருக்கு. சரியான சாப்பாடு இல்லாம ரொம்ப அமல் செய்திருப்பாப்ல" என்றாள் ஆபிதா.

"எம்புள்ள எளைச்சுருக்கா ..?" அம்மா கவலையோடு மகள் ஆபிதாவிடம் கேட்டாள். "வரவேற்பு எப்டி இருந்துச்சு?" பாத்திமா ஆவலாகக் கேட்டாள். "அந்த மகிமையை என்னான்னு சொல்வேன்? அம்புட்டுச் சனம், சால்வை, மாலை." பெருமையோடு பகிர்ந்துகொண்டவளின் கண்கள் பிரகாசித்தன. "அம்மா, நீ பார்த்திருக்கணும் அந்தக் காட்சிய. . . என் கண்ணே பட்டுருச்சு."

ஆபிதாவின் குரலில் தெரிந்த ஆர்ப்பாட்டம், இது வரைக்கும் யாரும் பார்த்திராதது. பானு ஆச்சரியத்துடன் அவளைப் பார்த்தபடி விக்கித்துப்போய் அமர்ந்திருந்தாள். அம்மாவும் சின்னம்மாவும், "யா அல்லா, ரப்பே" என இரு கைகள் ஏந்தி முந்தானையை வானை நோக்கி உயர்த்தி அழுதார்கள். அவர்களது கண்களில் வழியும் ஆனந்தக் கண்ணீரை நீண்ட காலத்திற்குப் பிறகு முதன்முறையாக ஆபிதா பார்க்கிறாள். அது அவளைப் பைத்திய மனநிலைக்குக் கொண்டுசெல்ல, அப்படியே மயங்கிச் சுவரோரத்தில் அமர்ந்து கால்களை நீட்டியவள், "மைமூன். . . தண்ணி கொண்டு வா" என்றாள்.

மகமூதா அவசரமாக அடுக்களையை நோக்கி ஓடினாள். மகனுக்குத் திருஷ்டி சுற்றிப் போடவேண்டிய பொருட்களை, அஞ்சறைப் பெட்டியிலிருந்து சேகரித்து ஒரு காகிதத்தில் போட்டு மடித்தாள். "இம்ரான் ஓடிப் போயித் தெருவுல கொஞ்சோண்டு காலடி மண்ணு அள்ளிக்கிட்டு ஓடிவா. அத்தாவுக்குத் திஷ்டி சுத்திப் போடுவோம்."

வீடு ஒரு மாபெரும் கொண்டாட்டத்தில் மிதந்தது. பெண்களது கூட்டம் வீடு நிறைய கூடியிருந்தது. அனைவருக்கும் ஜம் ஜம் தண்ணீரும் பேரீட்சம் பழமும் தரும் பொறுப்பை பானு ஏற்றுப் பம்பரமாகச் சுழன்றுகொண்டிருந்தாள்.

பயணம் எப்படி இருந்தது? அங்கே வெயில் எவ்வளவு கடுமையாக இருந்தது? கூட்டம் எப்டி? தங்குமிடம், காபாவுக்கு பக்கமாகவா இல்லை நடக்கும் தூரமா? நம்ம ஊர் சாப்பாடு

கிடைத்ததா? காபாவைப் பார்க்கும்போது எப்படியிருந்தது என ஒவ்வொருவரது கேள்விக்கும் களிப்போடும் ஆர்வத்தோடும் பதில் சொல்லிக்கொண்டிருந்த கணவனை பானு கர்வத்தோடும் காதலோடும் பார்த்துக் கொண்டிருந்தாள்.

எவ்வளவு மென்மையாக, கண்ணியமாக, பொறுமையாகப் பேசுகிறான். எத்தனை விசயங்களை அறிந்துவைத்திருக்கிறான் என வியப்பாக இருந்தாலும், அவன் எப்போதும் அப்படித் தானே என்று நினைவுக்கு வந்தது. ஒருவழியாகக் கூட்டம் குறைந்து வீடு அமைதியாயிற்று. அனைவருமே களைத்திருந்தனர். ராசாங்கம் ரொம்பவும் இளைத்துப் போயிருந்தான். வீட்டைக் கூட்டித் துடைத்துவிட்டுச் சென்றாள் மைமூன். மகமூதா வீட்டுக் கதவைத் தாளிட்டு வந்து மகனுக்குத் திருஷ்டி சுத்திப் போட முயன்றாள்.

“இதெல்லாம் ஷிர்க்[2] வேணாம். சூரா ஓதுங்க திருஷ்டி கழியறதுக்கு.” ஒரே வார்த்தையில் மறுத்துவிட்டு எழுந்தான்.

இரவு முழுவதும் வீட்டில் யாரும் உறங்கவில்லை. ராசாங்கம் சொல்கிற கதைகளில் ஆழ்ந்து போய், வாய் மூடாமல் கேட்டபடியிருந்தார்கள்.

கஃபாவின் தோற்றம், மக்கள் கூட்டம், மதினா பள்ளியின் அழகு, தொங்கோட்டம்[3] ஓடும் இடத்தில் செய்யப்பட்ட குளுமை வசதி சைத்தானைக் கல்லெறிவது என்று தான் வியப்புற்ற காட்சிகளைத் தனது குடும்பத்தின் முன் விவரித்தபடியிருந்தான் அவன்.

சைனம்புவும் மகமூதாவும் வாய் பிளந்தபடிக் கேட்டார்கள். அவர்களுக்குத் தங்கள் கண்களையோ காதுகளையோ நம்ப முடியாமல் இருந்தது. பட்டிக்காட்டில் பிறந்த தன் பிள்ளை எங்கேயோ கண்காணாத தொலைவில் உள்ள மக்காவிற்குச் சென்று, அந்த மண்ணை மிதித்துவிட்டு வந்திருப்பது எத்தனை பெரிய கொடுப்பினை என்று பூரித்தார்கள். தன் பிள்ளை என்னும் கர்வம் இயல்பாகவே மனத்தை உந்தித்தள்ள கண்களை மூடி அல்லாவிற்கு நன்றி சொன்னாள் சைனம்பு.

அஜ்மல், அண்ணனின் அருகே அமர்ந்து கவனித்துக் கொண்டிருந்தான். அவனுக்குள் ஏற்கெனவே இருந்த இறையச்சம் பன்மடங்காயிற்று.

---

2. கடவுளுக்கு இணையாக்குதல்.
3. ஹஜ், உம்ரா செல்பவர்கள் மக்காவில் உள்ள சபா, மர்வா மஹருக்கிடையில் ஓடுவது.

"ஹஜ்ஜுக்குப் போய்ட்டு வரவக நகை வாங்கிட்டு வந்தா டூட்டி இல்லையாமுல்ல?" பானு சலித்துக்கொண்டாள். "பொம்பளைங்க போட்டுக்கிட்டு வரலாம். வாங்கிப் பொட்டியிலே வச்சுக்கிட்டு வரக் கூடாது" என்றான் ராசாங்கம். "ஒனக்கு என்ன நகை வேணும்ன்னு சொல்லு இங்க வாங்கலாம்" மனைவியை அணைத்தபடி சமாதானம் செய்தான்.

"அங்கே இருக்கறதே கொஞ்சநாள், ஒருநிமிசம்கூட வீணாகாம நன்மைய தேடுறது முக்கியமா, நகை வாங்கறது முக்கியமா? சொல்லு." நீண்ட நாட்களுக்குப் பிறகு கணவனது அணைப்பில் துவண்டுகிடந்த பானுவுக்கு, அவன் சொல்கிற விசயம் புரிந்தது. இருந்தாலும் வெளிநாட்டில் வாங்கின நகை என்று போட்டுக்கொண்டு, மற்ற பெண்களிடம் காட்டுவது தனிப் பெருமைதானே. அந்த ஏமாற்றம் இருக்கத்தான் செய்தது.

28

காலையில் குளித்துவிட்டு, ஆணியில் தொங்கிய சாவியை எடுத்தான் ராசாங்கம். காலையில் பள்ளிவாசலுக்குப் போன அஜ்மல் இன்னும் திரும்பவில்லை. "தினமும் எத்தனை மணிக்குக் கடை திறப்பான்? இன்னும் வரல... மணி ஒன்பதாகிருச்சு." பானுவிடம் கேட்டான் ராசாங்கம்.

"அவரு பத்துமணிக்குத்தான் கடை திறக்கப் போவாரு, ஆபீசுக்கு போறாப்புல." பானு வெடுக்கெனப் பதில் சொன்னாள். அவள் சொன்ன விதம் சரியாகப் படாததால் மேலே பேசுவதை விட்டுவிட்டு, "நானே கடை திறக்கப் போறேன்" என்றவன், ஆபிதாவிடம் "கடைக்குப் போயிட்டு வரேன்" என்று சொன்னான். சரி என்பது போல் தலையசைத்தாள் அவள். பானுவின் பதில் ஆபிதாவிற்கும் சுருக்கெனத் தைத்தது.

ராசாங்கம் போகட்டும் என்று காத்திருந்தாள். அஜ்மல் பள்ளிவாசலிலிருந்தே இன்னும் வரவில்லை. செவ்வாய்க்கிழமை தப்லீக் ஜமாத் மசோரா[1] கூட்டத்தில் இருப்பான் என்ற விசயம் ஞாபகம் வந்தது.

இந்த வயதில் ஏன் இவ்வளவு மத ஈடுபாடு அவனுக்கு என்று யோசித்தாள் ஆபிதா. ராசாங்கம் நல்ல நிலைக்கு வந்துவிட்டான். நல்லதுதான். இந்தப் பையன் என்னத்துக்கு இந்த வயதில் தொப்பியும் ஜிப்பாவுமாக அலையறான்?

---
1. கலந்தாலோசித்தல்.

அடுப்படியில் பானு சமையல் செய்துகொண்டிருந்தாள் போல, ஏதோ கருகும் நெடி வந்தது.

ஆபிதா எழுந்து போய்த் தெருக்கதவைச் சாத்தித் தாழ்ப்பாள் போட்டாள். வேலையாள் மைமூனோ, அஜ்மலோ வந்து விடுவார்கள். அவர்கள் இல்லாதபோதே பானுவிடம் பேச விரும்பினாள். அடுப்படிக்குள் நுழைந்த ஆபிதா, பானுவின் நேரெதிரே வந்து நின்றாள். "ஏன் அப்படி சொன்ன?" குனிந்து அரிசியைக் களைந்துகொண்டிருந்த பானு தலையை உயர்த்தி ஆபிதாவைப் பார்த்தாள். அந்தப் பார்வையில் நான் என்ன தவறாகச் சொல்லிவிட்டேன் என்கிற கேள்வி தெரிந்தது. அடுப்பில் உலை கொதித்தது.

"ஏன் நிசந்தான் சொன்னேன். அதுக்கென்ன இப்போ?" என்றாள். "நீ என்ன நெசத்தயா சொன்னே? செவ்வாய்க்கிழமை மட்டும் மசோரா முடிச்சுட்டு வருவான். எங்கேயாவது போகணும்னு கார் சாவி எடுத்தாகூட நீ மூஞ்சிய காட்டுவ. இப்ப என்னாத்துக்குப் பொய் சொல்லணும்? அவனும் கூடப் பொறந்த பொறப்புதான்."

ஆபிதாவின் குரலில் கடுமைக்குப் பதிலாக அமைதி இருந்தது. ஆத்திரப்படுவதற்குப் பதிலாக பொறுமையோடு, பதில் கேட்க வேண்டியவள் போல நின்றாள். பானுவுக்கும் கோபப்படுவதற்கு எந்த அவசியமும் இல்லை. அதனால், "நீங்க தான் வினயமா கேக்குறீங்க? நான் சாதாரணமாகத்தான் சொன்னேன். சொல்லியிருப்பேன்." அழுத்தமாகச் சொன்னாள். ஆபிதாவின் கண்களில் நீர் கோத்திருந்ததை பானு கவனித்தாள். இனி பேச்சை வளர்த்துவிடக் கூடாது என நினைத்தவளாக அங்கிருந்து அகன்று முற்றத்தை நோக்கிச் சென்றாள்.

கதவைத் தட்டும் சத்தம் கேட்டது. ஆபிதா கண்களைத் துடைத்தபடி, கதவை நோக்கிச் சென்றாள். அஜ்மல், "அஸ்ஸலாம் அலைக்கும்" என்றபடி வீட்டிற்குள் நுழைந்தவன், "அண்ணன் கடை திறக்க போயிட்டாங்களா? எனக்கு இன்னைக்குக் கொஞ்சம் நேரம் ஆகியிருச்சு. டெல்லி போறதுக்கு தப்லிக் ஜமாத் மசோராவுக்குப் பேர் குடுத்துட்டு, மசோரா பண்ணோம் அதான்" என்றபடித் தனதறையை நோக்கிச் சென்றான்.

"எப்ப, எத்தனை நாள் போகப் போறே" ஆபிதா பின் தொடர்ந்து வந்தாள். "ஒரு மாதம் போகப் போறேன். நிறைய ஊர் போறோம். கடைசியா டெல்லில முடிப்போம்."

"உனக்கு ஏன் இந்த வேலை? தொழிலைப் பார்த்தோமா, நாலு காசு சம்பாரிச்சோமா, கல்யாணம் பண்ணோமானு

இருக்க மாட்டியா?" கோபமாகக் கேட்டவளிடம், "அல்லாவே... இது என்ன புதுசா இருக்கு? என் ஈமானை[2]ப் பலப்படுத்த நான் போறேன். மறுமைக்கு நன்மைய தேடுறோம். நீங்களெல்லாம் இம்மைலதான் வாழ்க்கை இருக்குன்னு தேடித்திரியிறீங்க. போக்கா. . . போய் வேலை இருந்தா பாரு." மென்மையான உறுதிமிக்க குரலில் சொன்னான் அஜ்மல்.

மனம் தளர்ந்தவளாக ஆபிதா அங்கிருந்து அகன்றாள். அவளது முகம் பெரும் குழப்பத்தில் மூழ்கியிருந்தது. இவனது எதிர்காலம் என்னவாக இருக்கும் எனும் கவலை அதில் ஊடாடிற்று.

பி.எஸ்.சி. முடித்தவன், நல்ல மார்க் வாங்கியிருந்தான். அவனை மேலே படிக்கவைக்க ராசாங்கம் விரும்பியபோது, "வேண்டாம், நான் உங்களோடு கடையை பார்த்துக்கொள்ளப் போகிறேன்" என்று சொல்லிவிட்டான்.

மதுரையில் வக்ஃப்போர்ட் கல்லூரியில் படித்தான். அங்கிருந்த சமயங்களில்தான் தப்லிக் ஜமாத் தொடர்புகள் உண்டாயிற்று. விடுமுறை விடும் சமயங்களில் மூன்று நாள் ஆசிரியருடன் அருகிலிருக்கும் ஊர்களுக்குப் போவார்கள். கூடவே இன்னும் சில மாணவர்களும் போவார்கள். அந்தப் பழக்கம் இன்னும் அதிகமாகியிருக்கிறது. மேற்படிப்பு படித்து நல்ல வேலை, சம்பளம், வாழ்க்கையில் உயர்வது என்கிற ஆசைகளிலிருந்து அவன் வெகுவாக விலகிப் போய்க்கொண்டிருந்தான். ராசாங்கம் கவலைப்பட்டான். எனக்குத்தான் படிக்க வைக்க ஆளில்லை இவனுக்கென்ன இப்படி புத்திமாறிப் போகிறானே என்று.

"இனி அடிக்கடி தப்லிக் ஜமாத் கூட்டங்களுக்கோ ஊர்களுக்கோ போக வேண்டாம். கடையைப் பார். உனக்கு 25 சதவீதம் லாபம் எடுத்துக்கோ. வீடு கட்டணும், கல்யாணம் பண்ணனும்" என்று சொல்லிப் பார்த்தான். அஜ்மலிடம் பதிலில்லை. மௌனமாகச் சிரித்து அந்தத் தருணத்தைக் கடந்தான். தம்பியை இறுகப்பற்றிக்கொள்ள விரும்பிய ராசாங்கம் சொன்னான். "நான் கூடத்தான் ஈமானோட இருக்கேன், தொழுகுறேன், இல்மு செய்கிறேன் வியாபாரம் பண்றேன், இங்கு வாழப் பணம் வேணும். வாழ்க்கையில பிடிப்பில்லாம நீ ஏன் இப்படி இருக்கறே?" சகோதரனின் அக்கறையை அறிந்தவனாக அஜ்மல் அமைதியாக அமர்ந்திருந்தானே தவிர, பதில் ஏதும் சொல்லவில்லை.

---

2. மத நம்பிக்கை.

29

அஜ்மல் தனக்குப் பொருந்த முடியாத இடத்தில் இருந்து எங்காவது சென்றுவிட விரும்பினான். அண்ணியின் அலட்சியத்தை உணரமுடிகிற இந்த வீடு, அவனுக்கு அவநம்பிக்கையைக் குறைவில்லாதபடிக்குத் தரக்கூடியதாகவே இருந்தது. கிராமத்திற்கே போய்விடலாம்தான். இருக்கும் வயலை, தோட்டத்தைப் பராமரித்துக்கொண்டு இருக்கலாம். ஆனால் இந்த ஊர் பள்ளிவாசல், இங்குள்ள அமீர், தப்லிக் ஜமாத் ஆட்கள் எல்லாமும் நல்ல சேர்மானம் கூடியிருந்ததுபோல, கிராமத்தில் ஒன்றும் இல்லை. அதனால் அங்கு போகவேண்டாம் என நினைத்துத் தான் இங்கிருக்கிறான்.

அண்ணன் ஹஜ்ஜுக்குப் போகும்போது அவருக்குத் துணையாக இருப்பது கடமை, நன்மையும் கூட என்பதனால் வந்தான். ஆபிதாவிற்குத்தான் இவனது தோற்றமும் செயல்பாடுகளும் அதிருப்தியூட்டக் கூடியதாக இருந்தன. இவன் ஏதாவது ஹதீஸ்[1] சொல்வதற்கு முயன்றால் அவளுக்குப் பிடிக்காது. ‘போடா ...’ என்று திட்டுவாள் “நான் தொழறேன், ஓதறேன். நீ ஒண்ணும் எனக்கு ஹதீஸ் சொல்லித் தரவேணாம்” என்று தம்பியிடம் கடுகடுப்பாள்.

பல்வேறு யோசனைகளோடு குளித்துச் சாப்பிட வந்து அமர்ந்தான். ஆபிதா தோசை சுட்டுக்

1. நபி வாழ்ந்த வரலாற்று கதைகள்.

கொடுத்தாள். இருவருக்குமிடையே நிறைந்துகிடந்த மௌனம் புதியதாக இருந்ததை பானு உணர்ந்தாள்.

ஆபிதாவின் மன ஓட்டம் வேறொன்றாக இருந்தது. இவன் இப்படி உலக ஆசைகள் இல்லாமல் இருப்பானென்றால் எப்படி ஊரில் பெண் கிடைக்கும்? தோற்றத்தைப் பார்த்தாலே வெறுப்பார்களே என நினைத்துக்கொண்டாள். இத்தனை அழகிய முகம் நீண்ட தாடிக்குள் மறைந்து கிடந்ததைத் திரும்பிப் பார்த்தவளுக்கு, இந்தக் காலத்துப் பொண்ணுகள் எப்படி இவனைக் கட்ட ஏத்துக்குவாங்க என்கிற யோசனை ஓடியது. கடையிலிருந்து நீண்ட நேரம் கணக்குகளை சரிபார்த்தான் ராசாங்கம். துல்லியமாக நாற்பது நாட்களுக்கும் வரவு செலவுகள் எழுதியிருந்தான் அஜ்மல்.

தனக்கெனப் பெரியசெலவு ஏதும் செய்ததாகக்கூடத் தெரியவில்லை. அதீதமான நேர்மையும் கவனமும் கொண்டிருந்தான் போலிருந்தது. எது குறித்தும் பெருமிதமோ மகிழ்வோ இருப்பதுபோலவும் தெரியவில்லை. சற்றுநேரம் அமைதியாக அமர்ந்திருந்தான் ராசாங்கம்.

அம்மா, சின்னம்மா இருவரும் நேற்று போன் செய்திருந்தார்கள். பாத்திமாவின் கணவன் திரும்பிவந்துவிட்டார் என்று சொன்னார்கள். குழந்தை பிறந்தவுடன் போன மனிதன் அவளது திருமணம் முடிந்த பிறகு வந்துசேர்ந்திருக்கிறார். எதற்காக வந்தார் எனத் தெரியவில்லை. பாத்திமா வீட்டிற்கு வரவிடவில்லை. பள்ளிவாசலில் தங்கியிருக்கிறாராம். "நீ வாத்தா... வந்து என்ன செய்யலாம்னு பேசலாம்" என்று அழைத்தாள்.

ஆபிதாவை, "வா, நாம் இரண்டு பேரும் போய் அவரைப் பார்த்துட்டு வருவோம்" என்று கூப்பிட்டான். அவள், "வேணாம் நீங்க போங்க" என்று சொல்லி மறுத்துவிட்டாள். அவள் வர வேண்டும், அவரைப் பார்க்க வேண்டும் என்பதற்கான எந்த அவசியமும் இல்லை தான். அதனால் அமைதியாக இருந்து கொண்டான்.

அஜ்மலுக்கு அவர்மீது வெறுப்பேதும் இருக்காது. "எல்லாம் அல்லாஹ் நாடியதுதான்" என்கிற ஒற்றை வார்த்தை மூலம் அவன் எல்லா விசயங்களுக்கும் ஒரு நிவாரணத்தைச் சொல்லி விடுவான். இன்று அவனையும் தன்னோடு அழைத்துச் செல்வது தனது வேலையைச் சுலபமாக்கும் என நினைத்தான்.

காரில் அவர்கள் பயணத்தைத் தொடங்கியபோது அஜ்மல்தான் பயண துஆ ஓதினான். அவனைத்தான் காரை ஓட்டச் சொல்லியிருந்தான், ராசாங்கம். இன்று ஓட்டுவதற்கு ஏனோ விருப்பமில்லாமல் இருந்தது. அத்தோடு அஜ்மலின் டிரைவிங்

நிதானமாக இருக்கும். கூடவே தெருவில் நடந்துசெல்கிறவர் களில், அனிபா கண்ணில் பட்டுவிடுவானா என்று பார்த்துக் கொண்டிருக்க வேண்டும். அதுவே வழக்கமாகிவிட்டது. முன் இருக்கையில் தம்பி கார் ஓட்டுவதைப் பார்த்தபடி அமர்ந்திருந் தான் ராசாங்கம். கேசட்டில் பைத்[2] ஓடிக்கொண்டிருந்தது. "சாப்பிட்டியா?" என்று கேட்டான். "ஆமாம்" சுருக்கமான பதில் வர, ரோட்டில் நடந்து செல்பவர்களைப் பார்க்கத் தொடங்கினான்.

ராசாங்கம், "நல்ல வெயில் செப்டம்பர் மாசத்திலே. இது மழை வர்ற காலம் இல்ல." என்றான்.

"அதெல்லாம் மாறிருச்சு, உலகத்திலே இபாதத்[3] குறைஞ்சுருச்சு. சைத்தான்கள் கூடிப்போயிருச்சு. மறுமை[4] வரப்போகுது." என்றான் அஜ்மல்.

ஆமோதிக்கும் வகையில் தலையசைத்தான், ராசாங்கம்.

"பல வருசமா நான் எங்கே போனாலும் ரோட்ல யாராவது மனநிலை பாதிச்சவங்க போறாங்களான்னு பார்த்துக்கிட்டு தான் போறேன். பல தடவை காரை நிறுத்தி, அனிபாவானு அந்த ஆளப் பார்த்துட்டுத் திரும்பி வருவேன். அல்லா... அவன கண்ணுல காட்டுன்னு கேக்காத நாள் இல்ல."

"அல்லாஹ் நாடுனதுதான் நடக்கும். நீங்க ஹாஜியார். இனி அவன் மேல பாரத்தைப் போட்டுட்டு அமைதியா துஆவோட இருங்க. ரோட்ட பாக்குறது, தேடித்திரியறதெல்லாம் அந்த இறைவனை மறந்து செய்யறது மாதிரி."

"அப்டி இல்லப்பா, நாம இப்படி சொகுசா வாழறப்ப அவன் சோறு தண்ணியில்லாம எங்கே திரியறானோ? தெரியலையே. என்னால ஒரு வேளை சோறு கூட நிம்மதியா சாப்பிட ஏலலை."

அண்ணன் உணர்ச்சிவசப்பட்டு இருப்பதை அஜ்மல் உணர்ந்து அமைதியானான். அவன் எப்போதுமே அப்படித்தான். இன்னும் கொஞ்சம் தூண்டினால் அழுதுவிடுவான். அம்மா, "போடா பொம்பளையாட்டம் எப்போதுமே கண்ணீர் விட்டுக்கிட்டு" என்று செல்லமாகத் திட்டுவாள்.

வெயில் நேருக்கு நேராகக் கண்களைக் கூசச் செய்தது. பைத் ஓசை இவர்களது மவுனத்தின் ஊடே தொடர்ந்து இசைத்தது. கொஞ்சநாட்களுக்கு முன்புவரை சினிமா பாடல்களை

---

2. இஸ்லாமிய வசனங்களை பாடலாக்கி படித்தல்.
3. நற்காரியங்கள்.
4. மரணத்திற்கு பிந்தைய வாழ்வு.

அடைக்கும் தாழ்

கேசட்டில் இருந்து ஒலிக்கவிட்டு காரில் பயணம் செய்தது ராசாங்கத்திற்கு நினைவு வந்தது. இனி அப்படி இருக்கக் கூடாது. இசை ஹராம். "இங்கே நிறைய சினிமா பாட்டு கேசட்டு இருந்துச்சே, அதெல்லாம் எங்கே அள்ளிப் போட்டே" என்றான். "ஹராமான செயல்னு இனி நீங்க பாட்டு கேக்க போறதில்லை. அதனால் ஒரு அட்டைப் பெட்டியில் போட்டு ஆபிதாகிட்ட குடுத்துட்டேன். டிக்கியிலதான் கிடந்துச்சு. ரெண்டு நாள் முன்னதான் அண்ணி பாட்டு கேப்பாங்கன்னு சொல்லி எடுத்துக்கிட்டாங்க."

ஆமோதிக்கும் விதமாகத் தலையை அசைத்தான். "உனக்கு ஒரு டஜன் தொப்பி முஸலா[5], தஸ்பீஹ்மணி[6] வாங்கி வந்தேன். ஆபிதாகிட்ட இருக்கு." சரி என்பது போல் தலையசைத்தான். "உனக்கு இங்கே வீட்ல இருக்கிறதுல ஏதோ மனஒட்டுதல் இல்லாத மாதிரி நான் பீல் பண்றேன்." மிக நிதானமாக மெதுவான குரலில் கேட்டான். நீண்ட தயக்கத்திற்குப் பிறகு அதைக் கேட்டவன், அப்படியே அமைதியாக இருந்தான்.

தம்பியின் பதில் என்னவாக இருக்கும்? பதில் வருமா இல்ல. . . மழுப்புவானா என்கிற பெரும் கவலை மனத்தில் கனமாக ஓங்கியிருந்தது. "நாம் இம்மையில் வைத்திருக்கும் அத்தனையையும் கையோடு எங்கேயும் கொண்டு செல்லப் போவதில்லை எள்று ஏன் யாருக்கும் புரியவில்லை? அதுவும் அல்லாமீது ஈமான் கொண்டவங்களுக்கு ஏன் தெரியலை."

சொல்லிவிட்டு, முத்துக்களைப் போன்றதொரு பல்வரிசை தெரிய அஜ்மல் சிரித்தான். யார் மீதும் புகாரில்லை, கோபம் இல்லை, மனக்கசப்பும் இல்லை.

அவர்கள் ஊரை நெருங்கியிருந்தார்கள். "நீ இந்த வயசிலே உலக ஆசைகளிலிருந்து விடுபட்டு வாழணும்னு அவசியமில்லே. இந்த வயசுக்கேத்த மாதிரி இரு." மிகுந்த தயக்கத்துடனும் பதற்றத்துடனும் இதனைச் சொல்லி முடித்ததும், தம்பி தன்னை அற்பமாகவோ துச்சமாகவோ நினைப்பதற்கான ஒரு சந்தர்ப்பம் இருப்பதை அறிந்திருந்தான். அவனை எதிர்கொள்வதற்கான தயார் நிலையில் இருந்தான். "நாம் அவரவர் குழிக்கு நன்மையை தேடுறோம் அவ்வளவுதான்." சிரித்தான் அஜ்மல்.

பேச்சை வேறு திசைக்கு நகர்த்த விரும்பிய ராசாங்கம், "இப்ப பாத்திமாவை நீதான் சமாதானம் செய்யணும்" என்றான். "நான் பேசறேன், நீங்க கவலைப்பட வேண்டாம்." அஜ்மல் உறுதியாகச் சொன்னான்.

---

5. தொழுகும் விரிப்பு.
6. ஜெபிப்பதற்கான மாலை.

கார் சத்தம்கேட்டதும் வீட்டு வாசற்படி வந்து நின்றார்கள் மகமூதாவும் சைனம்புவும். இருவரும் அவசரமாக இழுத்துப் போட்டிருந்த தலைமுக்காடு வழக்கத்தை விட முகத்தையும் மறைக்கும் விதத்தில் இருந்ததைக் கவனித்தபடி காரிலிருந்து இறங்கி ஸலாம் சொன்னான் ராசாங்கம்.

"அலைக்கும் ஸலாம்" அழுத்தமாகச் சொல்லியபடி பிள்ளையை நெஞ்சார அனைத்து உச்சி முகர்ந்தாள் சைனம்பு.

நீண்ட மூக்கில் பளிச்சிடும் மூக்குத்தி, நடுவகிடுக்குப் பக்கவாட்டில் சுருண்டுகிடந்த முடி. பளிச்சிடும் முகம். அத்தனையும் தாண்டிக் கண்களில் பதுங்கியிருந்த துயரம். வீட்டின் முற்றத்து வாசல்படியில் பாத்திமா தலைகுனிந்து அமர்ந்திருந்தாள். அவளுக்கு முன்பாக ஆளுக்கொரு திசையில் இருந்தார்கள் நான்கு பேரும். அவள் தீர்க்கமாகத் தெளிவாகச் சொன்னாள். "அந்தாள் இத்தனை வருசம் கழிச்சு இப்ப என்னத்துக்கு வந்தான். வீட்டுக்குள்ள வரக் கூடாது." அஸ்தபிருல்லா[7] புருஷன எப்டி அவன் இவன்னு சொல்றது?" "தப்புக்கா" கடுமையும் இல்லாத, மென்மையும் இல்லாத ஒரு தொனியில் அஜ்மல் அவளை அதட்டினான்.

"அந்தாள் ஒழுங்காதான் இருந்தான். இவதான் சம்பாதிக்கல நீ ஒரு ஆம்பிள்ளையான்னு, அந்தப் பாடுபடுத்தி எடுத்தா; கொடு சூரி. மனுசன் இவ படுத்தினபாடு தாங்காமதான் ஓடினான். ஊர்ல மீதி ஆம்பளை மாதிரி குடிச்சாரா, கூத்தியாகிட்ட போனாரா?" சின்னம்மா மூக்கைச் சிந்தினாள்.

"நீயில்லாட்டி நானும் எம்புள்ளையும் எப்டி கஞ்சி குடிச்சிருப்போம்? எம்புள்ளைய யாரு கட்டிக் குடுத்துருப்பாங்க சொல்லு தம்பி." அவளது குரல் ஓங்கிக் கேள்வியாக நிறைவுற்றது. ராசாங்கத்தைப் பார்த்துக் கேட்ட கேள்வியில் நியாயம் இல்லாமல் இல்லை.

"எது எது எப்போ எப்படி நடக்கணுமோ அப்படிதான் நடக்கும். அதை அல்லா நாடுறப்ப அவனே நடத்தறான். நீ உன் ஈமானில் பலம் கொண்டவளா இருந்தா, உன் தொழுகை இபாதத்தில் நம்பிக்கை இருந்துன்னா சபுர் செய்யும்மா."

ராசாங்கத்தின் வார்த்தைகள் அவளை மேலே பேச விடாமல் செய்தன. இளமையைத் தொலைத்துவிட்டு, நோயாளியாக வந்து சேர்ந்திருக்கும் அந்த மனிதனுக்கு இனி காலமெல்லாம் சேவகம் செய்ய அந்த இறைவன் நாடியிருக்கிறான் என்று சொல்வதே வெறுப்பை உண்டாக்கிற்று. தன்னோடு எந்த சூழ்நிலையிலும் சேர்ந்து வாழ்ந்திராத, ஏறக்குறைய தன் நினைவிலிருந்தே

7. பாவமன்னிப்பு.

மறைந்து போன ஒருவனை ஏற்றுக்கொள்ளச் சொல்வதை ஒப்புக்கொள்ள முடியவில்லை.

ஆனால் அதற்கான சுதந்திரமும் துணிவும் அவளுக்கு இல்லை. அஜ்மல் பள்ளிவாசலுக்குச் சென்று வயதைத் தாண்டி முதிர்ந்திருந்த அந்த மனிதரை வீட்டிற்கு அழைத்து வந்தான்.

ராசாங்கம் அவரை ஆரத்தழுவி முசாபா செய்தான். அவன் தன்னோடு கொண்டுவந்திருந்த புத்தம் புதிய கைலிகளையும் ஜிப்பாக்களையும் அவரது கைகளில் தராமல் அறையின் உள்ளே கொண்டுபோய் வைத்தான். சிறுவயதில் மணநாளில், தான் பார்த்த ஒரு அழகிய துடிப்பான இளைஞன் இன்று கோலம் மாறி ஒரு யாசகனைப் போல வந்து நிற்க காலம் விதித்திருந்தது வேதனையை உண்டு பண்ணிற்று. அவர் தங்கள் முன்பாகக் கூனிக்குறுகி நிற்பதனைக் காணச் சகிக்க இயலாமல் இருந்தது. நீண்ட தாடியும் கறுத்துத் தளர்ந்த உடலின் இயலாமையும் ஏனோ கண்களில் நீரை வரவழைத்தது.

குற்றவாளியாகக் குடும்பத்தின் முன் நிற்கக் கூடிய சூழல் இனி எந்த ஒரு மனிதனுக்கும் எந்த சூழலிலும் உருவாக இடம் தரக் கூடாது. இறைவனிடம் மனம் உருகி வேண்டினான். அனிபாவின் அறையை ஒருமுறை பார்த்துவிட்டு வெளியே வந்தான் ராசாங்கம்.

அவனுடைய இருப்பில்லாமல் தன் அடையாளத்தை அது இழந்திருந்தது. அவன் ஒட்டிவைத்திருக்கும் கமல், ரஜினி படங்களைக் காணவில்லை. அவனது வாசனை இல்லை. அவனது இருப்பு மறைந்துபோய் அனைவரும் வாழ ஆரம்பித்து நாட்களாகிவிட்டது. இனி அவன் வருவான் எனும் நம்பிக்கையை விட வர வேண்டாம் எனும் எண்ணம் கூட உருவாகி இருக்குமோ எனச் சந்தேகம் கொண்டான். சின்னம்மாவைத் தவிர வேறு யாருக்கும் அவன் சுமைதானே? இதோ இந்த சிக்கந்தரைப் போல்...

ரசியாவின் நினைவு வந்தது. அவளைப் பார்த்தால் நல்லது என நினைத்தான். அனிபா காணாமல்போய் ஏழு வருடம் முடிந்துவிட்டால், அவள் மறுமணம்செய்துகொள்ளலாம். ஆனால் அவள் நினைப்பது என்னவென்று தெரியவில்லை. மறுபடி அவளைச் சந்திப்பது மனச் சஞ்சலத்தைத் தரக்கூடும் என்கிற பயம் உண்டாக, அந்த நினைவைக் கைவிட்டான். கிளம்பும்போது கத்தையாகப் பணத்தை எடுத்துச் சின்னம்மாவின் கைகளில் தந்தவன். சிக்கந்தருக்கான செலவையும் தானே கவனித்துக் கொள்வேன் என்கிற உத்தரவாதத்தைச் சொல்லாமலேயே உணர்த்திவிட்டுச் சென்றான்.

சல்மா

30

அஜ்மலைக் கண்டாலே ஊரில் பலரும் ஓடி ஒதுங்கவும் கேலி செய்யவும் தொடங்கியதை ஆபிதா நினைத்தால் மறுகணமே பெருமூச்சை வெளிப்படுத்துவாள்.

அவனா, ஹதீஸ் சொல்வானே என்று அக்கம்பக்கத்துப் பெண்கள் நக்கலாகச் சொல்வதைக் காதில் கேட்டாலும், கேட்காததுபோல இருந்து கொள்வாள். அவன் இப்போதெல்லாம் மூன்று மாதம் நாற்பது நாள் என்று தப்லிக் ஜமாத் கூட்டங்களுக்குப் போய்விடுகிறான்.

எப்போதாவது வரும்போது ஊரில் யாரைப் பார்த்தாலும் ஹதீஸ் சொல்லத் தொடங்கிவிடுவான். தொழுவதன் முக்கியத்துவம், ஈமானைப் பலப் படுத்துவது, மறுமைக்குச் செல்வது எப்படி இவை மட்டும்தான் சிந்தனை முழுக்க இருக்கும். "நீ மட்டும் தொழேன், ஏன் எல்லோரையும் பார்த்துச் சொல்லிக் கொடுமைப்படுத்துற? மதிக்க மாட்டிங்கராங்கள்ல. காலையில நீ எதிர்த்த வீட்டுக்குப் போய் பெல் அடிச்சு, ஆயிசா புருஷன் ரசாக் இருக்காரா, வரச் சொல்லுங்கன்னு கூப்பிட்ட இல்ல. அவர் உள்ளதான் இருந்தாரு. ஆயிசாக்கிட்ட இல்லன்னு பொய் சொல்லச் சொல்றாரு. இந்த அசிங்கம் தேவையா?" என்பாள் தம்பியிடம்.

"அப்டியா இருக்கட்டும். அவங்க இந்த வாழ்க்கை நிலையானதுன்னு பொய்யா நம்பி வாழறாங்க. அதை அவங்களுக்கு எடுத்துச்சொல்றது

எங்க கடமை. சொர்க்கத்துக்கு நான் மட்டும் போனா போதுமா? மத்தவங்களையும் கூட்டிப் போகணும் இல்ல."

அஜ்மலின் கண்களில் வெளிப்படுகிற பெரும் கவலையை மௌனமாகக் கவனிப்பாள் ஆபிதா .

அவன் பம்பாய், ஹைதராபாத், டெல்லி எனப் போய் இரண்டு மாதம் ஆகியிருந்தது. அவனுக்குப் பெண் தேடுவது சாத்தியமில்லை. இங்கே பக்கத்து ஊர்களில் யாராவது ஏழை அசரத் வீட்டில் பெண் இருந்தால் பார்த்து முடிக்கலாம் என்று நினைத்துக்கொண்டிருந்தாள். வயதும் கூடிப்போகிறது. வரதட்சணை இல்லாமல் மஹர்[1] தந்து முடிக்கலாம்.

வரவேற்பறையில் இருந்த டி.வி.யை மூட்டைகட்டி வைத்துவிட்டான் அஜ்மல். "அண்ணன் ஹஜ்ஜுக்குப் போயிட்டு வந்தாச்சு. இனி சைத்தான் வீட்ல ஓடக் கூடாது."

ஆபிதா சொன்னாள், "அதுபாட்டுக்கு இருந்துட்டுப் போவுது, விடு. பொம்பளைங்க நாங்க பார்த்துட்டுப் போறோம்."

"அதெல்லாம் வேணாம். அண்ணன் சங்கடப்படுவார்." ஆபீதாவிற்கு மறுபடிப் பேச வார்த்தை இல்லை. அஜ்மல் ஊருக்குப் போனதும் திறந்துவைத்து டி.வி. பார்க்கலாம் என நினைத்தாள்.

வெயில் வெளியில் தகித்துக்கொண்டிருந்தது. மயக்கமாக இருந்தது. அறையில் இருந்த டேப்ரிக்கார்ட் கேசட்டுகளில் தூசு படிந்திருந்தது. ராசாங்கம் விருப்பமான பாடல்களை எப்படி கேட்காமல் இருக்கிறான் என்று ஆபிதா வியப்படைந்தாள். பானு ஆபிதாவிடம் சொன்னாள், "இனி புதுசா படம் வந்தா கேசட்டுக்கு ராமன்கிட்ட போன் பண்ணிச் சொல்ல வேண்டியது தான். அவன் வாங்கித் தருவான்."

அஜ்மலுக்கும் ராசாங்கத்துக்கும் இடையேயான வேறுபாட்டை நினைத்துச் சிரித்துக்கொள்வாள் ஆபிதா. ஹஜ்ஜிலிருந்து திரும்பிய பிறகு எந்தச் சமயத்திலும் தன் காதில் சினிமாபாட்டு விழுந்துவிடக் கூடாது என்ற விசயத்தில் தீவிர மாக இருந்தான். "துனியாவின் ஆசைகளை விட்டு வாழ்வதுதான் இனி நல்லது. ஹராமா[2]க்கப் பட்டவைகளில் இருந்து என்னை விலக்கி வை, யா ரப்பு" என அடிக்கடித் தனக்குள் முனகிக் கொள்வான், "யா அல்லா... என் ஈமானைப் பலப்படுத்து."

---

1. பெண்ணுக்கு மாப்பிள்ளை தரும் வெகுமதி.
2. விலக்கி வைக்கப்பட்டவை.

ஹாஜியார் இந்த வயதிலே இப்படியெல்லாம் உலக ஆசையை விட்டுவிட்டு சூபியா மாறிட்டார்னு ஊரெல்லாம் சொல்லச் சொல்ல தன் மனத்தில் தடையை உருவாக்கிக் கொண்டான். கொஞ்ச நாட்கள்தான் இந்த நிலை .

இப்போதெல்லாம் அந்தத் தீவிரம் கொஞ்சம் குறைந்திருப் பதை உணர்ந்தான். அவன் வீட்டில் இருக்கும்போதே, ஆபிதா தன் அறையிலிருந்து பாட்டைப் போட்டுவிடுவாள். ஆபிதா வுக்குத் தெரியும், அவனுக்கு எந்தப் பாட்டெல்லாம் விருப்பம் என்று. அவ்வப்போது அதைச் சத்தமாக ஒலிக்கவிட்டு வேலைகளைப் பார்ப்பாள். ராசாங்கம் அதைக் கவனிக்காதவனாக சாப்பிட்டுக் கொண்டோ, மற்ற வேலைகளை செய்துகொண்டோ இருப்பான். நிஜமாகவே கவனிக்கலையா இல்லை பாவனை செய்கிறானா என்கிற யோசனை பானுவுக்கு வரும்.

அஜ்மல் வீட்டில் இருந்தால் நிலைமை வேறாக இருக்கும். வீடு அமைதியடைந்திருக்கும். பாட்டு ஒலிக்கக் கூடாது.

"ஆபிதா இங்க வாயேன், கொஞ்சம் பேசணும்" அறைக்கு வெளியில் நின்று அழைத்தான் ராசாங்கம். நேற்று துவைத்த துணிமணிகளை மொட்டை மாடியில் காயப்போட்டு எடுத்து வைத்திருந்தாள், மைமூனா. அவற்றை மடித்துக்கொண்டிருந்த ஆபிதா, "இதோ வரேன்" என்றபடிக் கட்டிலில் இருந்து எழுந்து அறையை விட்டு வெளியே வந்தாள். "பானு எங்கே? கூப்பிடு" என்றான்.

ஏதோ முக்கியமான செய்தி சொல்லப் போகிறான் என்று புரிந்தது. தலைநிறைய முக்காட்டை இழுத்துப் போட்டவள், கேட்பதற்கான ஆவல் மேலிட அடுத்த அறைக்குள் இருந்த பானுவை, "பானு இங்கே வா. . . செத்த நேரம், ராசாங்கம் கூப்பிடுது" என்றழைத்தாள்.

பானு பீரோவில் துணிகளை அடுக்கிக்கொண்டிருந்தாள். "என்ன மதினி, அவுக கூப்பிட்டாங்களா?" என்றபடி அவசரமாக வந்தவள், நடுஹாலில் சோபாவில் அமர்ந்திருந்த கணவனிடம், "என்னங்க, ஏதும் வேணுமா? டீ கொண்டு வரட்டுமா?" என்றாள். "அதெல்லாம் வேணாம். இப்டி உக்காருங்க ரெண்டு பேரும்" என்று சோபாவின் எதிர்ப்புறத்தைக் காட்டினான்.

ஆபிதாவும் பானுவும் ஒருவர் முகத்தை ஒருவர் பார்த்துக் கொண்டார்கள். சோபாவில் உட்காரப்போன ஆபிதா "இருங்க வரேன்" என்றபடி அவசரமாகத் தனதறைக்குள் போய் பாடிக்கொண்டிருந்த டேப்ரிக்கார்டை அணைத்தாள். வேகமாகத் திரும்பி வந்து ராசாங்கத்தின் எதிரே பானுவின் அருகாக அமர்ந்தாள்.

“எல்லாம் நல்ல சேதிதான். அஜ்மலுக்கு லால்பேட்டையிலிருந்து ஒரு சம்பந்தம் வந்திருக்கு. சரின்னு சொல்றதுக்கு முன்னாடி உங்ககிட்டேயும் அவன்கிட்டேயும் கேட்கணும் தான்” என்றான். ஆபிதா ஆச்சரியமாகப் பார்த்தாள். இது என்ன அதிசயம் என்பது போல் அவள் முகபாவம் இருந்தது.

“இவன் தப்லீக்ல போறான் இல்ல... அந்தப் பொண்ணோட அத்தாவும் இவன் போற ஊர்களுக்குப் போவார்போல. அந்த ஊரோட அமீர் அவர்தான். பேரு இப்ராகீம். அவர் இவன்கிட்ட பேசிப் பழகியிருக்கார். இவனுடைய நல்ல பழக்கவழக்கம் புடிச்சுப் போச்சாம். இவன் ஆளும் ஜம்முன்னுதான் இருப்பான். அதான் நம்ப ஊர் அமீர்கிட்ட, என் போன் நம்பர் கேட்டு வாங்கி போன் பண்ணார். பெரிய ஆள்தான். சூப்பர் மார்க்கெட் வச்சிருக்கார். ஒத்தப் பொண்ணுக்கு ஏத்த பையனா இருக்கானா? நிக்காஹ் முடிச்சுக் கூட்டிப் போய்ருவாராம். கூடவே கடையப் பார்த்துக்கிட்டு இருந்தால் நல்லதுன்னு சொன்னார். எனக்கும் அவரைத் தெரியும். நல்ல மனுசன். நல்ல குடும்பம்தான், பெரிய வசதிகூட. அவன்கிட்ட கேட்டுத்தான் சொல்ல முடியும்ன்னு சொல்லிட்டேன். வீட்டோட மாப்பிள்ளைன்னு அவன் போவானானு தெரியாது இல்ல...”

சொல்லிவிட்டு யோசனையில் ஆழ்ந்தான் ராசாங்கம். ஆபிதாவிற்கும் பானுவிற்கும் திகைப்பாக இருந்தது. இது என்ன புதுக்கதை என்று இருவரும் முகம்பார்த்துச் சிரித்துக் கொண்டார்கள். ஆபிதா தலை முக்காட்டை இழுத்துவிட்டு ‘யா அல்லா...’ என்றாள். “வருசமெல்லாம் அவனுக்கு யார் பொண்ணு குடுக்கப் போறாங்கன்னு கவலையில இருந்தா, அதிர்ஷ்டம் அவனைத் தேடி வருது பாரேன்! உம்... உங்க தம்பி அதுக்கு ஒத்துக்கணுமே” என்று அங்கலாய்த்தாள் பானு.

தெருவில் அவனைப் பார்த்துவிட்டு ஒளியாதவர்கள் யாரும் இல்லை. பைத்தியம், கண்டாலே புடிச்சிக்கிட்டு ஹதீஸ் சொல்ல ஆரம்பிச்சிருவான் என்று ஆபிதாவின் காதுபடவே பேசியவர்களுக்கு முன்னால், இவனுக்கு இதே தகுதிக்காக நல்ல வாழ்க்கையை அல்லா தருகிறான் என்கிற மகிழ்ச்சியும், அவன் இதனை ஏற்றுக்கொள்வானா, மறுப்பானா என்கிற சந்தேகமும் உண்டாயிற்று.

“எப்படியாவது அவனை ஒத்துக்கவையுங்க. வறட்டு கிஸ்ஸா[3] பேசி, மாட்டேன்னு சொல்லிரப் போறான்.” பதற்றம் ஆபிதாவின் குரலில் தெரிந்தது.

---

3. மதம் சார்ந்த கதைகள்.

“சொல்லிப் பார்ப்போம். மாட்டேன்னு சொன்னான்னா என்ன பண்றது? துஆ செய்யுங்க. புதுப்பள்ளிவாசலுக்குத் திறப்பு விழா நடத்துறதுக்கு என்ன பண்ணலாம்னு பேசறதுக்கு டிரஸ்டியும் முத்தவல்லியும் இப்ப வீட்டுக்கு வர்றதா சொல்லி யிருக்காங்க. காபி, டீ ஏதாவது ரெடி பண்ணுங்க. வெயில் கூடிக்கிடக்கு, மோர் வேணும்ன்னாலும் கேட்டுக்குங்க” என்றான்.

ராசாங்கத்தைத் தேடி ஊர் முக்கியஸ்தர்கள் வீட்டிற்கே வருகிறார்கள். ஊரின் மிக முக்கியமான ஓர் ஆளாகிவிட்டான் அவன் எனும் நிறைவு ஆபிதாவைத் திக்குமுக்காட வைத்தது.

“சரி” என்றபடி அவர்கள் எழுந்து வீட்டிற்குள் போனார்கள். “வாங்க, வாங்க” என வந்தவர்களை வரவேற்றான், ராசாங்கம். “ஹாஜியார் உதவியினால் புதுசா பள்ளிவாசல் கட்டி முடிச்சாச்சு. அல்லாவுக்கு சுக்ரியா[4]” என்றபடி டிரஸ்டி இஸ்மாயில் முசாபா செய்துவிட்டு அமர்ந்தார். “நாட்டாண்மை உங்ககிட்ட மசோரா பண்ணிட்டு வரச்சொல்லி அனுப்பினார். யார் யாரைக் கூப்பிடலாம்? எவ்வளவு சாப்பாடு ஆக்கலாம்? சொல்லுங்க.” ஹாஜியார் சொல்லும்போதே முத்தவல்லிக்கு வெயிலில் வந்ததன் காரணமாக மூச்சு வாங்கிற்று. தாட்டியான உடலைச் சற்றுச் சிரமப்பட்டுத்தான் தூக்கி வந்திருந்தார்.

ராசாங்கம் மின்விசிறியைக் கூட்டிவைத்தான். “இருக்கட்டும் பேசலாம், கொஞ்சம் ரெஸ்ட் எடுங்க” என்று அவர்களை ஆசுவாசப்படுத்தினான். “குடிக்க என்ன வேணும்னு சொல்லுங்க. சூடா வேணுமா? மோர் கொண்டு வரச் சொல்லட்டா?” என்றான். “மோர் போதும் ஹாஜியார்” என்றார் இஸ்மாயில். “பானு மோர் கொண்டுவாம்மா,” என்று அடுப்படியை நோக்கிச் சொன்னவன், திறப்புவிழாவுக்கு கெஸ்ட்டா தொகுதி எம்.பி. யை வரச் சொல்லிப் பேசியிருக்கேன். வெளியில மேடை போட்டுச் சின்னதா ஒரு ஸ்பீச். வந்தவங்களுக்கு மரியாதை செய்வோம். மேடை போடலைன்னா வருத்தப்படுவாங்க. பிறகு சாப்பாடு பிரியாணி. வழக்கம்போல் பக்கத்து ஊர்கள்ல இருக்கற நாட்டாண்மை, முத்தவல்லி ஜமாத், ஊர் முக்கியஸ்தர்கள் அத்தனைபேரையும் அழைப்பீங்கதானே? அதேபோல பண்ணலாம். செலவுத் தொகைய நான் பார்த்துக்கறேன். எத்தனை பேருக்கு சாப்பாடுங்கற கணக்கெல்லாம் வேணாம். அன்னக்கி முழுநாளும் சாப்பாடு வெந்துக்கிட்டே இருக்கட்டும். யார் வேணாலும் சாப்பிட்டுப் போகலாம்” என்றவன், அடுப்படியில் இருந்து மோரும் ஆப்பிளும் கையில் வைத்தபடி பானு வாசல்படியில் நிற்பதைப் பார்த்துவிட்டு எழுந்து போய் அவற்றை வாங்கிவந்துவைத்து, “சாப்பிடுங்கள்” என்று உபசரித்தான்.

---

4. நன்றி.

முத்தவல்லியும் ட்ரஸ்டியும் இன்னும் அதிர்ச்சியிலிருந்து விடுபடமுடியாமல் அமர்ந்திருந்தார்கள். "ஹாஜியார், உங்களுக்கு ரொம்ப பெரிய மனது. அல்லா ரஹ்மத்து செய்வான்" என்றார் முத்தவல்லி.

"நாங்க ஊருக்குள்ள வசூலுக்குப் போகணும் என்கிற கவலையில வந்தா நீங்க எங்க கவலைய தீத்துவச்சுட்டிங்க. ஜஜகல்லாஹ்[5]... அல்ஹம்துலில்லா[6]... அல்லா பெரியவன்." ஹாஜியாரின் இருகைகளையும் மறுகினார், இஸ்மாயில்.

"இருக்கட்டும், நீங்க சாப்பிடுங்க. என்கிட்ட அல்லா பரக்கத்தைக் கொடுத்திருக்கான். இதுக்கெதுக்கு நன்றியெல்லாம்."

"ஒரு நிமிடம் இருங்க. நான் எம்.பி. ஆபீசில்ல பேசி, மறுபடி கன்ஃபார்ம் பண்ணிடறேன், தேதிய" என்றவன், தொலைபேசியை எடுத்து டயல்செய்து பேச ஆரம்பித்தான். டெல்லிக்கு அழைத்திருக்கிறான் என்பதை, அவன் ஆங்கிலத்தில் பேசியதை வைத்து முடிவுசெய்துகொண்டார்கள். பேசிவிட்டு, "பி.ஏ. கன்ஃபார்ம் பண்ணிட்டார்" என்றவனிடம், "சரிங்க ஹாஜியார். . . நாங்க கிளம்பறோம் துஆ செய்யுங்க" என்று சொல்லி இஸ்மாயில் எழுந்து நின்றார்.

முத்தவல்லிக்கு வீடு அடுத்த தெருதான். அதனால், "நான் இப்ப உங்ககூட வரல இப்படியே வீட்டுக்குப் போறேன். சாயங் காலம் அசருக்கு பள்ளியில பாக்கலாம்" என்று விடை கொடுத்தவர், "நானும் கிளம்பறேன் ஹாஜியார்" என்று சொல்லி விட்டுக் கிளம்ப ஆயத்தமானார் ட்ரஸ்டி.

தன் அறையின் ஜன்னல் வழியே ஆபிதா அத்தனையும் பார்த்துக்கொண்டிருந்தாள். நொடிக்கொரு முறை ஹாஜியார் என்று அவர்கள் சொல்லியதைக் கேட்டு மனம் பரவசத்தில் ஆழ்ந்தது. இந்த மரியாதைக்காக, இந்த அந்தஸ்திற்காக எவ்வளவு ஏங்கியிருப்பான் சகோதரன் என்று அவள் அறிவாள். இன்று அந்தக் கவுரவம், அடையாளம் எல்லாமும் அவனது அருகாக வந்து நிற்கிறது. அவள் அறியாமலேயே கண்களில் நீர் வடிந்தது. "என் பொறப்பே" என மனத்திற்குள் முனகிக்கொண்டாள்.

பானு அவசரமாக அடுப்படியில் இருந்து வந்தாள். முகம் கடுகடுத்தது. அந்த இருவரும் மறுபடி வந்துவிடுவார்களோ என்கிற பதற்றத்துடன் அவசரமாகப் போய்க் கதவைத் தாளிட்டாள்.

சோபாவில் அமர்ந்திருந்த கணவன் முன்பாக வந்து நின்றாள். "இப்ப என்னத்துக்காக இவ்வளவு காச நீங்களே தரேன்னு சொல்றீங்க? ஊரே சேர்ந்துதான் பொதுக்காரியமெல்லாம்

---

5. கடவுள் போதுமானவன்.

6. நன்றி செலுத்துதல்.

பண்ணுவாங்க. உங்களுக்கு என்ன ஆச்சு?" படபடவென வெடித்தாள்.

அவன் நிதானமாக அவளை நிமிர்ந்து பார்த்தான். அவளது கோபம் நியாயமானது தான் எனப் புரிந்தது. அவளது கைகளைப் பிடித்துத் தனதருகில் அமர வைத்தான். மெல்லிய புன்சிரிப்போடு "இந்தக் காசு, பணமெல்லாம் அல்லா தந்ததுதானே? இந்த பரக்கத்தை[7] அவன் எப்போதும் நமக்குத் தருவான்."

"நமக்கு வர்ற வருமானத்தில் எத்தனை பங்கு ஜகாத் தரணும், உன் நகைக்கு எவ்வளவு ஜகாத் தரணும்னு நான் கணக்குப் போட்டுத்தான் இந்தச் செலவெல்லாம் பண்றேன். அவன் குடுக்கறான். நாம குடுக்கற நிலையில நம்மை வைச்சிருக்கான். இதைப் போய்ப் பெரிசுபடுத்தலாமா? கோபப்பட்டாலோ சொல்லிக்காட்டினாலோ நன்மை இல்லாம போயிரும். உனக்குத் தெரியும்தானே? 'ஆதாமின் மகனே. . . மற்றவர்களுக்காகச் செலவிடு, நான் உனக்குச் செலவிடுவேன்'னு ரசூல் சொன்னதை மறக்காதே."

அவனது சாந்தமான குரல், அவளது கோபத்தைச் சற்று மட்டுப்படுத்திற்று.

பானு நிதானித்தாள். "இவனைக் கணவனாகப் பெற, என்ன நன்மை செய்தேன்" என ஒரு கணம் யோசித்தாள். எப்போதும் அன்பை மட்டுமே காட்டுகிற ஒருவன், அதிர்ந்த ஒரு சொல் சொல்லாதவன், தனது கோபத்தில் கூட தூண்டிவிடப்பட்டு எதிர்த்துத் திட்டாதபடிப் பக்குவப்பட்ட மனிதன். அவன் இத்தனை ஆண்டுகளாகத் தனக்கு ஏதாவது குறைவைத்திருக் கிறானா?" என யோசித்தவள் அப்படியே மௌனமாக அமர்ந்திருந்தாள்.

இனி ஏதும்பேச வேண்டாம் என்கிற மனநிலை உண்டா யிற்று. தனக்கென எந்தக் குறையும் வைத்திராத அவனிடம் ஏதும் தவறுதலாக பேசிவிட்டோமோ எனும் தடுமாற்றம் உண்டாகி யிருந்தது. ராசாங்கம் எழுந்து அறையை நோக்கி நடந்தான். தன் அறையிலிருந்து ஆபிதா மெதுவாக வெளியில் வந்து பானுவின் தோளை ஆதரவாகத் தொட்டு அணைத்தாள்.

•••

ஊரே விழாக்கோலம் பூண்டிருந்தது. தெருவெல்லாம் டியூப் லைட்டும் மைக்கும் கட்டிவைத்து நாளெல்லாம் ஒலித்துக் கொண்டிருந்தது. தெருவெங்கும் பிரியாணி வாசம். ஆண்கள் சாப்பிட்டுவிட்டு வீடுகளுக்கும் பெண்களுக்கும் குழந்தை

7. செல்வம்.

களுக்கும் வாளிகளில் அள்ளிக்கொண்டு போனார்கள். மாலை பள்ளிவாசலை ஒட்டிப் போடப்பட்டிருந்த பிரமாண்டமான பந்தலும் மேடையும் ஊர் நிறைந்திருந்த ஜனங்களும் கண்கொள்ளாக் காட்சியாக இருந்தது.

பெண்கள் தெருத் திண்ணையில் அமர்ந்து ஒலிபெருக்கி யில் மேடையில் வந்திருக்கும் முக்கியஸ்தர்களும் அசரத்துக் களும் நிகழ்த்திக்கொண்டிருந்த ஹதீஸ்களைக் கேட்டுக் கொண்டிருந்தார்கள்.

மேடையில் எம்.பி.யும் எம்.எல்.ஏ.வும் கூடவே சுற்றியுள்ள பள்ளிவாசல்களின் ஜமாத் தலைவர்களும் உலமாக்களும் அமர்ந்திருக்க, அவர்களுக்கு மத்தியில் ராசாங்கம் அமர்ந்திருந் தான். அவன் மனம் ஒரு மாபெரும் பூரிப்பின் நிறைவில் தளும்பி யிருந்தது.

தன்னை ஒன்றுமேயில்லை என்று நிராகரித்த ஓர் இடத்தில் தனக்காக ஓர் இருப்பை உறுதிசெய்துவிட்ட திருப்தி அது. அந்தத் திருப்திக்குப் பின்னே பெரிய கர்வமோ பெருமிதமோ உண்டாகாமல் வெறும் நிறைவாக மட்டுமே இருந்தது. அதுவே போதுமானது. அதைத்தாண்டி ஏதொன்றும் இனி அந்த இறைவனிடம் வேண்டப் போவதில்லை. வேறெதையும் வேண்டினால் அது பேராசையாகத்தான் இருக்க முடியும்.

இதற்காக இழந்ததென எதுவும் இல்லை. அல்லாவுக்கு நன்றி. அவனே போதுமானவன் “எவர்கள் பூமியில் ஒடுக்கப்பட்டு இருந்தார்களோ அவர்கள் மீது நாம் அருள் புரியவும், அவர்களைத் தலைவர்களாக ஆக்கவும், அவர்களை வாரிசுகளாக்கிப் பூமியில் ஆட்சி புரியவும், ஆட்சி அதிகாரத்தை அவர்களுக்கு வழங்கவும் நாம் நாடி இருந்தோம்” என குர்ஆனில் கூறப்பட்டிருப்பதை நினைவுக்குக் கொண்டு வந்தான்.

லால்பேட்டையிலிருந்து இபுராகிம் ராவுத்தரும் வந்திருந்தார். அஜ்மல் சம்மதித்த பிறகு அவருக்கும் அழைப்பிதழ் அனுப்பியிருந்தான் ராசாங்கம்.

கூட்டத்தினூடே அஜ்மலும் அவரும் அருகருகாக அமர்ந்திருந்து ஹதீஸ் கேட்டுக்கொண்டிருந்ததை மேடையி லிருந்து பார்த்து மகிழ்ச்சி. “நல்ல முகபத்தான மனுசன்.” காலையில் வீட்டுக்கு வந்தவரைப் பற்றி ஆபிதா சொன்னது நினைவுக்கு வந்தது. “சாடிக்கேத்த மூடி” பானு சொல்லிக் க்ளுக்கெனச் சிரித்தாள்.

இந்தச் சமயத்தில் என்ன இந்த நினைப்பு எனத் தன்னையே கேட்டுக்கொண்டவனுக்கு, தான் மனத்தளவில் மகிழ்ச்சியாக இருப்பது புரிந்து நிம்மதி உண்டாயிற்று.

31

கல்லூரியில் இரண்டாவது வருடம் ஆரம்பித்திருந்தது. மாலை ஐந்து மணி. இன்னும் வெயில் குறையாமல் இருந்தது. 'அசரு'[1]க்கு நேரம் ஆகி இருந்தது. இம்ரான் கைக்கடிகாரத்தில் மணியைப் பார்த்துக்கொண்டான். "டேய் லூசு... மணி பாக்குறத நிறுத்து. ஒரே இபாதத்துதான்." நிலோபர், இவனது பின் மண்டையில் மெலிதாகத் தட்டினாள். "போடி..." என அவளைச் செல்லமாகக் கடிந்தபடி, தலைமுடியைக் கையால் தடவிச் சரிசெய்தான். "அனிதா கூட ஏன் நீ பேசக் கூட மாட்டேன்கற? அவ உன்மேல உயிரையே வச்சிருக்கா தெரியுமா உனக்கு?" நிலோபர் சற்றுக் கோபமாகத்தான் கேட்டாள். "அதுக்கு என்ன இப்ப..." இம்ரான் அலட்சியமாகக் கேட்டான். அதை அலட்சியம் என்று சொல்வதை விட அலட்சியமாக இருப்பதுபோல காட்டிக் கொள்கிறான் என்று தனசேகர் எளிதாகவே புரிந்துகொண்டான்.

"அப்படி கேளு நிலோபர்" என்று சொல்லி அவளது கேள்விக்கு வலு சேர்க்க முயன்றான் தனசேகர். இம்ரான் ஒரு நொடி நின்று நிதானித்து அவர்கள் இருவரையும் நிமிர்ந்து பார்த்தான். நிலோபரின் தலைமுக்காடு எதிர்வந்த காற்றில் நழுவி விழுந்திருந்தது. தன் இஷ்டத்திற்கு அலைபாய்ந்து கொண்டிருந்த முடியைத் தன் நீண்ட விரல்களால் கட்டுக்குள் கொண்டுவர முயன்று அவள் தோற்றுக் கொண்டிருந்தாள். தனசேகர் வெளியேறிச்செல்லும்

1. மாலை தொழுகை.

மாணவர்களைத் தன் பார்வையினால் அளவிட முயன்றபடி நின்றிருந்தான்.

“அவ ரொம்ப நல்ல பொண்ணுடா... உனக்கென்ன அவ்வளவு பிரச்சனை, இவ்வளவு தூரம் ஒரு பொண்ணை அலட்சியப் படுத்துற? டூ பேட்.” சொல்லும்போதே தனசேகரின் முகத்தில் கோபம் மின்னி மறைந்தது. “உன் தாடியும் ஆளும் உன்னைய போய் ஒருத்தி விரும்புறா பாரு” தனாவின் குரலில் லேசாகப் பொறாமை தெரிந்தது. “ஏன் இவனுக்கென்ன? கிளாஸ்ல ஃபஸ்ட் மார்க் வாங்குறவனுக்கு...” நிலோபர் குறுக்கிட்டு அவனுக்காகப் பரிந்து பேசினாள். “வாய மூடு தனா” இம்ரானுக்குச் சட்டெனக் கோபம் வந்ததைப் பார்த்து அமைதியானான் தனசேகர். நிலோபர் என்ன பேசுவது என்று புரியாதவளாகத் திகைத்துப் போய் நின்றாள் . மூவருக்கும் இடையே கனத்த மௌனம் நிலவியது.

இம்ரான் அங்கிருந்து வேகமாகப் பள்ளிவாசலுக்குப் போனான். அவனுக்கு அத்தாவின் முகம் கண்களில் தெரிந்தது. “படிக்கறதுக்கு சென்னைக்குப் போறே... நல்லா படி. என்னால தான் படிக்க முடியல. நீ படிச்சுட்டு வந்து உனக்கு விருப்பம் இருந்தா அங்கேயே வேலைக்குப் போ. இல்லைன்னா வெளிநாட்டுக்குப் போ. எங்கே போனாலும் ஈமானில் பலமாக இரு. சைத்தானிடம் கவனமாக இரு” கிளம்பும்போது அவர் சொன்ன வார்த்தைகளும் அந்தக் குரலில் தளும்பிய அன்பும் நினைவுக்கு வந்தன. “அல்லா... என்னைப் பாதுகாத்துவிடு” என்றபடி ஒலு செய்தான்.

காலை மொபைல் போனில் அனிதாவின் மெசேஜ் வந்திருந்தது. “நீ எனக்காக தனசேகரிடம் மோசமாக நடந்து கொண்டதற்கு, நான் அவனிடம் மன்னிப்புக் கேட்டுவிட்டேன். இனி நான் உன்னோடு பேச முயற்சிசெய்ய மாட்டேன்” என்று எழுதியிருந்ததைப் பார்த்து இயல்பாக உணர்ந்தான்.

அவளுக்குப் பதில் போட வேண்டுமா என்கிற குழப்பம் எதுவுமின்றி வேண்டாம் என முடிவெடுத்தான். வகுப்பறை வாசலில் நின்றுகொண்டிருந்த நிலோபர் சொல்லிய ஹாய்க்கு முகம் கொடுக்கச் சங்கடமாக இருந்தது. “சாரி... தனு எங்கே” என்றான். “உள்ளதான் இருக்கான், போயிப் பேசு. அல்லாவே... உனக்குக் கூட இம்புட்டுக் கோவம் வருமா?” வியப்பாகக் கேட்டவாறே, அவனோடு இணைந்தே வகுப்பறைக்குள் நுழைந்தாள். அங்கொருவர், இங்கொருவராகக் குறைவான மாணவர்களே இருந்தனர். நண்பனிடம் என்ன பேசுவது, எப்படிப் பேசுவது என்கிற குழப்பத்துடன் தனசேகருக்கு அருகே அமர்ந்தான் இம்ரான். தனது இருக்கை அருகாக நிலோபர் போய்

நின்றாள். இம்ரானின் வருகையைக் கவனிக்காதவன் போன்ற பாவனையில் இருந்த தனசேகர், குனிந்தமர்ந்து புத்தகத்தைப் புரட்டிக்கொண்டிருந்தான்.

அவனது கைகளில் தனது வலது கையை வைத்து அழுத்தினான் இம்ரான். பிறருக்குக் கேட்காதபடிக்கு மிக சன்னமான குரலில் "சாரிடா" என்றான். அவனது மன்னிப்பை ஏற்கும் வகையில் அமர்ந்திருந்தான் தனு. சற்றுத் தொலைவில் இருந்து லேசாகத் தலையைத் திருப்பிப் பார்த்துச் சிரித்தாள் நிலோபர்..

ரம்ஜான் தொடங்கிய நாளில் இருந்து நோன்புவைத்து வந்தான். பதினைந்தாவது நாள் இன்று, களைப்பாக இருந்தது. ஹாஸ்டலில் சஹர் உணவுக்குப் பிரச்சினை இல்லையென்றாலும் அந்த நடு இரவில் வயிற்றுக்கு சாப்பிடத்தான் முடியவில்லை. அத்தாவிடம் இருந்து காலையில் போன் வந்தது. ஊரில் உள்ள பள்ளிவாசல்கள், இமாம்கள், ஆலிம்களுடன், மற்றவர்களுக்கும் தருவதற்காகச் சங்கு மார்க் லுங்கிகள், வெள்ளை ஜிப்பாக்கள், துண்டுகள், சேலைகள் என்று ஒரு பெரிய பட்டியலைச் சொல்லி, நாளை கல்லூரி முடிந்து வீட்டிற்கு வந்த பிறகு, மதுரையில் போய் வாங்க வேண்டும் என்று நினைவூட்டினார். அவனுக்கு அம்மாவின் நினைவு வந்தது. இதை அத்தா தன்னிடம் தொலைபேசியில் சொல்லிக்கொண்டிருக்கும்போது, அம்மா நிச்சயம் முணுமுணுத்திருப்பார்.

"ஏண்டா இம்ரான்... நீயாச்சும் சொல்ல மாட்டியா? இந்த மனுசன் சம்பாரிக்கிற காசையெல்லாம் தர்மம் குடுக்குறேன்னு அள்ளி தாட்டராரே, ஊர சுத்தி எங்கெங்கே பள்ளிவாசல் கட்டுறாங்களோ, மொதல் வசூலை இந்த மனுசன் கிட்டதானே ஆரம்பிக்கிறாங்க. இது சரியா தம்பி?" ஆதங்கப்பட்டுச் சொல்வாள் அம்மா.

அத்தா ஒருமுறை, "பானு உன்கிட்ட இருக்கிற அத்தனை நகையையும் எடுத்துட்டு வா. அப்படியே ஆபிதாகிட்டயும் சொல்லு. அத்தனை நகைகளும் வேணும்." அவர் சோபாவில் அமர்ந்திருந்தார். அவருக்கு எதிராகக் கிடந்த பெரிய மேசையில் இருந்த புத்தகங்களையும், பேப்பர்களையும் வாரி எடுத்து, "இம்ரான், இதைக் கொண்டு போய் எங்கேயாவது வச்சுட்டு, என்கிட்ட வந்து உட்கார், கால்குலேட்டர் எடுத்துக்கோ" என்று சொன்னார். அவர் எப்போதும் இவனிடம் வேலை வாங்க மாட்டார். ஆனால் ரமலான் மாதத்தில் மட்டும் இப்படி சில வேலைகளைச் சொல்வார். இதை வேலைவாங்குவதாகச் சொல்ல முடியாது. இவனிடம் தனது செயல்பாடுகளைப் பழக்கத்திற்குக் கொண்டுவருவதற்கான முயற்சி என்று இம்ரான் அறிவான்.

“என்ன இது? காலங்காத்தால கொஞ்சம் நேரம் போகட்டுமே. சஹர்செய்து தூங்கியெழுந்து இப்பதான வரேன்.” சலிப்பாகவோ முணுமுணுப்பாகவோ இல்லாமல், நான் நோன்பு பிடித்திருக்கிறேன் என்று சலுகை சொல்வதுபோல இருந்தது அம்மாவின் தொனி.

“எனக்கு இப்பதான நேரம் கிடைச்சது, சீக்கிரம்” அத்தா அவசரப்படுத்தினார். அம்மா மரத்தாலான நகைப்பெட்டியைத் தூக்க முடியாமல் தூக்கிக்கொண்டு வந்து மேசையின் மீது வைத்து விட்டு, “சித்த இருங்க, கதவ பூட்டிட்டு வாரேன். யாரும் வந்து தொலஞ்சிடப் போறாங்க.” ஓட்டமும் நடையுமாகப் போய்த் தெருக்கதவைத் தாழிட்டாள். “முதல்ல இந்த நகைக் கணக்கை முடிங்க. பிறகு ஆபிதாவோடத வாங்கலாம், ரெண்டையும் போட்டுக் குழப்பாதீங்க” என்றாள்.

“அதுவும் சரிதான்...” என்றபடி பானுவின் யோசனையை ஏற்றார் ராசாங்கம். இம்ரான் அவரை நிமிர்ந்து பார்த்தபடி எதிரில் அமர்ந்திருந்தான். தலையில் நூல் தொப்பியும் வெள்ளைக் கைலியும் முழுக்கைச் சட்டையும் அணிந்திருந்தார். எப்போதுமே கசங்காத தோற்றம் அவருடையது. உறக்கத்தில் கூட அப்படித்தான் இருப்பார். நீண்ட நாசியும் நெற்றியில் கருத்த அடையாளமும் அவரது இபாதத்தை எவருக்கும் புரியவைக்கக்கூடியதாக இருந்தது.

அத்தா ஒவ்வொரு நகையாக எடுத்து, அதை நகை நிறுக்கும் தராசில் வைத்து, கிராம் கணக்கை இம்ரானிடம் சொல்லலானார். அவன் கால்குலேட்டரில் கணக்கெடுக்க ஆரம்பித்தான். “ஏன்மா, உன்கிட்ட இவ்வளவு நகையா இருக்கு? அத்தனையும் என் வைஃப்க்குதான் இல்ல? எடுக்க எடுக்கக் குறையாம வருதே!” என்று கிண்டலாகச் சொன்னான். “அப்புறம் வேற யாருக்கு...? மகராசனா வச்சுக்க, எல்லாம் உன் பொண்டாட்டிக்குத்தான் மஹருக்கே தந்திடறேன்.”

அத்தா இவர்களுடைய உரையாடலைக் கவனிக்க வில்லை. ஏதோ யோசித்தவராக, “அந்த காசு மாலை, நாற்பது பவுன் மாலை காணோமே. . . எங்கே?” என்றார். அம்மாவின் முகம் வெளிறிற்று. “ஆமா இல்ல? மறந்துட்டேன். வேற பெட்டியில இருக்கு. நான் மறந்தாலும் நீங்க மறக்க மாட்டீங்களே!” என்றாள்.

“எப்படி மறக்கறது? நான் ஹஜ்ஜுக்குப் போய்ட்டு வந்ததும், மக்காவில நகை வாங்கலன்னு அனத்துனியே, மதுரைக்குக் கூட்டிப்போய் ஒரு மாலை மட்டும் நாற்பது பவுனுக்கு வாங்கினோமே எப்படி மறக்க...” என்றவர், “இம்ரான்... நாற்பது பவுன் சேர்த்துக்கோ” என்றார். அம்மா சொன்னாள், “என்ன சொல்லி வாங்கித் தந்தீங்க. அது கூட ஞாபகம் இருக்கு” குரலில் சோகம் இழையோடிற்று.

"என்ன சொன்னீங்க?" ஆர்வ மிகுதியில் கேட்டான், இம்ரான். "என் காலத்துக்குப் பிறகு உன் கைச்செலவுக்கு இதை வச்சுக்கோ, யார் கையையும் எதிர்பார்க்காதே. அப்டினு சொன்னார்." பானுவின் குரல் நடுங்கிற்று.

இம்ரானிடம் அம்மா சொன்னது அத்தாவிற்கு பிடிக்க வில்லை என்று அவரது முகபாவம் உணர்த்திற்று. "எதுக்கு ஏதேதோ பேசற? சும்மா ஒரு பேச்சுக்குச் சொல்லியிருப்பேன், அமைதியா இரு." என தாடியைத் தடவியவர், "நீ எதனால அந்த நகையை மறைக்க நினைக்கறே? எத்தனை பவுன் நகை இருக்கோ, அத்தனைக்கும் ஏத்த மாதிரி கணக்குப் பண்ணி, ரமலான் மாதம் ஜகாத் குடுக்கணும்னு தெரியாதா? ரசூல் சொன்னதை, நீ ஞாபகப்படுத்திக்கவே மாட்டியா?" என்றார்.

"ஒருத்தருக்கு ஒரு படுக்கை விரிப்பு போதுமானது. அதைத் தாண்டி நம்மிடம் உபரியா ஒரு படுக்கை விரிப்பு இருந்ததுன்னா அது சைத்தானுக்கு உரியது இல்லையா?" அத்தாவின் குரலில் மிகப்பெரும் துயரத்தை அவன் உணர்ந்தான். தன் மனைவியின் செயல்பாட்டில் ஏமாற்றம் அடைந்தவராக அவர் இருந்ததை இவன் புரிந்துகொண்டான்.

"பள்ளிக்குக் கிளம்பல?" முஸ்தபா வந்து கேட்டதும், சட்டெனத் தன் நிலையில் இருந்து மீண்டவன், வகுப்பறையை விட்டு வேகமாக எழுந்தான். நேரம் இருந்தது. "அல்லாஹூ" என்றபடி உடையை ஒழுங்குபடுத்தித் தொப்பியை அணிந்தான். பள்ளிக்கு நடக்க ஆரம்பித்தான். உடல் தளர்ந்துபோய் இருப்பதாக உணர்ந்தான்.

நோன்பு முடிந்து தொழுகையில் இருந்தவனைக் கைப்பேசி யில் யாரோ அழைத்தார்கள். அதனைப் புறம்தள்ளியவனாகத் தொழுகையைத் தொடர்ந்தான். போனை அறையில் வைத்து விட்டு வராதது தவறு. இப்படி கவனம் சிதறுவது சரியில்லை என தன்னை ஒருநிலைப்படுத்தி இருந்தான்.

வெளியில் வரும்போது இருட்டியிருந்தது. இனி சாப்பிட முடியும் எனத் தோன்றவில்லை. நோன்பை முடித்தபோதே நோன்புக் கஞ்சியும் வடையும் பழங்களும் நிறைய சாப்பிட்டு விட்டான். இனி தராவீஹ் தொழுகைக்கு வந்தால் போதும் என நினைத்தபடி, ஹாஸ்டலுக்கு நடந்தான். மொபைல் போனில் அழைத்தது யாராக இருக்கும் என யோசித்தபடி பையிலிருந்த போனை எடுத்தான்.

நிலோபர்தான் அழைத்திருந்தாள். நோன்பு துறக்கும் நேரத்தில் அழைத்திருக்கிறாள் என்றால் நிச்சயம் முக்கியமான செய்தியாகத்தான் இருக்கும் என, லேசான பதற்றத்துடன்

அடைக்கும் தாழ்

அவளை அழைத்தான். ஸலாம் சொல்லிட்டு, "என்ன இந்நேரத்தில கூப்பிட்ட" என்று கேட்டான்.

"ஒண்ணுமில்ல... அனிதா மயக்கம்போட்டு விழுந்துட்டா. பதட்டத்துல உன்னைய கூப்பிட்டேன். இப்ப நல்லா இருக்கா" என்றாள் நிலோபர்.

"எதுக்கு மயக்கம், அதுக்கு என்னத்துக்கு என்னைய கூப்பிட்டே?" என்றவனிடம் "நோன்பு வச்சிருந்தா இல்ல, அதான்" நிலோபர் குரலில் கடுமை தெரிந்தது. "ஆமா, உன்கிட்ட சொன்னது தப்புத்தான் விடு" கொஞ்ச நேரம் இப்போது என்ன சொல்வது எனப் புரியாமல் இம்ரான் அமைதியாக இருந்தவன், "அவளை யார் நோன்பு வைக்க சொன்னாங்க... சிறுபிள்ளைத் தனமா. இதெல்லாம் எனக்குச் சம்பந்தம் இல்லாத விசயம். ப்ளீஸ்..." சொல்லிவிட்டுப் போனைத் துண்டித்தபடி அறைக்குள் நுழைந்தான். தனசேகரும் இஜாசும் படித்துக்கொண்டிருந்தார்கள்.

"நோன்பு முடிச்சாச்சா? இஜாஸ் அப்போதே வந்துட்டான். நீ ஏன் லேட்?" தனசேகர் தன்னை எதிர்பார்த்திருப்பது புரிய அமைதியாகப் போய், தனது படுக்கையில் படுத்தான், இம்ரான்.

இதென்ன பைத்தியக்காரத்தனம் என்றிருந்தது. அவளாகவே கலிமா[2] சொல்லி இஸ்லாத்திற்கு வருவாளாம், ஐந்து நேரம் தொழுவாளாம், பொட்டு வைக்கமாட்டாளாம், இப்போது நோன்பு வைக்கிறாளாம். தனக்குள்ளாகவே முனங்கியபடிப் பற்களைக் கடித்துக்கொண்டான். இந்த காதல், கனவில்கூட கை கூடாத ஒரு விசயம், இதைப் புரிந்துகொள்ள இயலாதபடிக்கு அவள் மூளை தேய்ந்துபோய்விட்டதா என யோசித்தான். இவனுக்கு அனிதாவைக் காண நேரும்போதெல்லாம் அத்தா முகம்தான் நினைவிற்கு வருகிறது. வேறெதையும் யோசிக்கக்கூட அவன் தயாராக இல்லை.

"அந்தப் பொண்ணுக்கிட்ட என் சூழ்நிலை, அவள் சூழ்நிலை பத்தியெல்லாம் எதுவும் விளக்கிச் சொல்ல மாட்ட இல்ல...". ஒருமுறை நிலோபரிடம் கடிந்து பேசியது நினைவுக்கு வந்தது. அவனுக்கு ஏனோ அனிதாவின் மீது பெரிய அளவுக்கு ஆர்வம் இல்லை. நடக்க முடியாத ஒரு விசயத்தைக் கனவு காணுவது அவனுடைய இயல்பில் எப்போதும் இல்லை.

ஒட்டுமொத்தக் குடும்பமே இபாதத்[3]தோடு இருக்கும் போது ஒரு மலையாளி இந்துப் பெண்ணைக் காதலிப்பதும், மணம் செய்து கொள்ள முயல்வதும் நேரத்தை விரயம் செய்கிற செயல் என்பதில் இவனுக்குச் சந்தேகம் ஏதும் இல்லை.

---

2. இஸ்லாத்தின் முதல் கடமை.

3. நற்காரியங்கள்.

"அவளோட ஜாதியும் குடும்பமும் உனக்குச் சளைச்சதில்லை புரிஞ்சுக்கோ" தனசேகர் ஒருநாள் சற்றுக் காட்டமாகத்தான் சொன்னான். அப்போது தனாவின் குள்ளமான தடித்த உருவம் கோபத்தில் நடுங்கியதை இம்ரான் கவனித்தான். அவனது தட்டையான முகம் கோபத்தை மறைக்க இயலாமல் தடுமாறிற்று.

"இருந்துட்டுப் போகட்டும். இப்ப நீயே சொல்லு அவகிட்ட, டைம் வேஸ்ட் பண்ண வேண்டாம்னு" மிகக் கடுமையாகத் தான் இவன் அன்றைக்கு நடந்துகொண்டான்.

"நிலோபர் போன் பண்ணாளா?" கேட்ட தனசேகரனுக்கு பதில் ஏதும் சொல்லாமல் திரும்பிப் படுத்தான் இம்ரான்.

அறையின் நிசப்தமும் புழுக்கமும் மன இறுக்கத்தை அதிகப்படுத்துவதாக இருந்ததை யோசித்தான். கட்டிலின் பக்கவாட்டுச் சன்னலுக்கு வெளியே தெரிந்த வேப்பமரத்தின் கிளைகள் துளிக்கூட அசையாமல் இருப்பதைக் கவனித்தான். நிழல்படம் போன்ற மரம் அதற்கு மேலாகத் தெரியும் வானம், நட்சத்திரங்கள் எல்லாமுமாகச் சேர்ந்து ஒருவிதமான மனநிலையை உண்டாக்கிற்று. தனிமையா, வெறுமையா எனக் கணக்கிட இயலாதவாறு உடலும் மனமும் அசதியாக இருப்பதை உணர்ந்தான் . உறங்க இயலுமா எனச் சந்தேகம் கொண்டான். எப்போது உறங்கினான் எனத் தெரியவில்லை .

அன்று ஞாயிறாக இருந்ததால் தாமதமாகத்தான் எழுந்தான் இம்ரான். இரவு ஊருக்குக் கிளம்ப வேண்டும். அத்தா கேட்ட சில பொருள்களை வாங்க வேண்டும். இனி பெருநாள் முடிந்துதான் திரும்ப கல்லூரிக்கு வரவேண்டும். தேவையான உடைகளையும் சில புத்தகங்களையும் பெட்டியில் எடுத்து வைத்தான். குர்ஆனைப் பத்திரமாக மேசையின் உள்ளறையில் வைத்துப் பூட்டினான். தனசேகரும் இஜாசும் இன்னும் எழுந்து கொள்ளவில்லை. தன் அறையை விட்டு வெளியே வந்தான். ஸஹர்[4] உணவு சாப்பிடாமலேயே, நாலுமணிக்கு எழுந்து நிய்யத்[5] வைத்துவிட்டு தொழுதிருந்தான் .

கல்லூரி கேண்டீன் முன்னால் போய் நின்று, சுற்றும் முற்றும் பார்த்தான். வெய்யில் சுள்ளென்று முகத்தில் அடித்தது. கேண்டீனில் கூட்டம் இல்லை. ஒன்றிரண்டு பையன்கள் தேநீர் குடித்துக்கொண்டிருப்பதைப் பார்த்தான். வேப்பமரத்தின் நிழலும் காற்றும் மனத்திற்கு இதமாக இருந்தன. மரத்தினடியில் கிடந்த வேரின் மீது கைக்குட்டையை விரித்து பேண்ட்டில் அழுக்குப் படாதவாறு உட்கார்ந்தான். "இம்ரான்" என அழைத்த

---

4. ரமலானின் நள்ளிரவு உணவு நேரம்.
5. நோன்பிருக்குமுன் சொல்கிற வசனம்.

சப்தம் கேட்டது; யார் என திரும்பிப் பார்த்தான். அனிதா வந்துகொண்டிருந்தாள்.

"என்ன?" என்று கேட்டபடி எழ முயன்றவனைத் தடுத்த படி "இரு நானும் உக்காந்துக்கிறேன்" என்று இயல்பாகப் பேசியவளாக அவனுக்கு எதிரே தரையில் கிடந்த கல்லின்மீது நேருக்கு நேராகப் பார்த்த மாதிரி அமர்ந்தாள்.

ஒடிசலான வெளுத்த தேகம், வட்டமான முகம், கன்னங்கள் சப்பையாக ஒட்டிப் போய் இருந்தன. முகத்தின் மீது கத்தையாக விழுந்து புரளும் தடித்த முடிக்கற்றை அவளை அழகாகக் காட்டிற்று. முகம் சோர்வுற்றிருந்தது.

அவள் நோன்பு வைத்திருப்பது நினைவுக்கு வந்தது. இருப்பினும் அதைத் தெரிந்துகொண்டதாகக் காட்டிக் கொள்ள வேண்டாம் என்ற முடிவோடு இருக்க விரும்பினான். இன்றுதான் அவளைக் கவனித்துப் பார்க்கிறான். முதல்முறையாக அவள் முகம் மனத்தில் பதிந்ததாக உணர்ந்தான்.

அவனது முகத்தை அவள் நேருக்கு நேராகப் பார்த்தபடி, "ஏன் இன்னைக்கே ஊருக்குக் கிளம்பற?" என்றாள்.

"லீவுதான் விட்டாச்சே, போகாமல் என்ன?" என்றான்.

"நிலோபர் நாளைக்குத்தான் போறாளாம். அதனால் கேட்டேன்."

"அவ ஊர்ல அவளுக்கு போர் அடிக்கலாம். அதனால, பிரண்ட்ஸ்கூட ஒருநாள் இருந்துட்டுப் போவா" என்றான்.

தான் பேச வந்த விசயம் இதுவல்ல எனும் எண்ணம் அவளுக்கு உண்டாயிற்று. பைத்தியக்காரத்தனமாகச் சம்பந்தமே யில்லாத ஒரு விசயத்தைப் பேசுகிறோம் என்று தோன்றிற்று. அவள் சற்று நேரம் மவுனமாக அமர்ந்திருந்தாள். தூரத்தில் எதையோ பார்ப்பதைப்போல முகபாவம் காட்டினாள்.

அவன் ஏனோ சங்கடமாக உணர்ந்தான். மரத்திலிருந்து ஒன்றிரண்டு வேப்பம்பழங்கள் உதிர்ந்துவிழும் சத்தம் கேட்ட படி இருந்தது. காற்றுக்கு அலைக்கழியும் தலைமுடியை அவள் தன் கைவிரல்களால் கோதிவிட்டாள். அவளது நீலநிற சல்வார் துப்பட்டா காற்றில் அசைவது ஏதோ ஒரு கிறக்கத்தை உண்டு பண்ணிற்று. முகத்தை உற்றுக் கவனித்தான். நெற்றியில் பொட்டு இல்லை. உடலில் உபரியாகத் துளி சதை இல்லை. சாப்பிடுவாளா, மாட்டாளா என யோசித்தான்.

இந்த லட்சணத்தில் நோன்பிருந்தால் மயக்கம் வராமல்... என நினைத்தவனாக, "இப்ப நீ எதற்காக உன்ன வருத்திக்கிற?

நான் உன்கிட்ட, உன்னை விரும்பறேன்னு சொன்னதே இல்லை. பிறகு எதுக்காக கலிமா சொல்லி முஸ்லீமா மாறணும், தொழுகணும், நான்சென்ஸ்" குரலில் கடுமையைக் கூட்ட விரும்பியவன் அதில் தோல்வியடைந்தான்.

"எனக்கு உன்னைப் பிடிக்கும். உனக்காக நான் எது வேணா செய்வேன். புரிஞ்சிக்கோ!" குழந்தைத்தனமாக ஒலித்த அவளது குரல் மனத்தை நெகிழவைத்தது. இதென்ன பைத்தியக்காரத் தனம்? கொஞ்சமேனும் பக்குவம் வேண்டாமா என நினைத்துப் பரிதாபம் கொண்டான். இனி இவளிடம் என்ன பேசுவது என்று தெரியவில்லை. இத்தனை அப்பாவித்தனமாக இருக்கும் ஒரு பெண்ணிடம் என்ன சொல்லிப் புரியவைப்பது? அவனுக்கு கவலையாக இருந்தது. மிக நன்றாகப் படிக்கும் பெண், எதையோ நினைத்துத் தன்னைத்தானே ஏமாற்றிக்கொள்கிறாளே என்ற கவலை உண்டாயிற்று.

"சரி நீ போ, பிறகு பேசலாம்." அவளை அங்கிருந்து அனுப்பி விட நினைத்தான். அவளுக்கு யதார்த்தம் புரியும் என நம்பினான். அவள் பெருத்த ஏமாற்றத்துடன் அங்கிருந்து கிளம்ப எழுந்தாள். முகம் அவமானத்தில் சிவந்திருந்தது. என்ன செய்வது என்று இவன் அவளைப் பார்த்துக்கொண்டிருக்கும்போதே, அவள் திரும்பி நடந்தாள்.

"உனக்கு, நீ ஓவர் ஸ்மார்ட்ன்னு நெனப்பு" ஒருமுறை நிலோபர் திட்டியது இம்ரானின் ஞாபகத்திற்கு வந்தது. நடக்கும் என்கிற விசயத்தை யோசிப்பது தனது பலம் என்று அவன் நம்பினான். நடக்கவியலாத காரியங்களில் தன்னை மூழ்கடிப்பது நேரத்தை வீணடிப்பதாக முடியும் என்று அத்தா அடிக்கடி சொல்வார். அது அவனுக்கு மிகப்பெரிய அளவில் மனத்தில் பதிந்திருந்தது.

அவர் தனது அனுபவங்களில் இருந்து கற்றுத்தர விரும்புகிற பாடங்களைப் புறக்கணிக்க இம்ரான் விரும்பியதேயில்லை. அவர் நடந்துவந்த பாதையும், இன்று வந்து சேர்ந்திருக்கும் இடமும், அவற்றின் நீட்சிதான் என்பதை யாரால் மறுக்க முடியும்? அவன் அங்கிருந்து கிளம்பலாம் என எழுந்தான். அவள் செல்லும் திசையை நின்று கவனித்தான். ஒரு மெல்லிய கோட்டைப்போல அலையும் உடல், முதல்முறையாக மனத்தில் சலனத்தை உண்டுபண்ணிற்று. தன்னை நேசிக்கும் ஒரு பெண், தனக்காக எதுவரைக்கும் செல்லத் தயாராக இருப்பது ஒருவித மான கர்வத்தை உண்டுபண்ணத்தான் செய்தது. "அல்லாஹூ... நீ பார்த்து எதைச்செய்தாலும் சரி, நீ காட்டும் பாதையில் நான் செல்வேன். அவூது பில்லாஹி மினஷ் ஷைத்தானிர் றஜீம்" என்றபடி அறைக்கு நடந்தான்.

32

பாத்திமாவின் கணவர் உடல் நலமில்லாமல் இருக்கிறார் என்று போன் வந்தது. ஷமீமாதான் போன் செய்தாள். ராசாங்கம் அடிக்கடி ஊருக்குச் செல்வதில்லை. அனிபாவை இன்னும் மறக்க இயலவில்லை. பயணம் செய்கிற நாட்களில் கண்கள் தேடத்தான் செய்கின்றன. அவன் காணாமல் போய் ஏழு வருடங்கள் முடிந்த பிறகு ரசியாவைத் திருமணம் செய்துகொள்ளச் சொல்லிப் பணம் கொடுத்தனுப்பினார். அம்மா கொண்டுபோய்க் கொடுத்ததை, அவள் வாங்க மறுத்துவிட்டாள். "அம்புட்டு கவுரவம், பிடிவாதம்... மொட்டைச் சிறுக்கிக்கு." அம்மாவின் குரல் ஆதங்கத்துடன் ஒலித்தது இன்னும் நினைவில் இருக்கிறது. ஊரிலுள்ள சொந்த பந்தங்களுக்கு வருடா வருடம் நோன்பு ஜகாத் கொடுப்பதற்குப் போவார். நாளை போனால் சரியாக இருக்கும். பாத்திமா புருசனையும் பார்த்தது போல இருக்கும் என நினைத்துக் கொண்டார்.

"அத்தா, கிளம்பலாமா? இன்னும் பத்து நிமிசம்தான் இருக்கு, நோன்பு திறக்க. மோதினார் சொல்லறதுக்குள்ள போய்டுவோம்" என்ற இம்ரானின் குரல் அவரை நினைவுகளிலிருந்து வெளியேற்றிற்று.

மகனை நிமிர்ந்து பார்த்தார். இளம் வயதில் இத்தனை இபாதத்துடன் மகனைப் பார்ப்பது பரவசம் ஊட்டிற்று. நல்ல உயரம், நீள்வட்ட முகம் பருக்களால் நிரம்பிச் சிவந்து கிடந்தது. பிரகாசிக்கும் முகமும் அழகிய தோற்றமும் "மாஷா அல்லாஹ்"

என முணுமுணுக்க வைக்க, “சரிப்பா, கிளம்பலாம்” என்று சொல்லியபடி எழுந்து மகனோடு பள்ளிவாசலுக்குக் கிளம்பினார். “பைக்ல போகலாம், வந்து ஏறுங்க” தனது பைக்கை எடுத்தான் இம்ரான். வண்டியின் பின்பக்கமாக ஏறினார், ராசாங்கம்.

பள்ளிவாசலில் கணக்கில்லாதபடிக் கூட்டம் இருந்தது. நோன்பு துறக்க வரிசையாக அமர்ந்திருந்தவர்களில், ஊருக்கு வெளியே இருந்து வியாபாரம் செய்கிறவர்களும் மாணவர்களும் அதிகம் இருந்தனர். நோன்பு களை கட்டத்தொடங்கியிருந்தது. கஞ்சியின் வாசனையும் பலகாரங்களின் வாசனையும் கொண்டாட்ட மனநிலைக்குக் கொண்டு செல்வதாக இருந்ததை இம்ரான் வெகுவாக ரசித்தான். எங்கே சென்றாலும் ரமலான் நாட்களில் ஊருக்குத் திரும்பி வந்ததும், எத்தனை மனநிறைவைத் தருவதாக இருக்கிறது என யோசித்தவனுக்கு, அனிதாவின் நினைவு வந்தது. அவள் ஊருக்குச் சென்றிருப்பாள். அங்கேயும் என்னை நினைத்துக்கொண்டிருப்பாளோ என்கிற நினைவுவர சட்டென மகிழ்ச்சியைக் கிளர்த்திற்று.

வீட்டிற்குப் போனதும் அவள் நோன்புதானா என போனில் கேட்க வேண்டும். இத்தனை நாட்களாக இப்படியான உணர்வுக்கு ஆட்பட்டதேயில்லை என்கிற நினைவு வந்தது. நோன்பு துறக்கும் நேரத்தில் ஏன் இந்தச் சிந்தனை என யோசித்தவன், “அஸ்தபில்லாஹ்” என்று சொல்லி அந்த நினைவைவிட்டு வெளியில் வந்தான்.

இம்ரானும் கைலாசமும் சேர்ந்து காரின் டிக்கியில் சேலை, கைலி, சட்டை பார்சல்களை அடுக்கினார்கள். டவேரா காராக இருந்ததால் நிறையவே அடுக்க முடிந்தது. ராசாங்கத்திற்குத் திருப்தியாக இருந்தது. “சரி கிளம்புவோம் வண்டிய எடுப்பா” என்றவர், “ஆபிதா வாம்மா கார்ல ஏறு” என அழைத்தார். “இதோ வந்திட்டேன்” என்று அவசரமாகக் குரல் கொடுத்தவள், காரின் பின்சீட்டில் ஏறி அமர்ந்தாள். வயதுக்கு மீறிய உடல் பருமன். மூச்சு வாங்க வைத்தது. “உஸ் அல்லாஹு” என்றபடிக் கால்களை விரித்துச் சவுகரியமாக அமர்ந்தவள், “பானு வீட்டிற்கு ஆள் வேணும்னு வர மாட்டேங்குது. அதுவும் சரிதான, நாள் முழுக்க ஜகாத் கேட்டு வாற சனங்க வீடு பூட்டிக் கிடந்தா ஏமாந்து திரும்பிருவாங்க இல்ல. . .” என்றாள்.

“பானு அங்க வந்து என்ன பண்ணப் போகுது? வேண்டாம்” என்று ராசாங்கமும் அதையே சொன்னார். “சரி கிளம்பலாம், கைலாசம் நீ கடைக்குப் போ, நாங்க கிளம்பறோம்” என்று சொல்லவும், “சரிங்க முதலாளி” என்று கைலாசம் விடைபெற்றான்.

பயணத்திற்கான துஆ ஓதி இம்ரான் காரை ஓட்டலானான். "ஏப்பா, அஜ்மல் இன்னிக்கி ஊருக்கு வருவானா இல்லையா?" என்றாள் ஆபிதா. "அவனும்தான் வரான். இன்னேரம் நெருங்கி இருப்பான். சாராம்மாவும் புள்ளைங்களும் கூட வராங்களாம்" என ராசாங்கம் சொன்னதும், "புள்ளைங்களும் வருதுங்களா வரட்டும். பார்த்து ரொம்ப நாளாகுது" என்று மகிழ்ச்சியடைந்தாள் ஆபிதா.

இம்ரானுக்கும் சந்தோசமாக இருந்தது. "பிள்ளைகளை இப்படி பார்த்தால்தான் உண்டு இல்லேத்தா... வருசம் ஒண்ணு ரெண்டு தடவை" என்றான்.

ஆமாம் என்ன பண்ணுறது? எல்லாம் ஸ்கூல் போகுங்க, நினைச்ச நேரம் வர முடியாது இல்ல. . . அந்தக் காலத்துல நாங்க நினச்சா பள்ளிக்கூடம் போவோம், இல்லேன்னா இல்ல. இப்போ அதுக்கெல்லாம் வாய்ப்பே இல்லை." சொல்லிவிட்டுச் சிரித்த ராசாங்கம் சன்னல்வழியாக சாலையைப் பார்க்க ஆரம்பித்தார்.

அந்த இறைவன் எப்படியாவது அனிபாவைக் கண்ணில் காட்டிவிட மாட்டானா என நினைத்துக்கொண்டார். சன்னல் வழியாக அவரது தேடல் என்னவாக இருக்கும் என்று ஆபிதாவுக்கும் இம்ரானுக்கும் மிக நன்றாகவே தெரியும். அதனால் இருவரும் தங்களது பேச்சை முடிவுக்குக் கொண்டுவந்திருந்தார்கள். பல வருடத் தேடல். ஆபிதா கையில் வைத்திருந்த தஸ்பீஹ் மணியை உருட்டி ஓதினாள்.

அவர்கள் போய்ச்சேரும் முன்பாகவே அஜ்மல் அங்கு வந்து சேர்ந்திருந்தான் என்பதைப் பிள்ளைகளது சப்தம் உணர்த்திற்று. கொண்டுவந்திருந்த பார்சல்களை வீட்டு முற்றத்துத் திண்ணையில் அடுக்கிவைத்தான் இம்ரான். வெயிலின் தகிப்பு குறைய ஆரம்பித்திருந்தது.

அஜ்மல் அண்ணனை முசாபா செய்து விட்டு, இம்ரானிடம் வந்து, "எப்டி இருக்க ஆள் வளந்து ஜம்முனு மாப்பிள்ளை மாதிரி இல்ல இருக்கே" அண்ணன் மகனை அணைத்து முசாபா செய்தான். அவனது தோள்பட்டையின் மீது வீசிய அதீதமான அத்தரின் மணத்தால் இம்ரானுக்கு மூச்சுமுட்டிற்று.

சொந்தக்காரர்கள் வர ஆரம்பித்திருந்தார்கள். "ஹாஜியாரு வந்திருக்காகன்னு பாத்து முசாபா செய்யலாம்னு வந்தோம்" என்ற காசிம் லெப்பையைக் கட்டியணைத்து முசாபா செய்தார் ராசாங்கம். "எப்டியிருக்க தம்பி, பாத்து ரொம்ப நாளாகிப்

போச்சு” என்ற அவரது முதிர்ந்த முகத்தில் நெகிழ்வுற்றிருந்த தசைகள் மகிழ்ச்சியில் தளும்பின. கணுக்காலுக்கும் மேலாகக் கட்டியிருந்த கைலி நைந்து போயிருந்தது. கண்களில் தெரிந்த எல்லையற்ற பரவசம் ராசாங்கத்தை மனம்நெகிழவைத்தது.

சாராம்மா அறைக்குள்ளிருந்தபடி “சலாம் மச்சான்” என்று அதிராத குரலில் கூறினாள். ஆபிதா அறைக்கு உள்ளே போய் சாராம்மாவிடம், “வீட்லதான இருக்கே... பர்தாவைக் கழட்டிட்டு, சேலை முக்காட்டைப் போடு” என்றாள். அவளோ, “இருக்கட்டும் மச்சி” என்று சிரித்தாள். அவளது முகம் ரத்தமின்றி வெளுத்து போய்க்கிடந்தது.

பாத்திமாவின் கணவர் அறைக்குள் கட்டிலில் கால்நீட்டிப் படுத்திருந்தார். ஆஸ்துமா மூச்சைத் திணறவைத்துக்கொண்டிருந்தது. “ஸலாம் மச்சான்” என்று சொல்லி அவருக்கு அருகாகக் கிடந்த சேர்களில் ராசாங்கமும் அஜ்மலும் போய் அமர்ந்தார்கள். அவர் தனது கரங்களால் ராசாங்கத்தின் கையைப் பற்றிக்கொண்டார். உடல் மெலிந்து குச்சியாக இருந்தது. இந்த அளவு மோசமான பிறகு வாழ்வோம் எனும் நம்பிக்கையை இழந்தவராக இருந்தார்.

சாராம்மாவின் கூடவே ஒட்டிக்கொண்டிருந்த தங்கைகள் சாகினா, ஷாய்னா, ஷாகிரா, ஆயிஷா நான்குபேரையும் தனது இருகரங்களால் அணைத்து விளையாட ஆரம்பித்தான் இம்ரான்.

நான்கு பிள்ளைகளும் பெட்டைகளாய் இருந்ததை யோசிக்க ஆபிதாவிற்குக் கஷ்டமாக இருந்தது. கர்ப்பத்தடை பற்றி அஜ்மலிடமும் பேச முடியாது, சாராம்மாவிடமும் பேச முடியாது. ரெண்டுபேரும் சாடிக்கேத்த மூடிகள். “அல்லாவுக்குப் பாவியாகக் கூடாது.” இந்த ஒரு வாக்கியம்தான் பதிலாக வரும்.

சாராம்மா ரொம்பவும் தேய்ந்து, இளைத்து, ஒல்லியாக இருந்தாள். பர்தாவைக் கழற்றினால் முழு உருவமும் தெரியும். ஆனால் கழற்ற மாட்டாள். என்ன பொண்ணோ என ஆயாசம் கொண்டாள் ஆபிதா.

நிக்காஹ் அன்று தளதளவென ஆப்பிள் பழம் போலிருந்தவள், இன்று கொத்தவரங்காய்போல இருந்தாள். ராசாங்கம்கூட சொல்லிப்பார்த்துவிட்டார். “பொம்பள புள்ளை உடம்பைப் பாருப்பா. உடம்புல ஒரு துளி சதை இல்லை. பலவீனமாப் போகுது” என்று. அஜ்மல் காதிலேயே வாங்கமாட்டான். ஆபிதா வாய்க்குள்ளேயே முணுமுணுத்தாள். “ஏன் இந்தப் புள்ளை இப்டி வீட்டுக்குள்ளகூட பர்தாவோடயே உக்கார்ந்திருக்கு.” அவள் தனக்கே மூச்சுமுட்டுவதாக உணர்ந்தாள்.

சின்னம்மாவும் பாத்திமாவும் ஆபிதாவிடம் பேசிக் கொண்டிருந்தார்கள். "இந்த ஆளு வாழற காலத்துல வராம, கடைசிக் காலத்துல வந்து சேர்ந்து என் உயிரை வாங்குறாரு. இவர் செத்தா என்னத்த சொல்லி நான் அழுவேன்னு கூட தெரியல ..." விரக்தியாக ஆபிதாவிடம் சொல்லியவள், "வா எல்லோரும் வந்துட்டாங்க, நோன்பு திறக்கற வேலையை பாப்போம்" என்றாள்.அறையை விட்டு வெளியில் முற்றத்திற்கு அழைத்து வந்தாள்.

ஷமீமாவும் வேறு இரண்டு பெண்களும் வாசல் நிறைய பாய் விரித்து நோன்புத் துறக்க வேண்டிய நோன்புக் கஞ்சி, சர்பத், பழங்கள், வடை, பஜ்ஜி, பலகாரங்களையும் வரிசையாகப் பெரிய பெரிய பாத்திரங்களில் வைத்திருந்தார்கள். தட்டுகளையும் டம்ளர்களையும் வைத்துப் பரிமாறினார்கள். ராசாங்கமும் அஜ்மலும் அறையை விட்டு முற்றத்துக்கு வந்தார்கள். வருடம் ஒருமுறை இப்படி ஊருக்கு வந்து சொந்தபந்தங்களைப் பார்த்து, சேர்ந்து இஃப்தாரில் கலந்துகொண்டு தர்மம் கொடுத்து விட்டுச் செல்வது மனத்தை நிறைவுபடுத்தும் ஒரு விசயம்.

நூறுபேர் சேர்ந்து அமரும் அளவிற்குப் பரந்த வாசல். வந்திருந்த ஊர்மக்கள், உறவினர்களது கூட்டத்தைப் பார்க்க ராசாங்கம் மகிழ்ச்சியில் திளைத்தான். நோன்புமுடித்த கையோடு தானும் தம்பியும் கொண்டுவந்திருந்த உடைகள் அடங்கிய பார்சல்களோடு, ஒரு கவரில் பணமும் வைத்து ஒவ்வொருவரது கைகளிலும் தந்து, அவர்களை அனுப்பிவைத்துவிட்டு, அங்கிருந்து கிளம்பும்போது, மகமூதா ராசாங்கத்தின் தோள்களில் சாய்ந்து, "அனிபாவை இப்டி விட்டுட்டேனேத்தா ... " என அழுதாள். "சபுர் செய்ங்க... அல்லா போதுமானவன். அவனுக்குத் தெரியும். நிச்சயமா ஒருநாள் அண்ணனை கண்ல காட்டுவான்." என்று சொல்லிவிட்டு காரில் ஏறியபோது அத்தாவின் குரல் கம்முவதை இம்ரானுக்கு உணர முடிந்தது.

காரில் ஏறிய ராசாங்கத்திற்குச் சட்டென ரசியாவின் நினைவு வந்தது. அவள் இன்று ஏன் வரவில்லை? நானாவது கூப்பிட்டிருந்தால் வந்திருப்பாளா என யோசித்தான். இல்லை வரமாட்டாள் என்று தெரியும். இவனுக்கு அவளைப் பார்த்ததும், அவளை எதிர்கொள்வது அத்தனை எளிதான விசயமாக இருக்காது. அவள் வராமலே இருப்பதுதான் சரி என நினைத்து அமைதிகொண்டான்.

"அண்ணே ... அப்போ நானும் கிளம்பலாமா?" அஜ்மல் அண்ணனிடம் அனுமதி கேட்டான். "பெருநாளுக்கு நீ நம்ப ஊருக்கு வாத்தா." ஆபிதா தம்பியை அழைத்தாள். "அங்கே ஜகாத்

குடுக்கணும், ஏகப்பட்ட வேலை இருக்கு. அப்புறம் ஒருநாள் இன்சா அல்லா வரோம்க்கா.”

ராசாங்கம் தம்பியை வற்புறுத்தவில்லை. இருவரும் விடைபெற்றுக் கொண்டார்கள். இம்ரான் தங்கைகளை விட்டுவர மனதில்லாமல் அவர்களோடே விளையாடினான். ஒவ்வொரு முறை சந்திக்கும்போதும் அவர்களது சிரிப்பையும் பேச்சையும் பார்த்துக்கொண்டே இருக்க வேண்டும் எனத் தோன்றும். என்றாலும் இறுக அணைத்து விடை கொடுத்து, சாராம்மாவிற்கு சலாம் சொன்னான்.

“காரை எடுப்பா. . .” என்று ராசாங்கம் சொன்னபோது எட்டுமணி ஆகியிருந்தது. “தராவீஹ்[1]க்கு ஊருக்கு போயிடணும், அதுக்கேத்த மாதிரி வண்டியை ஓட்டு” மகனுக்குச் சொல்லிவிட்டு அமர்ந்தான். “இவன் ஏன் இவ்வளவு தாடி வச்சிருக்கான்? உங்க மாதிரி ஓரளவுக்கு வைக்கக் கூடாதா?” ஆபிதா, தம்பி அஜ்மலைப் பற்றி அலுத்துக்கொண்டாள். “உஷ். . . அப்றம் பேசலாம்” ஆபிதாவை அடக்கினான் ராசாங்கம்.

அம்மாவும் சச்சானியும் பாத்திமாவும் வாசல் அருகாக சோகத்தோடு நின்றார்கள். ராசாங்கத்திற்கு அம்மாவை விட்டு வருகையில் துக்கம் தொண்டையை அடைத்தது. பிள்ளைகள் இத்தனை வசதியாக வாழ்வதைப் பார்த்தாலும், அவர்களோடு வந்து வாழ அவள் தயாராக இல்லை. “இது என் புருசன் கட்டிய வீடு. நான் இங்கேதான் இருப்பேன்” என்று பிடிவாதமாக இருக்கிறாள்.

சின்னம்மாவுடன் இருப்பது அம்மாவிற்கு துணைதானே என்று மனத்தை தேற்றிக்கொண்டார். இருள் கவிந்துகிடந்த கிராமத்தின் தெருக்களைக் கடந்து அவர்களது கார் வெளியேறியது. “சாராம்மா ரொம்ப எளச்சுப் போயிட்டா இல்ல . . . வருசத்துக்கு ஒரு பிள்ளை பெத்தா உடம்பு எப்டிதான் தாங்கும்?” ஆபிதா சலித்துக்கொண்டாள்.

“காலநேரம், சூழல் எல்லாமும் பார்த்து வாழணும். அது புரியாது இந்த தப்லிக்காரங்களுக்கு. ஏதோ ஒரு உலகத்துல இருக்கறது மாதிரி மறுமையைப் பத்தி மட்டுமே யோசிக்கறவங்க. இஸ்லாம் ஒரு வாழ்வியல் முறை. ஒழுங்கா டிரெஸ் பண்ணலாமே. தொளதொளன்னு ஜிப்பாவ போட்டுக்கிட்டு. . .” ஆயாசத்துடன் மூச்சுவிட்டார் ராசாங்கம்.

காரின் முன் சீட்டுகளுக்கு மத்தியில் இம்ரான் வைத்திருந்த கைப்பேசியில் செய்தி வரும் சத்தம் கேட்டது. யாரெனக் குனிந்து

1. ரமலான் மாதத்தின் இரவில் நடக்கும் சிறப்பு தொழுகை.

பார்த்தான். அனிதா அனுப்பியிருந்தாள். தொடர்ச்சியாக நாலு முறை சத்தம் கேட்க, அத்தாவின் கவனம் அதன் மீது விழுவதையும், அவர் குனிந்து கைப்பேசியைப் பார்ப்பதையும் கவனித்தவன், அவசரமாக அதைக் கையில் எடுத்து சத்தம் வராத அளவில், சட்டைப்பையில் போட்டுக்கொண்டான்.

“தான்தான் இப்டி இருக்கோம்ங்கறது புரியாம, ஈமானை முழுசா கடைப்பிடிக்கலைனு நம்மளை அவன் எப்பப்பாரு குறை சொல்லுவான்.” ராசாங்கம் தொடர்ந்து அஜ்மலைப் பற்றித்தான் பேசினார்.

அவரது வருத்தம் இம்ரானைக் கவலைகொள்ளவைக்க, “விடுங்க... அவர் எதை இஸ்லாம்னு நம்பராறோ அதை பாலோ பண்றார். நீங்க நம்பறதை அவர் வேற மாதிரி நம்பறார்” என்றான். “அப்டி இல்லப்பா. குரானை சரியாக புரிஞ்சு வாழ்றது சரி, இவன் நடைமுறை யதார்த்த வாழ்க்கையை முன்னெடுக்கணும் இல்லையா? அதான் கவலை. இப்பப்பார், இந்தப் பொண்ணு உடம்பு தேய்ஞ்சுருக்கு. பொண்ணுகள பெரிய படிப்பு படிக்க அனுப்ப மாட்டான். இன்னிக்கி உலகம் இருக்கற நிலையில ஆணும் பொண்ணும் கல்வி கற்கறது முக்கியம். இந்தச் சமூகம் மேல உலகமே வெறுப்பைக் கொட்டறப்போ, நாமளும் முன்னேறணும். படிப்பும் அரசு வேலைக்குப் போறதும்தான் நல்லது. அதைவிட்டுட்டு புர்காவைப் போட்டுவிட்டு, பெண் புள்ளைகளை வீட்ல உக்கார வைக்கறது என்ன ஞாயம்? பதினஞ்சு வயசுல பிள்ளைக்குக் கல்யாணம்பண்ணிவைப்பான். இதைப் பார்த்துக்கிட்டு எப்டி கவலைப்படாம இருக்கறது?”

“ஆமா... நாம இப்ப இஸ்லாத்தை பாலோ பண்ணாமயா இருக்கோம்?” ராசாங்கத்தின் குரலை வழிமொழிந்தாள் ஆபிதா.

இருவரது எண்ணமும் ஒரே திசையில் தான் போகிறது. இம்ரான் காரை வேகமாக ஓட்ட ஆரம்பித்தான். தராவீஹ் தொழுகைக்குப் போய்ச் சேர வேண்டுமென்றால் வேகத்தைக் கூட்டித்தான் ஆக வேண்டும். வழக்கமாக வேகமாக ஓட்டினால் பதறும் ஆபிதா குப்பி அமைதியாக அமர்ந்திருந்ததைக் கவனித்து மெலிதாகச் சிரித்துக்கொண்டான். அவளது சிந்தனை வேறெங்கோ இருக்கிறது எனப் புரிந்தது. அத்தா இருட்டி விட்டதனால் தெருவைப் பார்க்கும் முயற்சியைக் கைவிட்டுக் கண்களை மூடிச் சாய்ந்து கொண்டார்.

பானு தராவீஹ் தொழுகையைத் தொழாமல், வெளித் திண்ணையில் அமர்ந்து இவர்களது வருகைக்காகக் காத்திருந்தாள்.

“நீ ஏன் இப்டி பயப்படறம்மா? இங்கே இருக்கற ஊருக்குப் போயிட்டு வரப்போறோம்.” இம்ரான் அம்மாவைக் கிண்டல் செய்தான். “நான் போனாலே இருட்டுறதுக்குள்ள வான்னு பதறிருவா. இப்ப மகன் போயிருக்கார் இல்ல. . . கூடுதல் பயம் இருக்காதா? அல்லா இருக்கான்னு நம்பி, அவன் மேல பாரத்தைப் போட்டுட்டு இருக்கறது இல்ல...” ராசாங்கம் சிரித்தார். “நீங்க சொல்லுவிங்க” பானு சலித்துக்கொண்டாள்.

“எப்டி இருந்துச்சு அங்கே இப்தார், கூட்டம் நிறையவா? குப்பியெல்லாம் எப்டியிருக்காக” ஆர்வமாகக் கேட்டாள், பானு. “ஆமாம் அப்டி ஒரு மகிமை கூட்டம் வேற. நீயும் வராம போயிட்ட” அலுத்துக்கொண்டாள் ஆபிதா. “அஜ்மல் வந்தாரா? என பானு கேட்பாள் என்று தோன்றவில்லை அதனால், இதுபற்றி ஏதும் சொல்லாமல் ஒலு செய்ய அறைக்குள் போனாள், ஆபிதா. “பாத்திமா புருசன் எப்டியிருக்காரு?” “நல்லால்ல, இழுத்துக் கிட்டுத்தான் இருக்கு, துஆ செய்வோம். சரி வா தொழுகலாம்” முசல்லாவைக் கையில் எடுத்து உதறினாள்.

இம்ரான் தூங்குவதற்காக மாடியில் தனதறைக்கு வந்த போது பனிரண்டு மணி ஆகியிருந்தது. இனி சஹர் நேரச் சாப்பாட்டுக்காக மூன்றரைக்கு எழ வேண்டும். கண்களில் எரிச்சல் உண்டாயிற்று. அசதி வேறு உடலை வாட்டிற்று. நேற்று மதியம் ஓய்வு இல்லாமல் கார் ஓட்டியது, ஊருக்குப் போனது எல்லாமும் அசதியைக் கூட்டிற்று. கைப்பேசியில் வந்திருந்த செய்தியைப் பார்க்க அதை எடுத்தான்.

“இப்ப நீ எங்க இருக்க? எப்டி இருக்க?” அனிதாவின் செய்தி வந்திருந்தது. ஊருக்கு வந்து நான்கு நாட்களுக்குப் பிறகு அதை அனுப்பியிருக்கிறாள். ஒருவேளை தயக்கமாக இருந்திருக்கக் கூடும். அதனால்தான் அமைதியாக இருந்து இன்று அனுப்பி யிருக்கிறாள்.

பதில் போடாமல் இருப்பது நாகரீகம் இல்லை. ஒருமுறை “நீ இன்னும் தூங்கலயா?” என்று பதில் போட்டான். “இப்பத் தான் தூங்கப் போறேன்” என்று பதில் தந்தவள், “ஊரில் இருப்பதனால் நோன்பு வைக்க முடியவில்லை” என்றும் எழுதி யிருந்தாள்.

முதல்முறையாக அன்றிரவு இருவரும் சிறிது நேரம் குறுஞ்செய்திகளை அனுப்பியபடி இருந்தார்கள். சஹர் நேர உணவிற்கு அம்மா போனில் அழைத்தபோதுதான், இம்ரானுக்கு இத்தனை நேரம் அவளோடு பேசிக்கொண்டிருந்த எண்ணம் வர, ‘ப்ச்’ என்றபடித் தன்னையே நொந்துகொண்டான். மனம்

சஞ்சலப்பட்டது. இத்தனை நாட்களாகப் பொருட்படுத்தாமல் இருந்த ஒரு விசயத்தை, இன்று பொருட்படுத்தினோம் என்கிற பயம் உண்டாயிற்று. அவளை நேரில் பார்த்தபோது காட்ட முடிந்த கோபத்தை, கடுமையை இப்போது காட்ட முடியாதது பெரும் புதிராக மனத்தில் ஊடாடிற்று.

இருந்தாலும் காலையில் எழுந்ததும் மனம் ஏனோ காற்றில் பறப்பதுபோல இருந்தது, இம்ரானுக்கு. இத்தனை நாட்களில் இதுபோன்றதொரு உணர்வை அவன் அடைந்ததாக ஞாபகம் இல்லை. அனிதாவின் மீதான காதலை அவனால் உணர முடிந்தது. ஒருவாரப் பிரிவு முக்கியமான காரணமாக இருக்குமோ என யோசித்தான். நோன்புவைத்திருக்கும்போது வழக்கமாக காலையில் அசதியாக உணர்வான். இன்று உடம்பெல்லாம் புது ரத்தம் ஏறியதுபோல இருந்தது. தன்னைத் தீவிரமாக நேசிக்கும் ஒரு பெண் என்கிற நினைவு என்றைக்கும் இல்லாத அளவிற்கு, அளவில்லாத ஆனந்தத்தைத் தந்தது.

33

"இம்ரான் இங்கே வாத்தா. . ." என்கிற அத்தாவின் குரல் நினைவிலிருந்து விடுபட வைக்க, "என்னத்தா. . ." என்றபடி அவரது அறைக்குள் நுழைந்தான். கட்டிலின் மீது ராசாங்கம், ஏதோ யோசனையுடன் தாடியை வருடியபடி அமர்ந்திருந் தார். அவருடைய பக்கவாட்டில் போய் மௌன மாக நின்றுகொண்டவன் அவர் பேசட்டும் எனக் காத்திருந்தான்.

அம்மா அறைக்குள் படபடவெனத் தரை அதிரும்படி நுழைந்தாள். உள்ளே வந்தவள் தந்தை யும் மகனும் இருப்பதைப் பார்த்துச் சற்றுத் தயங்கி நின்றாள். இம்ரான் அம்மாவைப் பார்த்துக் கண்களால் போ என்று சைகை காட்டியதும், அவள் மெதுவாகப் பின்வாங்கினாள். அத்தா மெதுவாகக் கண்களைத் திறப்பதைக் கவனித்தான். அவரது கண்களில் எப்போதும் ஏதோ ஒருவித மான சாந்தமும், கருணையும் இருக்கும். இன்று அவை மிக அதிகமாகத் தெரிந்ததைக் கண்டான். "உங்க அத்தா ஒரு அவுலியா இம்ரான்" ஆபிதா குப்பி அடிக்கடி சொல்கிற ஒரு வார்த்தை சடாரென மனத்திற்குள் எட்டிப்பார்த்துவிட்டு மறைந்தது. "இம்ரான் குளிச்சாச்சா" என்ற அவரது குரல் அவனை நினைவுக்குத் திருப்பிற்று.

ஜன்னலின் வழியே சூரியன் உள்ளே தள்ளும் ஒளியும், அத்தாவின் அத்தர் வாசனையும் மனத்தில் பெரிய அளவு சாந்தத்தை உண்டுபண்ணக் கூடிய தாக இருந்தது. ஆபிதா குப்பியின், "அவரு

அவுலியாத்தா" எனும் வார்த்தைகள் காதில் மறுபடியும் ஒலித்தன. "ஆமாங்கத்தா குளிச்சிட்டேன்" என்றவனை "இங்கே பக்கத்தில் வா, வந்து உட்கார்." கட்டிலில் கைவைத்துக் காட்டினார்.

"இப்ப நீ இந்த ரமலான் மாதத்துல குர்ஆன், ஹதீஸ் வழியா என்ன சொல்லியிருக்குங்கிறதைப் படிச்சிடு சரியா?" என்றார். சரி என்பதுபோல தலையசைத்தவன் முகத்தில் குழப்பம் மேலோங்கியது. இப்போ என்ன பிரச்சனை, அவர் என்ன சொல்ல வருகிறார்? அவன் அமைதியாக இருந்தான். சிறுவனாக இருந்தபோதே அவனுக்குத் தமிழ் குர்ஆனை வாங்கித் தந்துவிட்டார். "மதரசாவுக்குப் போ, அங்கு குரானை அரபிலதான் சொல்லித் தருவாங்க. நீ தமிழ்ல படிச்சு அர்த்தம் புரிஞ்சுக்கோ, உன் வாழ்க்கையை நடத்திக்கறதுக்குச் சரியாக இருக்கும்" என்று அவர் சொல்லியிருந்தார்.

அவன் பொறுமையாக அவரைப் பார்த்தான். "நான் ரமலான் மாதம் தர்மம் தர்றதை, யார் யாருக்கு தறேங்கறதை எவ்வளவு கணக்குப்போட்டு செய்றேன் அப்டிங்கறதையும் நீ பாத்துக்கிட்டு வரேல்ல. நீ எல்லாக் காலத்திலும் இதை பாலோ பண்ணனும்னு நான் விரும்பறேன். இந்த வசதி, வாய்ப்பு, கார், பணம், மரியாதையெல்லாம் நமக்குக் குடுத்தவனுக்கு நாம எப்பவும் நன்றி செலுத்தணும். அதே சமயம் அஜ்மல் மாதிரியும் இருக்கக்கூடாது. அவன் தன் நம்பிக்கையில, இந்த வாழ்க்கைப் பத்தியெல்லாம் யோசிக்கறதில்ல. மறுமையைப் பத்தி மட்டும் தான் பேசறான், சிந்திக்கிறான்" என்று சொல்லும்போது அவரின் குரலில் உறுதி தெரிந்தது.

"வரிசையா நாலு பொம்பள பிள்ளைங்க இருக்குதுங்க. அதுகள பத்தியோ எதிர்காலம் பத்தியோ சாராம்மா உடம்ப பத்தியோ கொஞ்சங்கூட யோசிக்க மாட்டிங்கறான். தொழில கவனிக்கறதில்ல. எங்கே தப்லிக் ஜமாத் கிளம்புதோ அங்கே கிளம்பிடுவான்." தொடர்ந்து பேசினார். இம்ரானுக்கு இது ஒன்று புரிந்தது. அதை இப்போது திடீரென சொல்ல வருவதன் அவசியம் என்ன எனப் புரியவில்லை. இப்படி ஒருமுறை கூட அவர் சொன்னதில்லை. பிறகு ஏன் இன்று? "என்ன யோசிக்கற? பயப்படாதே. சும்மா சொல்லணும்னு தோணுச்சு, சொல்லுறேன்."

"நீ தோளுக்கு மேல வளந்த புள்ள, உனக்கு நான் என்ன சொல்லித்தரது? உனக்கே தெரியும்தான். இருந்தாலும் ஹலால், ஹராம் பத்தியும், வாழ்க்கையை எப்படி வாழறதுனும் எனக்குத் தெரிஞ்ச அனுபவத்தை உனக்கு சொல்லித்தர்றது எனது கடமை இல்லையா? அதான். . ." பெருமூச்சு விட்டவர், "சரி, புறப்படு. கடையில சரக்கு வந்து இறங்கியிருக்கு பாம்பேல இருந்து. அதை கணக்குப்பண்ணி எடுத்து வைக்கணும். வா, போகலாம்" என்றார்.

“பானு. . .” என கூப்பிட்டார். அவள், என்னங்க என்றபடி வந்து நின்றாள். அம்மாவின் முகத்தில் குழப்பம் படர்ந்திருந் ததை இம்ரான் கவனித்தான். “ஆலிம்கள், அசரத்மார்கள் லிஸ்ட் கடையில இருந்து குடுத்தனுப்பறேன். கைலி, சட்டை பார்சல்களைக் குடுத்து அனுப்பிவிடு. இம்ரான் மதியம் லுஹர் நேரம் ஒவ்வொரு ஊர்ப் பள்ளிவாசலுக்கும் போய் குடுத்துட்டு வந்துருவான். என்னப்பா. . .” மகனிடம் உத்தரவாகவும் இல்லாமல், அனுமதியாகவும் இல்லாமல் கேட்டார் ராசாங்கம்.

“போறேங்கத்தா.” பவ்யமாகப் பதில் சொல்லியவனது தோள்களில் கைவைத்து மிருதுவாக அழுத்தியவர், “சரி . . . நாங்க கிளம்பறோம்” என்று கிளம்பியவரிடம், ஆபிதா வேகமாக வந்து “அந்தக் கருப்பன் மகளுக்குக் கல்யாணம்னு சொல்லிச் செலவுக்குக் காசு கேட்டாரே, எப்போ வர சொல்லட்டும்” என்றாள். “காலையில கடைக்கு வர சொல்லு” என்றார். இருவருமாகக் கிளம்பினார்கள்.

“இம்ரான் நான் கார் ஓட்றேன். நீ பக்கத்துல உட்காந்துக்கோ” என்றார். தன்னை ஆற்றுப்படுத்தும் அத்தாவின் முனைப்பினை இம்ரான் புரிந்துகொண்டான். “நீ படிப்பை முடிச்சிட்டு மேலே படிக்கணுமோ, இல்ல வேலைக்குப் போகணுமோ, அதுவும் இல்லன்னா கடை வியாபாரத்தைப் பாக்கணுமோ எதுவாக இருந்தாலும் உன் இஷ்டம். என்ன நான் சொல்லுறது?” என்று சொல்லிவிட்டு மகனது முகத்தைப் பார்த்துச் சிரித்தார். அவனுக்குத் தந்தையை இறுக அணைத்துக்கொள்ள வேண்டும் போலிருந்தது. நெகிழ்ச்சியில் இதயம் விம்மிற்று.

கடையில் ஏராளமான பண்டல்கள் வந்திருந்தன. தாஹிர் சரக்குகளைக் கணக்கிட்டான். இருபது வருடங்களுக்கு முன்பு இருந்தது போல இப்போது சைக்கிள் உதிரி பாகங்களின் தேவை அதிகம் இல்லை. சைக்கிள்கள் குறைந்துகொண்டுதானே வருகின்றன. ஸ்கூட்டர், பைக், எலக்ட்ரானிக் பொருள்களுக்கு நல்ல தேவையிருக்கிறது.

காலம் மாற, மாற அப்படித்தானே? முன்னாடி டேப் ரிக்கார்டர். இப்போ மொபைல், டிவி என சிரித்துக்கொண்டான். விருப்பம் இருந்தால் இந்தத் தொழிலைக் கவனிக்கலாம். இல்லா விட்டாலும் பரவாயில்லை. இந்தக் காலக்கட்டத்தில் படித்து வேலைக்குச் செல்வதுதான் எல்லாவற்றையும் விட முக்கிய மானது என நினைத்துக்கொண்டான்.

வருடம் ஒருமுறை ஊரில் நன்கு படிக்கும் பிள்ளை களுக்குக் கல்வி உதவித் தொகையை வழங்க, ஜமாத் சொன்ன யோசனையை ஏற்றுக்கொண்டு அதைச் செயல்படுத்துவதும்

அத்தாதானே என நினைத்துக்கொண்டான். "அப்போ குமர் காரியத்திற்கு நிதி தர வேண்டாமா?" என்று கேட்ட ட்ரஸ்டியிடம், "குடுப்போம். ஆனா, படிப்புக்கு முன்னுரிமை தருவோம்" என்று சொன்னதும் அப்படியே ட்ரஸ்ட்டியும், மற்றவர்களும் அமைதியானார்கள்.

"அத்தா ... தாஹிரை வீட்டுக்கு அனுப்பட்டுமா? துணி பார்சல்களை வாங்கிட்டுவர" என்ற இம்ரானின் குரல் ராசாங்கத்தை நினைவிலிருந்து எழுப்ப, "ஆமாப்பா, அனுப்பு நேரமாகுதுல்ல. நீ சுத்திவர எட்டு ஊர் போய்ட்டு வரணும்" என்றவர், பீரோவைத் திறந்து பெயர்ப் பட்டியலைக் கையில் எடுத்தார். "இம்ரான், இதோ பார் இந்த நோட் புக்ல வருசா வருசம் ஜகாத் குடுக்கற விவரம், யார் யாருக்கு என்னன்னு எழுதியிருக்கிறேன். அதுல அசரத்துக்கள், உலமாக்கள் விவரம், ஊர், பெயர் எல்லாம் இருக்கும். இதை எடுத்துட்டுப் போய் ஒரு ஜெராக்ஸ் போடு. போட்டுட்டு நோட்டை என்கிட்ட தந்துட்டு, ஜெராக்ஸை வீட்டுக்கு அனுப்பு எத்தனை பார்சல் வேணும்முன்னு. பிறகு அந்த லிஸ்டையும் பார்சல்களையும் எடுத்துக்கிட்டு நீ கிளம்பு. அம்மாகிட்ட சொல்லி அனுப்பச் சொல்லு."

மகனுக்குக் கட்டளைகளைப் பிறப்பித்தார். அவரது மென்மையான, தீர்க்கமான குரலைக் கேட்டவன், "சரிங்கத்தா, இந்தா ஜெராக்ஸ் போடறேன்" என்றபடி அந்த நோட்டைக் கைகளில் வாங்கினான். "மறுபடி என்கிட்டயே குடுத்துடு" என்று சொல்லியவர், கணக்குகளைப் பார்க்க ஆரம்பித்தார்.

கடையில் யாரும் இல்லை. ரசாக் வெளியில் போய் இருந்தான். எப்போது வருவான் என்று தெரியவில்லை. காலை யில் வெயில் ஆரம்பிக்கும்போதே கடுமையாக இருந்தது. இம்ரான் நோட்டைப் புரட்டிப் பார்த்தான். அத்தாவின் கையெழுத்தில் ரமலான் மாதம் தர்மம் தரக்கூடிய விவரங் களே பெரும்பாலும் இருந்தன. கூடவே சில பிள்ளைகளது கல்லூரி படிப்பு சார்ந்த விசயங்களையும் எழுதிவைத்திருந்தார். அடுத்தடுத்த வருடங்களில் எவர் ஒருவரது பெயரும் விடுபடக் கூடாது என்கிற எண்ணத்தில் எழுதியிருக்கலாம். அவர் இதை எத்தனையோ ஆண்டு காலமாகச் செய்துகொண்டுதானே இருந்திருக்கிறார். இந்த வருடம் இதையெல்லாமும் எதற்காகத் தன்னிடம் பகிர்ந்துகொள்கிறார், திடீரென புத்திமதிகள் சொல்கிறார் என அவனுக்குப் புரியாதது போலவும். ஏதோ புரிந்ததுபோலவும் இருந்தது.

34

"சலாமலைக்கும் அண்ணே. எப்ப வந்தீக" என்றபடி ரசாக் கடைக்குள் நுழைந்தான். "இப்ப தான்டா வந்தேன். நீ எங்க போயிருந்த, அத்தா எங்கே? என்றான். "அவர் நோன்பு வச்சுக்கிட்டு அசதியில் வீட்ல படுத்துருக்கார். வெயில் இந்தப்பாடு படுத்துதுல்ல..." என்று சலித்துக்கொண்டவன், "என்னணே ஜெராக்ஸ் போடணுமா? குடுங்க" எனக் கைகளை நீட்டினான்.

"ஆமா, இந்தா இந்த ரெண்டு பக்கத்தைப் போட்டுக் குடு" அவனது கைகளில் நோட்டை விரித்தாற்போல கொடுத்தான் இம்ரான். குறுகலான பத்துக்குப் பத்து கடை. ஒரே தூசியாக இருந்தது. மேசைமேல் ஏராளமான பைல்கள் தாறுமாறாக அடுக்கப்பட்டிருந்தன. சாலையில் வாகனங்கள் விட்டுச் சென்ற தூசு நேரடியாகக் கடைக்குள் விசிறியடித்தது. "இந்தாண்ணே முடிச்சாச்சு" என்று கைகளில் நோட்டையும், இரண்டு பக்கங்கள் தாள்களையும் கொடுத்துவிட்டு, "எப்போ மறுபடி காலேஜ் திறக்கறாங்க அண்ணே" என்றான்.

"எனக்கு ரமலான் பெருநாள் முடிஞ்ச நாலாவது நாள், உனக்கு?" என்றான். "எனக்கும் அதே டைம்லதான்." "நீ திருச்சியிலதான படிக்கிற," கேட்ட இம்ரான் "ஜெராக்ஸுக்கு எவ்வளவு பைசா?" என்று கேட்டான். "அடப்போண்ணே... காசு என்ன ரெண்டு பக்கத்துக்கு, ஹாஜியார் அத்தாவுக்கு நான் காசு வாங்கலாமா? அவர்தான் என்னைய காலேஜ்ல படிக்கவே வைக்கறாரு." அவனது பதிலும்,

சொன்ன செய்தியும் இம்ரானுக்குப் புதியது என்றாலும், அதில் வியப்பேற்படுவதற்கு ஒன்றுமில்லை. "சரிப்பா, நான் வர்றேன்" என்று சொல்லிவிட்டுக் கிளம்பினான். "நடந்தா வந்தீங்க... இந்த வெயில்ல" என்றவனிடம், "இந்தா ரெண்டு கடை தள்ளி இருக்கு எங்க கடை, இதுக்கு என்னத்துக்கு பைக்ல வரணும்?"

வலது கை தருவது இடது கைக்குத் தெரியக் கூடாது. இந்த வார்த்தையை அத்தா பலமுறை சொல்லிக் கேட்டிருக்கிறான். இந்த ரசாக்கை அவர்தான் படிக்க வைக்கிறார் என்கிற விசயம் இன்றுதான் அவனுக்குத் தெரியும். எப்போதும் அவர் இதுபற்றிச் சொன்னதே இல்லை. இன்று தானாகத்தான் காதில் விழுகிறது. இதுபோல எத்தனை பிள்ளைகளைப் படிக்க வைக்கிறார் என்று தெரியாது.

இறைவனிடம் வானவர்கள் கேட்கிறார்கள், "இறைவா ... உன் படைப்பில், மலைகளைவிட சக்தி வாய்ந்தது எது?

இறைவன் : இரும்பு.

வானவர்கள் : இரும்பைவிட சக்தி வாய்ந்தது?

இறைவன் : நெருப்பு.

வானவர்கள் : நெருப்பைவிட சக்தி வாய்ந்தது?

இறைவன் : நீர்.

வானவர்கள் : நீரைவிட சக்தி வாய்ந்தது?

இறைவன் : காற்று.

வானவர்கள் : இதை எல்லாம்விட சக்தி வாய்ந்தது?

இறைவன் : வலக்கை கொடுப்பதை இடக்கை அறியாமல் கொடுக்கும் மனிதன்."

இம்ரானின் மனத்தில் இந்த இறை வசனம் ஓடி மறைந்தது.

அத்தாவைப் பெருமிதமாக உணர்ந்தான். கடையில் இருந்து காரில் கிளம்பும்போது ராசாங்கம் மறுபடியும் அவனிடம் சொன்னார். "ஒவ்வொரு ஆலிம்சாகிட்டயும் அத்தா சலாம் சொன்னாங்கன்னு சொல்லு. துஆ செய்யச் சொல்லு. கவர்ல ஒண்ணும், பார்சல்ல ஒண்ணும் ஒவ்வொருத்தருக்கும் குடுக்கணும்." என்கிற தனது அக்கறையை அவன்மீது சுமத்துவதற் காக அவர் ரொம்பவே மெனக்கெட்டார். "அப்புறம் ... தொப்பியைக் கழட்ட வேணாம். போயிட்டு சீக்கிரமா வந்து சேரு."

"சரிங்கத்தா" என்றபடி காரைக் கிளப்பினான் இம்ரான். மொத்தம் ஏழு ஊர்கள், பக்கத்துக் கிராமங்கள்தான். இரண்டு மூன்று மணி நேரத்தில் முடித்துவிடலாம் என்று தோன்றிற்று.

மொபைலில் செய்தி வரும் சத்தம் கேட்டது. அனிதா என்று பெயர் பளிச்சிட்டது. தொடர்ச்சியாக நான்கு செய்திகளை அனுப்பிருந்தாள். வரிசையாக அவள் பெயர் ஒளிர்ந்தது. நேற்று இரவு அத்தா அருகில் இருந்தபோதும் அவளது செய்திகள் தொடர்ந்து வந்துகொண்டிருந்தது சட்டென நினைவுக்கு வந்தது. இந்தப் பெயரை நிச்சயமாக அவர் பார்த்திருக்க வேண்டும் என்று யோசித்தவனுக்கு, இன்று காலையில் இருந்து அவர் நடந்து கொண்டவிதம் குறித்த சந்தேகம் குறைந்து போயிருந்தது.

சட்டென எதையோ இழந்தவன்போல ஆகியிற்று. உடலில் லேசான நடுக்கம் உண்டாயிற்று. ரத்த ஓட்டம் கூடி உடல் வியர்த்துக் கொட்டிற்று. காரை ஒரு ஓரமாக மரத்தடியில் நிறுத்தினான். ஏசியைக் கூட்டிவைத்துச் சற்று நேரம் அமர்ந்தான். மலையடிவாரத்தில் மாடுகள் மேய்ந்தன. நடு மத்தியான வெயிலை உள்வாங்கிய கற்றாழைச் செடிகளும் கருவேல மரங்களும் அடர்ந்துகிடந்த புதர்கள் கடும் அமைதியைக் கொண்டு நிற்பது போலிருந்தது. இன்னும் பத்து நிமிடத்தில் போக வேண்டிய ஊரைப் போய்ச்சேர்ந்துவிடலாம். மொபைலைக் கையில் எடுத்து செய்தியைப் பார்க்க மனத்தில் தைரியம் வர மறுத்தது. சற்று நேரம் நிதானமாக அமர்ந்திருந்தவன் மறுபடியும் புறப்பட்டான்.

வேலைகள் முடித்துத் திரும்பும்போது சென்றுவந்த பள்ளிவாசல்களும், தான் சந்தித்த அசரத், உலமாக்களும் மனத்தில் நிறைந்து இருப்பதாக உணர்ந்தான். "ஹாஜியார் மகனா? யா அல்லாஹ்" ஒவ்வோர் இடத்திலும் கிடைத்த மரியாதை யும் வரவேற்பும் அவனை அச்சமுற வைத்திருந்தன. ஒவ்வொரு பள்ளிவாசலும் கட்டுவதற்கு அவரது நிதியும் உதவியும் இருந்ததை அவர்கள் நெகிழ்வோடு சொன்னபோது மனம் தவித்தது. எப்படிப்பட்டதொரு மரியாதை, அன்பு. . . தனது சமூகத்திற்கு அவர் செய்திருக்கும் பணி அவனை நிலைகுலைய வைத்திருந் தது. தந்தைமீது அவன்கொண்டிருந்த அன்பு, மிகப்பெரும் மரியாதையாக உருமாற்றம் கொண்டது.

தன்னைச் சுற்றியுள்ளவர்களின் வாழ்வை மாற்றுவதற் கான அவரது பணிகளும் உழைப்பும் அவனைப் பிரமிக்கச் செய்ததை விட, தனது பொறுப்புகளை அதிகப்படுத்தியிருப்பதாக உணர்ந்தான்.

இன்று அத்தா தன்னிடம் பேசியதிலும் ஒப்படைத்த வேலைகளிலும் அவர் தனக்குச் சொல்ல விரும்பிய செய்தி கொஞ்சம்கூட சந்தேகம் இல்லாதபடி புரிந்துவிட்டது.

காரை போர்டிகோவில் நிறுத்திவிட்டு வீட்டிற்குள் நுழையும்போது, உடனே அவரைப் பார்த்து அணைத்துக்

கொள்ளவேண்டும் போலிருந்தது. தன்னால் அவருக்கு, அவரது கௌரவத்திற்கு எந்த ஒரு பிசகும் வந்துவிடக் கூடாதென்று அவன் உறுதிகொண்டான். நேரம் மூன்றுமணி ஆகியிருந்தது. நடு ஹாலில் ஆபிதா குப்பி அமர்ந்திருந்தார். அத்தா தனதறை யில் உறங்கிக்கொண்டிருக்கக்கூடும். "என்ன குப்பி தனியா உக்கார்ந்து இருக்கீங்க? நோன்பு வச்சா மயக்கம் வருமே... படுக்கலயா?" என்று கேட்டான்.

"இல்லத்தா ... படுத்துதான் இருந்தேன். நோன்புக் கஞ்சி நம்ம வீட்டுக் கஞ்சி இல்லை. வீட்டுக்குக் குடுத்தனுப்புவாங்க பள்ளிவாசல்லேருந்து. அதான் வாங்கி வைக்கலாம்முன்னு உக்காந்து இருக்கேன்." பெருமூச்சுவிட்டாள். அசதி முகத்தில் தெரிந்தது. "நீ எல்லா ஊரும் போய்ட்டு வந்திட்டியாத்தா? என்ன சொன்னாங்க, துவா செய்றேனு சொன்னாங்களா?"

ஆர்வமாகக் கேட்பது போல தெரிந்தாலும், அவனோடு பேசவேண்டும் என்றே கேட்பதுபோல இருந்தது.

"ஆமாம், ஆமாம். போய் அவங்கள எல்லாம் பார்த்துட்டு வந்ததே சந்தோசமா இருக்குது, ஹைர்[1]" என்றான். "அந்த ஆலிம்களுக்கெல்லாம் அத்தா மேல அவ்வளவு மரியாதை. புல்லரிச்சுப் போச்சு குப்பி."

"இந்த இடம் வர்றதுக்கு உங்கத்தா பட்டபாடு இருக்கே, அல்லாவே...! அல்லா போதுமானவன்." இரு உள்ளங்கைகளை யும் நெஞ்சின் மீது வைத்து அழுத்தினாள் ஆபிதா.

"ஆமாம் குப்பி. அல்லா போதுமானவன்" சொல்லிவிட்டு அவளருகே வந்தமர்ந்தவன், சட்டையைக் கழற்றினான். "குடுத்தா, சட்டையைத் தொவைக்க போடுறேன்" என்றபடிக் கையை நீட்டினாள். "நான் அழுக்குக் கூடையில போட்டுக்கிறேன். நீங்க சும்மா இருங்க." ஆபிதா சற்றுநேரம் அவனை உற்றுப் பார்த்தாள். அப்படியே அச்சுவைத்தாற்போல ராசாங்கத்தைப் போலவே இருந்தான். அதே மூக்கு, நெற்றி, கண்கள். "உன்ன பார்த்தா அத்தாவைச் சின்ன வயசுல பார்த்த மாதிரியே இருக்கே" என்றாள். "இவ்வளவு ஒல்லியாவா" என்றான். "ஆமாம், ஒடிஞ்சு விழுகிற மாதிரி வெடவெடன்னுதான் இருப்பாரு. ஆளு அம்புட்டு பொறுமை, தங்கமான குணம், அறிவு. . ." மெய்மறந்ததுபோலச் சொன்னாள்.

இம்ரான் தரையில் அமர்ந்து அவளையே பார்த்துக் கொண்டிருந்தான். தந்தையைப் போன்றே கனிவான முகம். வயதின் காரணமாக தளர்வுறத் தொடங்கும் முகத்தின்

---

1. நல்லது.

சதைகள். முன்பு மிகப் பிரமாதமான அழகியாக இருந்திருக்க வேண்டும். இன்றைக்கும் அந்த அழகின் சுவடுகள் முகத்தில் பதிந்து கிடந்தன. தனக்கென எந்த ஒரு சுயநலமும் ஆசாபாசமும் இருந்திராத ஓர் உயிர் அத்தாவிற்கும் குப்பிக்கும் இடையேயான அன்பின் வலிமையைப் பல சந்தர்ப்பங்களில் பார்த்திருக்கிறான். தனக்கு ஒரு சகோதரி இதுபோல இருந்திருக்கக் கூடாதா என எப்போதும் நினைத்துக்கொள்வான்.

அம்மா சில சந்தர்ப்பங்களில் படபடவென எதையாவது பேசிவிடுவாள். அந்தச் சந்தர்ப்பங்களை, பொறுமையோடு லாவக மாகக் குப்பி கையாள்வதைப் பலமுறை பார்த்து வந்திருக்கிறான்.

"என்னத்தா... இப்படி வச்ச கண்ணு விலகாம குப்பியைப் பாக்குற, குப்பிக்கிட்ட ஒரு பொண்ணு இல்லாம போச்சு" என்று சொல்லிவிட்டு சிரித்தாள். அவள் சிரிக்கும்போது நிஜமாகவே ஒரு பூ மலர்வது போலிருந்தது. "ஆமா குப்பி. நீங்க சின்ன வயசுல ரொம்ப அழகா இருந்திருப்பீங்கனு நெனச்சேன். அதுதான்."

"வயசாகிப் போகுது" சொல்லிவிட்டு மௌனமாகச் சிரித்தாள். "சரி, போய் செத்த நேரம் படுத்து ரெஸ்ட் எடு. நானும் படுக்கப் போறேன்" என்றவளது அருகில் அமர்ந்து, அவளது மடியில் படுத்துகொண்டான். அவள் உடலின் வெம்மை, மனத்திற்கு ஆறுதலாக இருந்தது. "என்னத்தா திடீர்னு" பதற்றமாகக் கேட்டவளிடம், "சும்மா, கொஞ்ச நேரம் படுத்துக்கிறேன்" என்றான்.

குப்பியை நினைத்துக்கொள்ள ஏராளமான நினைவுகள் அவனுக்கு இருந்தன. அவளது மடியில் படுத்துக் கதை கேட்டு வளர்ந்தவன் தான். அம்மா கோபமாகத் திட்டும்போது இவள் மடியில் படுத்துதான் சலுகை சொல்வான். நினைவு முழுக்க ராசாங்கம், பானு, இம்ரான். இதைத் தாண்டி வேறெந்தச் சிந்தனையும் குப்பிக்கு இருந்ததாக இவன் உணர்ந்ததில்லை.

குப்பியிடம் இவன் நெருக்கமாக இருக்க நேரும்போதெல்லாம் அம்மாவின் முகம் ஏதோ ஒரு விதமான அசவுகரியத்தைக் காட்டி, இவனை விலக வைக்கும் அல்லது தயங்க வைக்கும்.

இவன் குப்பியிடம் சலுகை சொல்லும்போதெல்லாம், அம்மா குப்பியிடம் எரிந்துவிழுவதைப் பார்த்திருக்கிறான். அதைத் தாங்க முடியாமல் அப்படியே மனம் உடைந்து போவான். ஏனோ அவளது அமைதி தவழும் முகமும், எதன்மீதும் பற்றில்லாத குணாதிசயமும் ஆச்சர்யமாகவே இருக்கும்.

"என்னத்தா... என்னமோ சொல்ல யோசிக்கிறபோல" என்றவள் அவனை ஆறுதலாக அணைத்துக்கொண்டு, "நீ ஒங்கத்தாவோட பேரைக் காப்பாத்திக் குடுக்கணும், அத மட்டும்

அடைக்கும் தாழ்

மறந்துறாத தங்கம்" என்றாள். வேண்டுகோளாகவும் இல்லாமல், கட்டளையுமாக இல்லாதபடி ஒலித்த அவளது மென்மையான குரல் காற்றின் துணையோடு அவனை வந்து சேர்ந்தது. அக்குரலை, அதன் மிருதுவான தன்மையை அப்படியே மானஸீக மாக அணைத்துக்கொண்டான் இம்ரான்.

அத்தாவோடு பெருநாள் தொழுகையை முடித்துவிட்டு வீட்டிற்குக் கிளம்புவதற்குள் போதும், போதும் என்றாகிவிட்டது. நேற்றிரவு பெய்த திடீர் கனமழையில் கொத்பா[2] தொழுகை வெளியில் இல்லை. புதுப்பள்ளிவாசல், விசாலமான இடத்தில் இருப்பதால் பள்ளியிலேயே தொழ வைத்தார்கள். இடவசதி இருந்ததில் அத்தனைபேருக்கும் பெரும் மகிழ்ச்சி.

வெளியூர்களில் தொழில் செய்யச் சென்றிருந்தவர்களும் அரபு நாடுகளில் இருந்து வந்திருந்தவர்களும் புதுப்பள்ளியில் தொழ முடிந்ததில் பெரிய அளவு மனநிறைவைக்கொண்டிருந் தார்கள். ஆள் ஆளுக்கும் அத்தாவைக் கட்டியணைத்து முசாபா செய்து, தங்களது மகிழ்ச்சியையும் நன்றியையும் பரிமாறியதைக் காணப் பெருமிதமாக இருந்தது.

அவர் மிக மகிழ்ச்சியோடு வாழ்த்துகளைப் பரிமாறினார். புத்தம்புதிய உடைகளின் வாசமும், அத்தரின் நறுமணமும் நாசியில் ஒட்டி உறவாடியது. வெளியில் மழையின் லேசான தூறலும் சிலிர்ப்பான காற்றும் விரிக்கப்பட்டிருந்த முசல்லாக் களும் பள்ளிவாசலின் புத்தம் புதிய பளிங்குக் கற்களின் குளிர்ச்சி யும் மனத்தை மிகுந்த பரவசப்படுத்துவதாக இருக்க, இம்ரான் தன்னையறியாமல் 'யா அல்லாஹ்' என்று வாய்விட்டுச் சொல்லிக் கொண்டான். அத்தாவை அப்படியே இறுக அணைத்துக் கொள்ள மனம் ஆவேசப்பட்டது. அந்த ஆசையைச் சற்றுக் கஷ்டப்பட்டே அடக்கிக்கொண்டான்.

கடந்த இரண்டு நாட்களாகத் தனது மனத்திலிருந்து, அனிதா மீதான ஈடுபாடு சட்டென நகர்ந்து வெளியேறிவிட்ட தாக உணர்ந்து ஆசுவாசம் உண்டானது. இனி குழப்பத்திற்கு இடமில்லை, ஒரே முடிவுதான். நல்லவேளையாக அவளிடம் "நானும் உன்னைக் காதலிக்கிறேன்" என்று சொல்லிவிட வில்லை. சாதாரணமாகத்தான் செய்தி அனுப்பியுள்ளோம். அத்தாவின் பெயருக்கும், கவுரவத்திற்கும் எந்த ஒரு இழுக்கை யும், தான் கொண்டு வந்து விடக் கூடாது என மனத்திற்குள் உறுதிகொண்டான். அத்தனை கூட்டத்திற்கு நடுவே வெள்ளைத் தொப்பியும் வெண்மையான மக்காத்துண்டும் தோள்களில் அணிந்து பார்ப்பதற்கு அத்தா சூஃபியைப் போல இருந்தார்.

•••

2. ரமலான் முடிவு பெருநாள் தொழுகை நடக்கும் இடம்.

ஹாஸ்டல் அறைக்குள் நுழைந்து பெட்டியைத் தனதிடத்தில் வைத்த இம்ரானுக்கு அசதியாக இருந்தது. இரவு ரயிலில் சரியான உறக்கம் இல்லை.

பஜ்ரு தொழுகும் நேரம் நெருங்கியதால் அத்தாவிடம் அவசரமாகத் தகவல் சொல்லிவிட்டு ஒழு செய்வதற்குக் கிளம்பினான். பள்ளியில் பாங்கொலிக்கும் சப்தம் கேட்டது. குளியலறைக் கண்ணாடியில் தெரிந்த முகத்தைச் சற்று நேரம் உற்றுக் கவனித்தான். தாடி நிறைய வளர்ந்திருந்தது. ஊரில் இருக்கும்போது அதைக் குறைக்க வேண்டும் என்கிற தேவையோ யோசனையோ இல்லை. தொழுதுவிட்டு வந்து கத்தரிக்க வேண்டும் என நினைத்துக்கொண்டான்.

"ஏன் ஒரு மெசேஜ் கூட போடல?" வகுப்பறையில் அவனுக்கு அருகாகக் கிடந்த பெஞ்சில் அமர்ந்திருந்த அனிதா கேட்ட போதுதான் சுயநினைவிற்கு வந்ததுபோல, தலையை நிமிர்த்தி அவளைப் பார்த்தான். "என்ன அவ்வளவு யோசனை? நாங்க வந்தது கூட தெரியல" என்று கண்ணடித்துச் சிரித்தாள் நிலோபர். "ஒண்ணுமில்ல . . . சும்மாதான்" மழுப்பலாகச் சிரித்தவன், அனிதாவின் கேள்விக்குப் பதில்சொல்ல மறந்ததுபோல அமைதி யாக இருந்தான். அது அவளை நிச்சயம் காயப்படுத்தும் என்று அறிந்தே அப்படிச் செய்தான்.

தன்னை மோசமானவனாகச் சித்திரிக்க முடிந்தால் அது நல்லதுதானே என நினைத்தான். "சரி சரி விடு, உன் ஊர் ஞாபகத்தை. முதல்ல அனிதாவுக்குப் பதில் சொல்லு." நிலோபர் இதை விடக்கூடாது என்று நினைத்தே செயல்படுவதாக நினைத்தான். "நேரமில்லை, அதான் பதில் அனுப்பல." அனிதாவுக்கான பதிலை நிலோபர் நின்ற திசையில் பார்த்துச் சொன்னவனை அனிதா வினோதமாகப் பார்த்தாள். இவனுக்கு என்னவாயிற்று என யோசித்தாள். மறுபடியும் தங்களுக்குள் தூரம் கூடியிருப்பதாக உணர்ந்தாள். அவளது குழப்பத்திற்கு தன்னிடம் பதில் இருப்பதை நிலோபரின் முகபாவம் காட்டிற்று. வகுப்பறையும், பேச்சொலிகளும் அந்தத் தருணத்திலிருந்து அவளை வெளியில் கொண்டுவந்தன.

அவர்கள் கேண்டீனில் அமர்ந்திருந்தார்கள். "உனக்கென்ன பைத்தியமாடா?" என்ற நிலோபர் அவனது தலையில் ஒரு குட்டு வைத்தபோது, "ச்சு . . . சும்மா இரு" என்று கூறி கையிலிருந்த தேநீரை பிஸ்மில்லா சொல்லியபடிக் குடிக்க ஆரம்பித்தான். "பிறகு என்னத்துக்குடா அவளுக்கு ஒரு ராத்திரி முழுக்க, விடிய விடிய மெசேஜ் போட்டுக் கொஞ்சின?"

அவளது கடுகடுத்த உருண்டை முகம் கோபத்தில் சிவந்திருந்தது. "நிலோபர் . . . நீயும் நானும் இங்கே உட்கார்ந்து

கிட்டு இதெல்லாம் பேசலாம். ஆனால் ஊர், குடும்பம் இதை யோசிக்கவே முடியாதபடிக்குதான் இருக்கு. நீ ராமநாதபுரத்துல இருந்து வந்திருக்க. உனக்கே இதெல்லாம் தெரியும்தானே? பின்ன என்னைய மட்டும் ஏன் கேள்வி கேட்கற, சொல்லு." இம்ரானின் கேள்வி, முகத்தில் அறைவதை உணர்ந்தாள் நிலோபர்.

கேண்டீனில் ஒன்றிரண்டுபேர் நின்று ஏதோ அரட்டை யடித்தார்கள். நிலோபருக்கு முன்பிருந்த தேநீர் ஆறிக்கொண் டிருந்தது. என்ன பதில் சொல்வது என்று அவள் மௌனத்தில் உறைந்துபோயிருந்தாள். காற்றில் அவளது தலை முக்காடு படபடத்தபடி இருந்தது. "டீ ஆறுது, குடி" அவளை சுயநினைவுக்குக் கொண்டுவந்தான். "உம் இதோ குடிக்கறேன்" என்றபடி கோப்பையை எடுத்தவள், "அவள்தான் இஸ்லாத்திற்கு வந்துவிட்டாளே ... அதன் பிறகுகூட உங்க ஊர், குடும்பம் எதுவும் ஏற்றுக்கொள்ளாதா என்ன?" பரிதாபமான குரலில் கேட்டாள். அவளது குரலில் தெரியும் இயலாமை, இம்ரானின் இறுக்கமான மனத்தை அசைக்கக் கூடியதாக இருந்தது.

"நீ நினைக்கற மாதிரி எல்லாம் நம்ம ஊர் இல்ல. இன்னைக்கும் கவுரவம், பெருமை, அந்தஸ்துனு வாழ்ந்துக்கிட்டு இருக்கற ஊர்ல, குடும்பத்துல குழப்பம் ஏதும் வேணாம். அது மட்டுமல்ல... காதல்ங்கறது பிச்சை போடறது இல்ல. அவளோட படிப்புக்கும் தகுதிக்கும் அவளுக்கு ஒரு நல்ல துணை கிடைக்கும். என்னோட வாழ்க்கை முறைக்கும் குடும்பத்திற்கும் அவள் ஒத்துவரமாட்டாள்.ப்ளீஸ். . . மறந்துடச் சொல்லு." நடுங்கும் குரலில் அவன் இறைஞ்சுவதைக் காண நிலோபரின் மனம் வேதனைப்பட்டது.

"எனக்கு எல்லாமும் புரியுது. ஒரே ஒரு விசயம் போதும், அவ முஸ்லிமா மதம் மாறிட்டாங்கற ஒண்ணு மட்டுமே போதும், உன் குடும்பத்தில் சம்மதம் வாங்க அல்லது ஊர்ல சொல்லுறதுக்கு. ஒரு பொண்ணை மாற்று மதத்தில் இருந்து இஸ்லாத்திற்குக் கொண்டு வந்தால் சொர்க்கம் இல்லையா?" தனக்குள் முணுமுணுத்தவள், "சரி கிளம்புறேன் நான். இருட்ட போகுது" என்றபடி எழுந்தாள். தனது குள்ளமான, சற்றுத் தடித்த உடலை மிகுந்த ஆயாசத்துடன் அந்த இடத்திலிருந்து நகர்த்த ஆரம்பித்தாள். எல்லையற்ற மனச்சோர்வு அவளை வாட்டியது.

மஹ்ரிபு தொழுகைக்கு நேரம் ஆகியிருந்தது. கையில் எடுத்த தொப்பியை விரித்துத் தலையில் அணிந்தான்.

35

“கங்கிராட்ஸ் . . .” அனிதாவின் கைக் குலுக்கலுக்குப் பதில்சொல்லி அணைத்துக் கொண்டான் இம்ரான். “நம்ம கேங்லயே கேம்பஸ் இண்டர்வியூல பாஸ் பண்ணி ஜாப் கிடைச்ச ஒரே ஆள் நீதான்டா . . .” தனு இம்ரானின் முதுகில் தட்டினான். “எனக்கெல்லாம் வேலைக்குப் போகணும் என்கிற அவசியமே இல்ல. வீட்ல விடமாட்டாங்க” என்று இம்ரான் சிரித்தபடிச் சொன்னாலும், நிலோபர் முகத்தில் சோகம் இழையோடிற்று.“நான் பாம்பேக்கு ஐடி கம்பெனிக்குப் போய்டுவேன். நீங்கள்லாம் ஆளுக்கொரு திசை இல்ல...” சிரித்தான் இம்ரான். “ஆமாமாம்... நான் கல்யாணம் பண்ணிக்கிட்டு துபாய் போறேன். நீ டா...” தனுவைப் பார்த்துக் கேட்டாள் நிலோபர்.

“நான் வேலை தேடுவேன், வேறென்ன செய்ய?” இப்போது அனைவரின் கவனமும் அனிதா விடம் சென்றது. “எனக்கு வீட்ல மாப்பிள்ளை பாக்குறாங்க. நான் இந்த கேம்பஸ் இண்டர்வியூல செலக்ட் ஆகியிருந்தா, கொஞ்ச நாளைக்கு வேலைக்குப் போறேன்னு சொல்லி ஒரு வருசம் தப்பிக்கலாம்னு நினைச்சேன். இனி வேலை தேடி அலையவெல்லாம் விடமாட்டாங்க,” என்று வாட்டமுற்ற முகத்துடன் சொன்னாள் அனிதா.

இம்ரான் சொன்னான், “ஐ.ஏ.எஸ். எக்சாமுக்கு பிரிபேர் பண்ணறேனு வீட்ல பர்மிசன் வாங்கிடு. சென்னையில அல்லது கேரளாவில சேர்ந்து படிக்க றேன்னு ஒரு ரெண்டு வருசம் தள்ளிப் போடலாம்.”

“தட்ஸ் குட் ஐடியா” தனுவும் நிலோபரும் ஒரே சமயத்தில் சொன்னார்கள். இம்ரான் ஏதோ யோசனையுடன், தனது சின்னஞ்சிறிய தாடியை வருடினான். ஆழமானதொரு பெருமூச்சு அவனிடம் இருந்து வந்தது. இரண்டு வருடம் என்றால் அது நீண்ட காலம்தான். “அல்லாஹ் நாடியது நடக்கும். இன்சா அல்லாஹ்” என்றான். ஆமாம் என்பதுபோல அனிதாவும் மற்றவர்களும் தலையசைத்தார்கள். “இனி உங்க வீட்ல பர்மிசன் வாங்கற வேலையை நீ பார். நான் நல்ல சென்டரா தேடறேன். அது என்னோட பொறுப்பு” என்றான் இம்ரான்.

நிலோபரும் அனிதாவும் இம்ரானின் வார்த்தைகளை ஆமோதிக்கும் வண்ணம் “ஆமீன்” என்றார்கள். அனிதாவுக்கும் இம்ரானுக்கும் காதல் உறுதியாகியதில் நிலோபருக்கு நிம்மதி. வளைகுடாவிலிருந்து திரும்பிய அனிதாவின் தந்தை விமான விபத்தில் இறந்தபோதுதான் இம்ரான் முதல்முறையாக அவள் மீதான தன் கருணையைக் காட்டினான். தந்தையை இழந்து, நடைப் பிணமாக வாழ்ந்தவளிடம் தன் அன்பையும் காதலையும் சொல்லி அவளுக்கு நம்பிக்கை ஊட்டினான். அப்படி ஒரு துயரச் சம்பவம் நடக்காமல் இருந்திருந்தால் அவன், அவளை ஏற்க மறுத்திருப்பான் அதில் இவளுக்குச் சந்தேகம் இல்லை.

திருவனந்தபுரத்தில் உள்ள சென்டரில் அனிதாவைச் சேர்த்து விட்டு, தங்குமிடத்தில் அவளைப் பத்திரமாகச் சேர்ப்பித்து, இம்ரான் அங்கிருந்து பம்பாய்க்குப் பயணம் செய்தான். விமான நிலையத்திற்குச் செல்கிற வழியில் அவனது கைகளைப் பற்றிக் கொண்ட அனிதா சொன்னாள், “எல்லாத்துக்கும் தேங்க்யூ டா.” அவன் இந்த சென்டரை நண்பரிடம் விசாரித்துத் தேர்வு செய்து, அவளுக்கான அத்தனை கட்டணங்களையும் செலுத்தி, வாடகைக்கு நண்பனின் சகோதரி மூலமாகத் தங்கும் இடத்தைத் தேர்வுசெய்து, அவள் படிப்பைத் தவிர எந்த ஒரு கவனச் சிதறலும் நிகழ்ந்துவிடாமல் மிக மிகக் கவனமாகச் செய்திருந்த ஏற்பாடுகள் அனைத்திற்குமாக அவள் நன்றி சொல்ல விரும்பினாள். அவனோ ஏதொன்றும் செய்யாதவனாகக் காட்டிக்கொண்டபடி அவளிடம் இருந்து விடைபெற்றான்.

காரில் ஏறும்போது, “ஐ.ஏ.எஸ் ஆகிட்டு, என்னைய மறந்திராதீங்க மேடம்” என்று கண்சிமிட்டிச் சிரித்தவனிடம், “ப்ச்... சும்மா இரு இம்ரான். எப்பப்பாரு விளையாட்டு. மறுபடி எப்போ பாக்க போறோம்னு இருக்கு. ஐயம் கோயிங் டு மிஸ் யூ” என்றாள்.

36

அனிதா தனது முதல் பரீட்சை முயற்சியில் தோல்வியுற்றபோது, அவளிடம் நேரில் சென்று ஆறுதல் சொல்ல இம்ரான் வந்தான். அவன், அவளை அழைத்துச் செல்வதற்காக விமான நிலையத்தி லிருந்து நேராக அவள் தங்கியிருந்த இடத்திற்குச் சென்று, மொபைலில் அழைத்தான். "நான் கார்ல இருக்கேன் நீ வரியா?" என்று. "இதோ வரேன்" என்றவள், அடுத்த சில நிமிடங்களில் கீழே இறங்கிச் சிரித்தபடி வந்தவள், "ஹாய்... எப்படி இருக்கே?" என்றாள். அவளது குரலிலும் நடவடிக்கைகளிலும் மிகுந்த செயற்கைத்தனம் ஊடாடியிருப்பதாக உணர்ந்தான்.

"சட்டுன்னு காரை எடு, யாரும் பார்க்க போறாங்க, கேரளாவில் மாரல் போலிசிங் அதிகம்" என்றாள்.

"ஆமாம்..." என்றபடி காரை எடுத்தான். "உன்னோட ப்ரண்ட்ஸ் இருந்தாங்கன்னா, நான் ஒரு ஹலோ சொல்லலாம்ன்னு நினைச்சேன்" என்று சொன்னான்.

"அவங்கள்லாம் ரூம்லதான் இருக்காங்க. ஆனா நான் உன்னை லவ் பண்றது அவங்களுக்குத் தெரியாது. முஸ்லிம் பையன லவ் பண்றது தெரிஞ்சா ஒரு மாதிரி பார்ப்பாங்க."

"அப்போ, கல்யாணம் பண்றப்போ தெரிஞ்சு தான ஆகணும்?"

"அது ஆகறப்போ சமாளிச்சுக்கலாம்" என்றவளின் முகத்தைத் திரும்பிப் பார்த்தான்.

இவள் பரிட்சையில் தேர்வாகாத துக்கத்தில் இருப்பாள் என நினைத்து, ஆதரவாக இருக்கலாம் என்று வந்தவனுக்கு, அவளது விட்டேத்தியான பேச்சும் நடவடிக்கையும் வியப்புண்டாக்கின.

"பசிக்குது, எங்கேயாவது ஹோட்டலுக்குப் போகலாமா? நான் காலைப் பிளைட்டைப் பிடிக்கிறதுக்காக, அதிகாலையில் எழுந்திரிச்சது. பிளைட்ல ஒண்ணும் சாப்பிடல."

"சாப்பிடலாமே" என்றவள், "அதோ... அந்த ஹோட்டல்ல நிறுத்தேன், நல்லாருக்கும்" என்றாள். அவர்கள், காரை நிறுத்த எத்தனித்தபோது, "நீ இன்னும் ஹலால் சாப்பாடுதான் சாப்பிடுவாயா? இங்கே ஹலால் கிடைக்காது" எனத் தகவலாகச் சொன்னாள்.

அவளது பொறுப்பற்ற பேச்சு அவனைத் துணுக்குற வைத்தது. "என்னைப் பற்றி உனக்கு எதுவுமே தெரியாத மாதிரி நடந்துக்கற" என்றவன் காரை மறுபடி எடுத்தான்.

அவள் பொட்டுவைத்திருப்பதை, ஸ்லீவ்லெஸ் அணிந்திருப்பதை முதல்முறையாகப் பார்த்தான் இம்ரான். முன்நெற்றியில் விரிந்துகிடந்த தனது தலைமுடியை அவள் அப்போதுதான் பின்புறமாக ஒதுக்கிவிட்டிருக்கக் கூடும்.

மனத்தில் பதற்றம் சூழ, அவன் மௌனமாக காரை ஓட்டியபடி இருந்தான். அவள் தனது மொபைலில் கவனமாக இருந்தாள். மும்பையைப் போல சாலையில் நெரிசல் ஏதும் இல்லாதது, அவனது நிதானத்திற்கு உறுதுணையாக இருந்தது. பேச முடியாத வார்த்தைகளால் அவனுக்கு மூச்சு இரைத்தது.

மலப்புரம் ஹோட்டல் முன் நின்றதும், காரை நிறுத்தி விட்டுக் கீழே இறங்கினான். அவள் "முஸ்லீம் ஹோட்டலா" என்று கேட்டுவிட்டுச் சிரித்தாள். அந்தச் சிரிப்பில் வித்தியாசம் தெரிந்ததைக் கவனித்தான். அதற்கு எந்த எதிர்வினையும் காட்டாமல் அமைதியாக உள்ளே நுழைந்தான். அவனது அமைதி அவளை மௌனிக்க வைத்திருக்க வேண்டும். அவள் அவனைப் பின்தொடர்ந்து உள்ளே வந்தாள்.

சுற்றுமுற்றும் பார்வையைச் சுழற்றியவன், மூலையில் கிடந்த ஒரு மேசையில் சென்று அமர்ந்தான். அவன் பரோட்டாவும் பீஃப் கறியும் சொன்னான். "எனக்கு ஃபிஸ் போதும், பீஃப் வேண்டாம்" என்றவளது குரல் பீஃப் என்ற வார்த்தையைச் சற்று அழுத்தமாகச் சொல்லியதாகத் தோன்றிற்று. அவன் நேரடியாகவே துவங்கினான். "அடுத்து என்ன பண்ணப் போறே, அடுத்த அட்டம்ட்டா?" என்று கேட்டான்.

“நோ நோ, ஐ.பி. பண்ணப் போறேன்.” ஒவ்வொருவர் முடிவையும் சேர்ந்து ஆலோசித்து எடுத்தே பழகியிருந்த அவனால், அவள் தானாகவே ஒரு முடிவை எடுத்து அதை அவனிடம் தெரிவித்தது பெரும் வியப்பையும் அதிர்ச்சியையும் உண்டு பண்ணிற்று.

இந்த மாற்றம் ஏற்பட, தனது எதிர்காலத்தை முடிவு செய்யலாம் என்கிற தன்னம்பிக்கை அனிதாவிடம் கூடிவிட்டது தான் காரணமாய் இருக்குமா என யோசித்தான். நல்லதுதானே, அவள் இங்கே தனியே இருக்கிறாள், கஷ்டப்படுவாள் என்றெல் லாம், தான் மும்பையில் இருந்துகொண்டு கவலைப்படுவதற்கு இனித் தேவையிருக்காது என நினைத்துக்கொண்டான். “உங்க வீட்ல சொல்லியாச்சா, என்ன சொன்னாங்க?” என்றான்.

“அதெல்லாம் ஓகே சொல்லிட்டாங்க.” அவள் மிகச் சரளமாகப் பேசிக்கொண்டிருந்தாலும், இவன் கடுமையான அதிர்ச்சிக்கு உள்ளாகியிருந்தான். “ஓ. . . அப்போ எனக்குத்தான் லேட்டா தெரியுதோ.” சொல்லும்போது அவனது குரல் கம்மிற்று. “என்ன ஈகோவா? நீதான் நேர்ல வரப்போறேல்ல, அப்போ சொல்லிக்கலாம்னு இருந்தேன். ரொம்ப பண்ணாதடா” என்று வெடித்துச் சிரித்தாள். அவளது வெடிச்சிரிப்புத்தான் அங்கே இருந்தவர்களைத் திரும்பிப் பார்க்க வைத்திருக்க வேண்டும்.

இவர்களுக்குப் பக்கவாட்டில் மேசையில் கறுப்பு நிறச் சட்டையும் வேஷ்டியும் உடுத்தியிருந்த இளைஞன் இவர்களை நோக்கிய விதம் மலினமாக இருந்ததாக உணர்ந்தான் இம்ரான். அவனது தடித்த உடலும் கட்டுப்பாடில்லாமல் வளர்ந்திருந்த தாடியும் சற்றே மேல்நோக்கித் திருப்பிவிடப்பட்ட மீசையும் பார்ப்பதற்குப் பயத்தை உண்டாக்கிற்று. இம்ரான் கவனிப்பதை சற்றும் பொருட்படுத்தாத அவனது பார்வை இவர்கள்மீது சரிந்து விழுவதும், உணவின் மீது படிவதும், மறுபடியும் இங்கேயே நீள்வதுமாக இருந்தது.

இம்ரானுக்குப் பெரிய சந்தேகம் உண்டானது. அனிதாதானா, வேறு யாருமா என அவளறியாதபடிக்குத் தன்னைத்தானே கிள்ளிப் பார்த்துக்கொண்டான்.

நான்கு வருடங்கள் கூடவே இருந்த, தான் பழகிய பெண் இவள்தானா, ஒருவருடத்தில் இவ்வளவு மாற்றமா எனத் திகைப்புண்டாயிற்று. உணவு வந்திருந்தது. கொண்டுவந்த ஒடிசலான சர்வரின் கண்களுக்குள் ஓராயிரம் கேள்விகளை இம்ரானால் காண முடிந்தது. அவனது பார்வையைப் புறந்தள்ளி விட்டு அவர்கள் சாப்பிட ஆரம்பித்தார்கள்.

“நாம காதலிக்கிறது உங்க வீட்டுக்குத் தெரியுமா?” என்றான். அவள் அந்தக் கேள்வியை விரும்பியது மாதிரியே

தெரியவில்லை. கையில் இருந்த இட்லியைத் தட்டில்வைத்து விட்டு மெதுவாகத் தலைநிமிர்ந்து அவனைக் கூர்மையாகப் பார்த்தாள்.

"நான் சொல்லலை. அம்மாவுக்குத் தெரியும்ன்னு நினைக்கிறேன். அவங்க கேட்கறப்ப பாக்கலாம்." குரலில் வேகம் கூடியிருந்ததைக் கவனித்தான்.

இம்ரானுக்கு வினுதாவின் நினைவு வந்தது. நேற்றுக் காலை அவள், அலுவலகத்திலிருந்து கிளம்பும்போது, அவனிடம் தன்னை நேசிப்பதாகச் சொல்லியதையும், இவன் அனிதாவைப் பற்றிச் சொல்லிவிட்டு வந்ததையும் நினைத்துக்கொண்டான். அவள் முகம் ஏமாற்றத்தினால் சுருங்கியது நினைவுக்கு வந்தது .

ஹோட்டலில் உணவருந்திக்கொண்டிருந்த ஒன்றிரண்டு பேர் தங்களையும் தாங்கள் பேசுவதையும் கவனிப்பதை உணர்ந்த அனிதா, "சீக்கிரம் சாப்பிடு, போறப்போ பேசலாம்" என்று அவசரப்படுத்தினாள்.

"இந்தக் கேரளால இப்டிதான் விரட்டிவிரட்டிப் பார்ப்பாங்க." அனிதாவின் குரலில் எரிச்சல் மண்டியிருந்தது.

அனிதா இதுவரை தன்னிடம், 'நீ எப்படி இருக்கிறாய்? வேலை எப்படிப் போகிறது?' என ஒருமுறைகூட கேட்காதது நினைவுக்கு வந்தது. தன்னை அவள் பொருட்படுத்துவதாகவே இல்லையென்று உணர்ந்து மனஅழுத்தம் கொண்டான்.

அவள் மாறிவிட்டாளா? மாறுவதற்கான காரணம் என்னவாக இருக்கும்? ஏன் இத்தனை விட்டேற்றியாகத் தன்னிடம் நடந்துகொள்கிறாள்? புரியாமல் இம்ரான் தடுமாறினான்.

இருவருக்கும் இடையில் மிகப் பெரிய இடைவெளியைக் காலம் உருவாக்கிவிட்டதா எனக் குழப்பமாக இருந்தது. என்ன பேசுவது எனத் தெரியாமல் அமைதியாக காரைச் செலுத்தினான். எங்கே செல்வது என்கிற யோசனை ஏதும் இல்லாததால் தன்போக்கில் காரைச் செலுத்த ஆரம்பித்தான்.

"எங்க ஸ்டேட் சென்னை மாதிரி இல்ல. உத்து உத்துப் பாக்கறாங்க. பெயர்தான் ஹண்ட்ரட் பர்சன்டேஜ் லிட்ரசி. அதும் பொண்ணுங்கள பாக்கற பார்வையே கொடூரம்" என்று சலிப்புடன் சொல்லியவள், "நீ எப்டி இருக்கே? ஆள் அப்டியே தான் இருக்கே. மாறவே இல்லை. மும்பையால கூட உன்னைய மாத்த முடியல போல, பாவம்." கிண்டல் தொனித்தது அவளது குரலில்.

"மார்றதுனா என்ன? கேரக்டர் மாறணுமா? தோற்றம் மாறணுமா? கல்ச்சர் மாறணுமா? இல்ல உன்னை மாதிரி மாறணுமா?"

அவனது அமைதியான குரலும் அவன் கேட்ட விதமும், அவளைத் தடுமாறச் செய்திருக்க வேண்டும். உள்ளுக்குள் காயப்படுத்தியிருக்க வேண்டும். அவனுக்கு மூச்சு வாங்கிற்று. அவள் சற்றுநேரம் அமைதியாகத் தெருவைப் பார்த்தபடி அமர்ந்திருந்தாள். ஏதும் பதில் பேசக்கூடாது என்கிறது போல் இருந்தாள்.

அவனுக்குத் தன்மீதே கோபம் உண்டாயிற்று. அவளை வருத்தப்படவைத்துவிட்டதை உணர்ந்தவனாக, "சாரி டியர்..." என்றபடி அவளது வலது கையைப் பற்றினான். அவள் தனது கையை வலுக்கட்டாயமாக உருவ எத்தனித்தாள். நீளமாக வளர்க்கப்பட்டு பாலிஷ் செய்யப்பட்டிருந்த நகங்கள், இவனது கையில் மெலிதான கீறலை உண்டுபண்ண, ஆ. . . என்றபடி கையை எடுத்துக்கொண்டான்.

வளர்ந்த நகம், சீராக பாலிஷ் செய்யப்பட்டிருப்பதை இப்போதுதான் கவனிக்கிறான். நகம் வளர்ப்பதும் பாலிஷ் போடுவதும் மக்ரூஹ்[1] தொழுகை கூடாது என்று எப்போதோ சொல்லிய அனிதாவின் குரல் ஞாபகத்திற்கு வந்து மறைந்தது. அந்தக் காலத்தையோ நினைவுகளையோ மறுபடி யோசிக்கக் கூடாது என நினைத்தாலும், அது அவ்வப்போது அவனுக்குள் ஊடாடாமல் இல்லை.

அவள் மாறியது சரியான ஒரு நிலைப்பாடுதான், அதில் மாற்றுக் கருத்து இல்லை என்றாலும், அந்த மாற்றத்தை ஏற்பதற்கான மனப்பக்குவத்தைத் நாம்தான் பெறாமல்போய் விட்டோமோ எனச் சஞ்சலம்கொண்டான். அவள் சொல்வது போல, நான்தான் துளிக்கூட மாறவில்லையோ என யோசித்தான். அவளது மாற்றம் இடம் சார்ந்த ஒன்று எனில், அதைக் குறை சொல்ல தனக்கென்ன உரிமை உண்டென யோசித்தான்.

சென்னையில் நான்கு வருடங்களில் தன்னோடு படித்த நாட்களில் வராத மாற்றம் இப்போது வந்திருக்கிறதா? அப்படி நினைப்பதே தேவையில்லாதது என யோசித்தான். அப்போது அவள் இவனுக்காக, இவனது நம்பிக்கைகளை ஏற்றுக் கொண்டிருந்தாள். இன்று அந்த நம்பிக்கையை முழுதாக ஏற்க வேண்டாம் என்று தோன்றியிருக்கக் கூடும். இப்போது அப்படி இல்லை. தன்னைவிட உலகம் பெரியது என்று புரிந்திருக்கும். அதில் தான் வருத்தப்பட ஏதுமில்லை.

அவள் இன்னும் கனத்த மௌனத்தோடுதான் இருந்தாள். தன்னை ரொம்பவும் அந்நியனாக அவன் உணர்ந்தான். வெளியே வெயில் குறைந்திருந்தது. அவர்கள் தெருக்களைச்

---

1. விலக்கப்பட்டது.

அடைக்கும் தாழ்

சுற்றி வந்துகொண்டிருந்தார்கள். தெருவின் வெப்பம் மனத்தில் தகித்து, அயர்ச்சியைக் கூட்டுவதற்குத் தோதாக இருந்தது.

இனி அடுத்து என்ன செய்வது, எங்கே போவது எனப் புரியாத குழப்பம் ஆட்கொண்டிருந்தது. தான் பேசுவதற்கும் பகிர்வதற்கும் எத்தனையோ விஷயங்களை அவன் வைத்திருந் தான். என்றாலும் இப்போது தனிமையும் வெறுமையும் அவனை அமைதியுறச் செய்திருந்தன. அவளுக்குத் தன்னிடம் சொல்வதற்கோ பகிர்வதற்கோ ஏதும் இருப்பதுபோலவே தெரியவில்லை.

மனத்தில் ஏமாற்றம். ஏதாவது பேசி அந்த அமைதியி லிருந்து விடுபட எத்தனித்தவன், “மேடம்... இப்போ எங்கே போகலாம்? அதையாவது சொல்லக் கூடாதா? நீங்க இந்த ஊர், நான் ஊருக்குப் புதுசல்ல” என்று வலுக்கட்டாயமாகச் சிரித்தான்.

“பீச்சுக்குப் போகலாம்.” அவள் இதைச் சொல்லிவிட்டு மெலிதாகச் சிரித்தாள். கடற்கரையிலிருந்தே அவன் தன் விமானத்தைப் பிடிக்க முடியும். “ஏர்போர்ட்டுக்குப் பக்கமா இருக்குற வெளி பீச்சுக்குப் போலாம். வழி சொல்றேன்” என்றவள், “உனக்கு என்மேல் வருத்தம்தானே? ஸ்லீவ்லெஸ், ஓபன் ஹேர், பொட்டு, நகம், நெயில் பாலிஷ் என தோற்றமே மாறிப் போயிருக்குனு. நான் முன்னாடி உன் கூட இருந்தப்ப, இந்த எதுவும் பண்ணதில்லை. உனக்குப் பிடிக்காது. நானும் மதம் மாறியிருந்தேன். ஆனா, இப்ப நான் அப்படியில்லை. எனக்கு எதெல்லாம் அலங்காரம் பண்ணிக்கத் தோணுதோ, அதெல்லாம் பண்ணிக்கறேன்” என்றும் சொன்னாள்.

“நான் தொழுறது கூட இல்ல. நிறைய மாறிட்டேங்கறதை விட, நான் பழைய நிலைக்குத் திரும்பப் போய்ட்டேன். ஸாரி. ஆனால், உன்னை மறந்துடலை.” அவள் தெளிவாகவே பேசினாள். இம்ரான் யதார்த்தத்தைப் புரிந்துகொள்கிறவன், அவளது நிலைப்பாட்டை ஏற்றுக்கொள்ளவே விரும்பினான். இதயத்தின் ஓரத்தில் இந்தக் காதல், திருமணத்தில் முடிவதற்கான சாத்தியங்களில் இருந்து வெகுதூரம் விலகிப்போய்விட்டது. தான் வாழும் உலகத்தை அவள் நேசிப்பது தவறில்லைதானே, இதில் தலையிடத் தான் யார் என இம்ரான் புரிந்துகொண்டதும் அவள் முகத்தில் மகிழ்ச்சி படர்ந்தது.

அவன் அவளது இரண்டு கைகளையும், தனது கைகளில் பிடித்து அழுத்தித் தனது நேசத்தை வெளிப்படுத்தினான். அவள் புன்னகைத்து அதனை அங்கீகரித்தாள்.

37

"நீ எப்போ கேரளாவிலிருந்து வந்தே இம்ரான்?" தோள்களை விநுதாசாகர் தொட்டு அழுத்தியபடிக் கேட்டதும், தன் சுய நினைவுக்கு வந்தான் இம்ரான்.

தான் அலுவலகத்தில் இருப்பதே அப்போது தான் நினைவுக்கு வந்தது இவனுக்கு.

"ஹாய் . . . வினு என்றவன், நைட் வந்தேன்" என்றான்.

"ஹவ் இஸ் கேரளா. ஹவ் இஸ் யுவர் கேர்ள் ப்ரண்ட்?" ஆர்வமாகக் கேட்டவளிடம், "யா . . . ஷீ ஈஸ் ஃபைன். கேரளா டூ," சொல்லிவிட்டுச் சிரித்தான்.

வினுதாவின் முகத்தில் பிரகாசம் மின்னிற்று. "ஐ வாண்டட் கம் வித் யூ. பட், யூ டிடிண்ட் டெல்மீ ஏர்லியர்."

அவன் தனது மேசையில் இருந்து ஒரு பாக்கெட்டைப் பிரித்து ஏர்போர்ட்டில் வாங்கிய கேரளா சேலையை அவளுக்குப் பரிசாக அளித்தான்.

"எனக்கா? தேங்க்யூ... எனக்குச் சேலை கட்டத் தெரியாது. ஆனா, ஒருநாள் கட்டுவேன்." தமிழ், ஆங்கிலம், கன்னடம் என மூன்று மொழிகளிலும் நன்றி சொல்லிச் சிரித்தாள் வினுதா. அவளது திறந்திருந்த தோள்களின் மீது விரிந்துகிடந்த முடிக் கற்றைகள் அவளது வார்த்தைகளுக்கு ஏற்ப நெளிந்து புரண்டதைப் பார்க்க அழகாக இருந்தது.

“பல்லில்லாதவனுக்குக் கல்கோனா சாப்பிடத் தந்தது மாதிரிதான், சேலையே கட்டத்தெரியாத உனக்குச் சேலையை பிரசன்ட் பண்றது, என்னடா?” இவர்களுக்கு அடுத்த கேபினில் இருந்தபடி கிண்டல் செய்தான் முருகன். அவன் தமிழில் என்ன சொல்கிறான் என விழித்த வினுதாவுக்குப் பதில் சொல்லாமல் சிரித்தான் இம்ரான். இருவருக்கும் இடையேயான நீண்ட சிரிப்பு அலுவலகத்தைத் தொற்றிக்கொண்டது.

இப்போதெல்லாம் வினுதா, அனிதாவைப் பற்றி ஏதாவது கேட்பதும், அவளது படிப்பு குறித்து விசாரிப்பதும் நெருடலாக இருப்பதுபோல உணர்ந்தாலும், அதைக் காட்டிக்கொள்ள இவன் முயல்வதில்லை.

“இன்னக்கி நைட், மேக்னா பர்த்டே பார்ட்டி; நீயும் வாயேன்” என்றாள் வினுதா. தன் அலுவலகத் தோழிதான் என்றாலும், இது போன்ற கேளிக்கைகளுக்கு அவன் செல்வ தில்லை. அனைவரும் குடிப்பார்கள்.

“என்னால வர முடியாது. டயர்டா இருக்கேன்” என்றான். “நீ குடிக்கணும்னு யாரும் கட்டாயப்படுத்த மாட்டாங்க, ப்ளீஸ் வாயேன்.”

“மேக்னா உன்னை விடமாட்டாள் பார்.” கண்ணடித்து விட்டுச் சற்றுத் தொலைவில் இருந்த மேக்னாவைக் கைகாட்டி அழைத்தாள்.

“எஸ் டார்லிங்” என்றபடி வந்தவள், “நீ வந்துதான் ஆகணும்டா. மதராஸி பையா, உனக்கு பீஃப், கிரில் சிக்கன், ப்ரெஷ் ஜூஸ் கிடைக்கும். வரலைன்னா நான் உன்னை விடமாட்டேன்.” அவனது முதுகில் ஒரு அடி வைத்தாள்.

இனியும் தட்ட முடியாது என்கிற நிலையில் தான் வருவதாக அர்த்தம் வரும்படித் தலையை அசைத்தான்.

இரண்டு பெண்களும் அவன் இரு கைகளையும் பிடித்து “ஓ கிரேட்” என்று சொல்லிக் கைகுலுக்கினார்கள். இம்ரானுக்குக் கூச்சமாக இருந்தாலும், அதனைத் தவிர்க்க முயலவில்லை. அவர்கள் தன்னை எப்போதுமே கிண்டல் செய்வது போல, இன்றும் நடக்க வேண்டாம் என அமைதியாக இருந்தான்.

“உலகத்திலேயே கடவுள் எந்த நேரமும் ஒருத்தன் கூடவே பிரியாம இருக்கார்னா, அது யார் கூட தெரியுமா? நம்ப இம்ரான்கூடதான். ஒரு நிமிடம்கூட அங்கே இங்கே நகராம அவனைக் கண்காணிச்சுக்கிட்டே இருப்பார், ஓவர் டைம் வேலை பார்த்துக்கிட்டு. வாட் எ பியூட்டி” என்று எப்போதும்

அலுவலக நண்பர்கள் கூட்டம் சொல்லிச் சிரிப்பது இப்போதும் நினைவுக்கு வந்தது. இப்போதும் அதற்கான சந்தர்ப்பத்தைத் தர அவன் விரும்பாமல், சரி என ஒத்துக் கொண்டான்.

“எப்டிடா கடவுள் உன் கூடவே இருக்கார்? போரடிக்காது. உன்னையே கண்காணிச்சுக்கிட்டு” இப்படிப் பல வகையிலும் தன்னை அவர்கள் சீண்டுவதைக் கோபம் வராமல் சிரித்துக் கடப்பான்.

வினுதா சொன்னாள், “மாலை நாம சேர்ந்தே போகலாம். நான் உன் வீட்டுக்கு வர்றேன். உன் கார்ல போகலாம். குடிக்காத டிரைவர் வேணும்” என்றவளிடம் “டன்”என்றான்.

இசையின் சத்தம், சிரிப்பொலி, சிகரெட் புகை. இம்ரானுக்கு இருமி இருமித் தொண்டை வலித்தது. நண்பர்கள் யாரும் குடிப்பதை நிறுத்துவதாகவே தெரியவில்லை. இரைச்சல் காதை அடைத்தது. கையில் ஏந்திய வைனுடன் வினுதா மட்டும் இவனது அருகில் அமர்ந்திருந்தாள். இருவருக்கும் பேசிக்கொள்வதற்கு நிறைய விஷயங்கள் இருந்தன.

“இப்போல்லாம், நாங்க கூப்பிடாமலேயே வாரா வாரம் வீக் எண்ட் பார்ட்டி வர மாதிரி இருக்கே? என்னாச்சு உனக்கு?” வினுதா காலையில் ஆச்சரியமாகக் கேட்டதை நினைத்துக் கொண்டான்.

“என்ன யோசனை இம்ரான்?” அவனைத் தோள்களில் தொட்டு உலுக்கினாள் வினு.

“ஒண்ணுமில்லை . . .” சிரித்தான். நேற்றிரவு தனக்கும், அனிதாவுக்கும் இடையேயான தொலைபேசி உரையாடலை வினுதாவிடம் சொல்லலாமா என யோசித்தான். இவன் எதையோ சொல்வதற்கு முயல்வதையும் தயங்குவதையும் யூகித்த வினுதா, “வா வெளியே போகலாம்” என்று ஃபப்பின் பக்கவாட்டுக் கதவைத் திறந்தாள். ஜெப்ஃரி ஃபப் பிரசித்த மானது கூட்டம். அதிகமாக இருந்தது.

அவனும் அவளைப் பின் தொடர்ந்து வெளியில் வந்தான். கண்ணாடிக் கதவுகளுக்குப் பின்னால் ஒலி சுருங்கிற்று. காதிரண்டும் இரைச்சலின் சித்ரவதையிலிருந்து விடுபட்டது நிம்மதியை உண்டாக்கிற்று. “இந்த இரைச்சல்லாம் எனக்குப் பழக்கமே இல்லை அதான். டாமின்” அசவுகரியத்தை வெளிப்படுத்தித் தோள்களைக் குலுக்கினான். “எஸ்... எல்லாம் பழக்கம்தானே, டோன்ட் பாதர் அபவுட் இட்.” அவனைச் சமாதானப்படுத்த முயன்ற வினுதாவை நிமிர்ந்து பார்த்தான்.

கறுப்பு நிற பார்ட்டிவேர் கவுனில் ஒரு மெழுகுபொம்மையைப் போல ஜொலித்தாள்.

வெளியில் லேசான குளிர் உடலை வருடிற்று. ஆங்காங்கே ஒன்றிரண்டு காதல் ஜோடிகள் நின்று குடித்தபடி பேசிக் கொண்டிருந்தார்கள். அவன் அவளை வைத்த கண் வாங்காமல் பார்த்துக்கொண்டிருப்பதைக் கவனித்தவள், "ஏன்? என்னாச்சு மிஸ்டர்? இப்படி கவனமா பாக்கறிங்க" என்று ஆச்சரியத் துடன் கேட்டாள்.

வினுதாவின் கேள்விக்கு உடனே பதில்சொல்ல விரும்பினாலும், சற்று நேர அவகாசத்தை வேண்டியது போல, அவன் மவுனமாக இருந்தான். அவனது அமைதியை அனுமதிப்பது போல் நின்றிருந்தாள் வினுதா.

"அனிதாவோட பேச்சு, இப்போ ரொம்ப மாறியிருக்குன்னு பீல் பண்றேன். கஷ்டமா இருக்கு." சட்டென ஆரம்பித்து அமைதியாகத் தலையைக் குனிந்துகொண்டான்.

"ஓ! ஐஸி... என்னாச்சு?"

"அவ என்னை டீஸ்பண்ற மாதிரி சில விஷயங்கள் சொல்லத் தொடங்கியிருக்கா அதான். அவ முன்ன மாதிரி இல்ல. இஸ்லாத்தை பாலோ பண்றது இல்லை. லாஸ்ட் டைம் நேர்ல பார்த்தப்போ எனக்குத் திகைப்பாதான் இருந்தது. அப்புறம் நான் அதைப் பெரிசுபடுத்த விரும்பல. அவ இல்லாம என்னால் வாழ முடியாது. அந்த அளவுக்கு அவள நான் நேசிக்கிறேன். மதத்தை முன்வைத்து அவளிடமிருந்து விலக முடியுமான்னு பல ஆயிரம் முறை யோசிச்சுப் பார்த்துட்டேன். முடியாதுன்னு என் மனசுல பட்டதனால, அதைப் பெரிசுபடுத்த விரும்பல. ஆனா, அவள் சில நாட்களாகப் பேசும்போதெல்லாம் இஸ்லாமிய இளைஞர்கள் லவ் ஜிஹாத் பண்றாங்க, அது தப்புன்னு பேசறா. மோடிய ஆதரிக்கிறா."

அவளோட நடவடிக்கையில பெரிய மாற்றத்தை உணர ஆரம்பிக்கிறேன். லவ் ஜிஹாத்ங்ற இந்த வார்த்தையைப் பரப்புறதே ஆர்.எஸ்.எஸ்.தான். நாங்க அஞ்சுவருடமாகக் காதலிக்கிறோமே, இதெல்லாம் பிளான்பண்ணி நடந்த விசயம் இல்லையே. உண்மையான காதலை நாம யாராவது இப்டி வகைப்படுத்த முடியுமா? நான்சென்ஸ்."

ஒரே மூச்சில் கொட்டித் தீர்த்தான் இம்ரான். ஏற்கனவே சிவந்த அவனது முகம் இரத்தம் போல் சிவந்திருந்தது. கூரான மூக்கின் நுனி துடித்ததைக் கவனித்தாள் வினுதா. அவனது தோள்களில் கை வைத்து ஆசுவாசப்படுத்தினாள்.

"உணர்ச்சிவசப்படாதே, ப்ளீஸ். அனிதா, அந்த ஸ்டேட்ல நடக்கற பிரச்சாரத்தை நம்பறாங்கறதே வியப்பாதான் இருக்கு. ஒருவேளை அவளோட மனநிலைசார்ந்த ஒரு விசயமா இருக்கலாம். அதை உங்க காதலுக்கு நீ பொருத்திப் பாக்கறது சரியா இருக்காது. நீ அப்டி நினைக்கறதே தப்பு."

அவன், அவள் சொல்வதைக் கேட்கும் மனநிலையில் இல்லை. என்றாலும், அமைதியாக இருந்தான். இவளின் முன்பாக, தன் பலவீனத்தைக் காட்டிவிட்டோமோ என்கிற பதற்றம் உண்டாகியிருந்தது.

"அவ பா.ஜ.க.வுக்கோ மோடிக்கோ ஆதரவா இருக்கறது, அவளது தனிப்பட்ட சுதந்திரம் இல்லையா? இதில் உன்னோட பிரச்னை என்ன? உன் காதலுக்குத்தான் என்ன பிரச்னை? சொல்லு."

அனிதா தன்னைச் சீண்டுவதாகவே இம்ரான் எண்ணி னான். அதில் மாற்றுக் கருத்தை யோசிக்க முடியாது என்று நம்பினான்.

"எனக்குக்கூட பா.ஜ.க.வை, மோடியை, குஜராத் கலவரத்தை மறக்க முடியாது. அது என்னோட தனிப்பட்ட லைஃப்ல, என்ன குறுக்கீடு செய்யப் போகுதுன்னு நினைக்கற, சொல்லு." வினுதாவின் கேள்விக்குப் பதிலை யோசித்தான்.

"வெளில நின்னு என்னடா பண்றிங்க?" விகாஸ் இவர்களைத் தேடிவந்து நின்றபோதுதான் அவர்கள் தங்கள் கவனத்தை திருப்பினார்கள்.

"நத்திங் விகாஸ்..." அவசரமாகச் சொன்ன வினுதாவிடம், "சரி உள்ளே வாங்க போகலாம்" என்றபடி சிகரெட்டைப் பற்ற வைத்தான் விகாஸ்.

உள்ளே போவதுதான் சரி என்றுணர்ந்தவர்களாக இருவரும் அவனோடு சேர்ந்தே மறுபடியும் உள் நுழைந்தார்கள். வினுதாவுக்கு, இம்ரானோடு வெளியில் நின்று பேச வேண்டு மென்கிற விருப்பம் இருந்தாலும், வேறு வழியில்லாமல் அவர்களோடு இணைந்துகொண்டாள்.

விகாஸ் ஒரு நிமிடம் நிதானித்து, இம்ரானின் கையிலிருந்த பழரசத்தைக் கிண்டலாகப் பார்த்துச் சிரித்தபடி, "நீ எப்போடா திருந்தப்போற?" என்றான்.

அவனது குரல் மட்டுமின்றி, உடலும் நிதானத்தில் இல்லாமல் இருப்பதைக் கவனித்தான் இம்ரான்.

“கோ மேன்... அவன் அப்டிதான் இருப்பான்.” வினுதா அவனைத் திட்டிவிட்டுச் சிரித்தாள்.

இம்ரானின் காரிலிருந்து, தன் அப்பார்ட்மெண்ட் முன்பாக இறங்கியவள், “குட்நைட்... போய்த் தூங்கு. காலை போன்ல பேசலாம்” என்று சொல்லிவிட்டு‘ பை’ சொன்னாள்.

அடுத்த சிலநாட்களில் அவனிடம் பேசிப்பேசி, அனிதாவோடு இவனுக்கிருந்த மன வேறுபாட்டைப் போக்கினாள். இம்ரான் நிஜமாகவே வியந்து போகத்தான் செய்தான். தன்னை விரும்புவதாகச் சொன்னவள், இவன் மறுத்த பிறகும் கூட, அது குறித்த எந்த அசௌகரியமும் இல்லாமல் தன்னோடு பழகுவதையும், அனிதாவின் மீது அக்கறையோடு இருப்பதையும் எண்ணி அவளைப் போன்ற மனப்பக்குவம், தன்னிடம் இல்லையோ என வெட்கப்பட்டான்.

38

அனிதா ஐ.பி. பரீட்சையில் தேர்ச்சிபெற்றதை அறிந்து, இவனை ஆரத்தழுவி வாழ்த்திய வினுதா, இவனே அவளைப் பயிற்சிக்காக தில்லிக்கு அழைத்துச் செல்ல இருப்பதைக் கேட்டுச் சந்தோஷப்பட்டாள்.

இவன் மும்பையிலிருந்தும், அனிதா கேரளாவி லிருந்தும் விமானத்தில் டெல்லி போய்ச் சேர்ந்து, விமான நிலையத்தில் சந்தித்துக்கொண்ட பிறகு, வினுதாவின் சகோதரனின் வசந்த் விஹார் வீட்டிற்குச் சென்று, அங்கே இரண்டு நாட்கள் தங்கிவிட்டு, அவளைப் பயிற்சி நடக்கும் இடத்தில் விட்டுவிட்டு வருவதுவரைக்குமான ஏற்பாட்டை அவள்தான் செய்திருந்தாள்.

"நாம ஒரு ஹோட்டல்ல தங்கி இருக்கலாமே? எதற்காக உன் தோழியோட சகோதரன் வீட்ல தங்கணும்?" என்று முகம் சுளித்த அனிதாவிடம், "உனக்கு டெல்லி புதுசுல்ல. அங்க யாரோடயாவது ஒரு தொடர்பு இருக்கறது நல்லதுதானே, அவசரத்திற்கு அதான்." என்றான்.

அனிதா இந்த ஏற்பாட்டை அவ்வளவாக ரசிக்கவில்லை என்றாலும் ரவி ஹல்கரேயும் அவனது மனைவி க்ருதியும் நன்றாகப் பழகியதைக் கண்டு, "பரவாயில்லை, இவர்கள் நட்பு இருப்பது நல்லதுதான்" என்று பாராட்டினாள்.

ஒருநாள் தாஜ்மஹாலுக்கும் பதேபூர் சிக்ரிக்கும் சென்று வந்தார்கள். அவள் மதுராவிற்குச் செல்ல விரும்பியபோது, அவன் அழைத்துச் சென்றான். அவள் கோயிலுக்குள் சென்று பூஜை செய்தபோது, அவன் தெருவில் இறங்கி நடந்துகொண்டிருந்தான்.

திக்கற்றதொரு காட்டில் அலைவது போல மனம் மிகப்பெரிய குழப்பத்தில் ஆழ்ந்திருந்தது. இனி எப்படி அத்தாவை, குடும்பத்தை, ஊரை எதிர்கொள்வது என்கிற கவலை அரித்தெடுத்தது. இப்படியே, இந்த நிமிடத்திலேயே தொலைந்துபோய்விட்டால் என்ன என்று யோசித்தான்.

அவருடைய கவுரவம், அவரது மரியாதை, பேர் இதெல்லாம் தாண்டி நான் என்ன செய்து ஒப்புக்கொள்ளச் செய்வேன். நான் எப்படி இவளோடு சந்தோஷமாக வாழ்ந்துவிட முடியும்? என்னுள் ளிருக்கும் மத நம்பிக்கைக்கும் இவளுடைய மத நம்பிக்கைக்கும் இடையேயான வேறுபாட்டை, எனக்கு அவள் மீதுள்ள ஆழமான அன்பின், காதலின் வழியே மட்டுமே கடந்துவிட முடியுமா?

நெற்றி நிறைய குங்குமமும் கையில் பிரசாதமுமாக வந்த அனிதா, "சரி வா கிளம்பலாம்" என்றபோது, தான் குழம்புவதைப் போல, இவள் மனத்திலும் தடுமாற்றம் இருக்குமோ என்கிற கேள்வி எழுந்தது. கோயிலுக்கு வெளியே நின்றவர்களில் சிலர் இவனது தோற்றத்தையும் அவளையும் பார்த்துவிட்டு வியப்போடு செல்வதைக் கவனிக்க முடிந்தது.

டில்லியிலிருந்து கிளம்பும்போது, "ட்ரெயினிங் முடிஞ்சதும் வீட்ல சொல்லிடலாம்" என்று சொல்லி அவளது கைகளைப் பிடித்தபடி சொன்னான். அவளது கையில் கட்டப்பட்டிருந்த காவி நிறக் கயிறு மனத்தை உறுத்தியது.

"எங்கம்மாவுக்குத் தெரியும்னு நினைக்கறேன். ஆனா, அவங்க கேட்கல. அப்போ பார்த்துக்கலாம்."

வந்தால் சரி, வரலைனாலும் சரி போன்ற பாவனை அதில் இருந்ததை அவன் கவனிக்காமல் இல்லை.

அவன் பிரிய மனமில்லாமல் கையசைத்தபோது, அவள் மிகுந்த உற்சாகத்தோடும் நம்பிக்கையோடும் விடை கொடுத்த தாக தோன்றிற்று. தான் அதிகமாகவே கற்பனை செய்வதாகத் தனக்குள்ளாகச் சொல்லிக்கொண்டான். அது தனக்கும், அனிதா வுக்கும் நல்லதில்லை என்பது புரிய அமைதிகொண்டான்.

39

மணமாகிய பிறகு, நிலோபர் இன்றுதான் திடீரென்று தொலைபேசியில் அழைத்தாள். "என்னம்மா பொண்ணு, துபாய்ல இருந்து எப்போ வந்தே?" ஆர்வமாகக் கேட்டான் இம்ரான்.

"லாஸ்ட் வீக். அவர் வரல, நான் மட்டும்தான். நீ எப்போ ஊருக்கு வரப் போறே" என்றாள்.

"சென்னைல வேலை இல்ல. உன்னை பாக்கணும்னாதான் வரணும், அடுத்த சண்டே வரேன் சரியா? அப்புறம் நீ எப்படி இருக்கே?" என்றான்.

"நீதான் சண்டே வரப்போறே இல்லை? அப்ப சொல்றேன். அவசியம் வந்திடு." படபடவென்று சொன்னவள், "அப்றம் இன்னொரு சர்ப்ரைஸ். அனிதாவும் வரா, தனசேகரையும் வரச் சொல்லி யிருக்கேன். அவன் சென்னையிலதான் இருக்கான், பார்க்கலாம்" என்றாள். அவளது அழைப்பு கட்டளை போல இருந்தது.

"அனிதா வராளா..." அதிர்ந்த இம்ரான், "இன்னும் அவள் ட்ரெயினிங் முடியலயே. டெல்லியி லிருந்து வராளா? எனக்கே அவ வரப்போறதா இன்னும் சொல்லலை."

"டேய் கோபப்படாதேடா. சொல்லுவா, சொல்லுவா வரட்டும் முதல்ல." சிரித்தாள் நிலோபர்.

அவளிடம் சற்று நேரம் பேசிவிட்டு போனை வைத்தவனுக்குக் குழப்பமாக இருந்தது. காரணம் புரியாமல் செல்போனை வெறித்தான். இன்னும்கூட

அடைக்கும் தாழ் ⇒ 169 ⇐

தன்னிடம் அவள் சொல்லவில்லை. நிலோபரின் குரலிலும் பழைய உற்சாகமும் கிண்டலும் இல்லை. ஏதோ பேச வேண்டும் என்பதற்காகப் பேசியது போலத்தான் இருந்தது. அவன் தனது வேலையைத் தொடர்ந்தான்.

எதிர்பார்த்தது போன்றே இரவு அனிதாவின் அழைப்பு வந்தது.

“நான் சென்னைக்கு வரேன். நிலோபரை பார்க்கணும். நீயும் வாயேன், உன்கிட்டேயும் கொஞ்சம் பேசணும், நம்ம பியூச்சர் பத்தி.” அவளது குரல் தீர்க்கமாக ஒலித்தது. எந்த ஒரு பதற்றமும் இல்லாத, அபரிமிதமான தெளிவில், குரல் கணீரென ஒலித்ததைக் கவனித்து வியப்புற்றான்.

“என்னது... பியூச்சரப்பத்தி பேசப்போறியா? வேடிக்கையா இருக்கு. நாம தினமும் பேசிக்கிட்டுதான இருக்கோம், இப்ப என்ன பியூச்சர் பத்தி புதுசா பேசப் போறோம். நீ நிலோபர பாத்துட்டுப் போயேன். எனக்குக் கொஞ்சம் வேலை பிசியா இருக்கு. நான் நெக்ஸ்ட் வீக் டெல்லி வரேன்.”

“இல்லை இம்ரான்.” அவசரமாக மறுத்தாள் அனிதா. “நாம நாலுபேரும் சேர்ந்து பேசி ஒரு முடிவெடுக்கணும், வா...” இம்முறை குரலில் கட்டளை இருந்ததைக் கவனித்தான்.

எப்போதும் இல்லாதபடிக்கு அவள் தன்னிடம் பேசும் தொனியில் பெரியதொரு மாற்றத்தை உணர்ந்தான். அவள் சொல்வதை இவன் கேட்டே ஆக வேண்டும், என்கிற தொனி. இவனுக்கு அந்தத் தோரணை ஏனோ வெறுப்புண்டாக்கிற்று. என்றாலும், “சரி வரேன்” என்றான். அதற்கு மேல் எந்த ஒரு மறுப்பையும் சொல்வதற்கான இடம் அங்கே இல்லை. மனத்திற்குள் எதுவோ உடைந்து நொறுங்குவது போலிருந்தது.

•••

நுங்கம்பாக்கத்தில், காபிடேயில் அவர்கள் சந்தித்தபோது இருட்டத் தொடங்கியிருந்தது. தனாவும் இம்ரானும் தனாவின் அறையிலிருந்து கிளம்பி வந்திருந்தார்கள். நிலோபரின் வீட்டிலிருந்து மிக அருகில்தான் அந்த காபிடே இருந்தது. தனா ஒரேயடியாகக் குழப்பத்தில் இருந்தான். “என்னாச்சுடா...” என்கிற கேள்வியைத் திரும்பத் திரும்பக் கேட்க முயன்றபடி இருந்தான். இம்ரானும் பதில் தெரியாத கேள்விகளைப் புறம் தள்ளினான்.

அனிதாவின் வீட்டில் பிரச்சினையா, திருமணம் செய்து வைக்கப் போகிறார்களா? பெரும் குழப்பமாக இருந்தது. என்றாலும் வெறுமனே யூகங்களை மட்டும் வைத்து ஒரு முடிவிற்கு

வருவது சரியில்லைதானே? அங்கே கூட்டம் அதிகமில்லாததால் ஆசுவாசமாக இருந்தது.

கண்ணாடி ஜன்னலையொட்டிய ஒரு மேசையில் ஒரு பையனும் பெண்ணும் அமர்ந்திருந்தார்கள். பெண்ணின் அதி நாகரிகமான உடையும் தோற்றமும் இவனுக்கு வினுதாவை நினைவுபடுத்திற்று. தொடைக்குக் கீழாகக் கால்கள் தெரிய உடை அணிந்திருந்தாள்.

“ஹலோ...” நிலோபரின் குரல் கேட்டுத் திரும்பினார்கள். அவர்கள் இருவரும் இவர்களுக்கு அருகாக வந்திருந்தார்கள்.

“நாங்க வந்ததே தெரியாம என்னடா யோசனையில இருக்கீங்க?” நிலோபர் செல்லமாகக் கடிந்துகொள்ள, “ஹாய் தனா, ஹாய் இம்ரான்” என்றபடி அனிதா அவர்களை நெருங்கி இருவரது தோள்களிலும் கைவைத்தாள்.

“வாம்மா, ஐ.பி. ஆபிசர். கை குலுக்கலாமா? இல்லே சல்யூட் அடிக்கணுமா?” என்றபடி அவளது கையைப் பிடித்துக் குலுக்கிய தனசேகர், “இருந்தாலும் நீ இவ்வளவு குண்டாகக் கூடாது ஆன்ட்டி” என்று நிலோபரை வம்புக்கிழுத்தான்.

நிலோபர் நன்றாகவே உடலில் சதை போட்டுப் பெருத்திருந்தாள். வெளிநாட்டு வாழ்க்கை, உணவு, கிளைமேட், குடும்ப உறவுகள் என வாழ்க்கை மாறி உடலையும் மாற்றியிருக்கிறது.

அனிதா இம்ரானுக்கு நேர் எதிரே அமர்ந்தாள். கறுப்பு நிறத்தில் சுடிதார் அணிந்திருந்தாள். அதற்குப் பொருத்தமாக நெற்றியில் கறுப்பு நிற ஸ்டிக்கர் பொட்டு வைத்திருந்தாள். தனு வியப்போடு அவளது தோற்றத்தைக் கவனித்தது போல இருந்தது.

ரிசர்வ் செய்திருந்த தனியறையில் நால்வரும் அமர்ந்திருந்தார்கள். “நான் இப்ப கன்சீவ் ஆகியிருக்கேன். பைவ் மன்த்ஸ் முடியுது. அதான் இங்கே வந்துட்டேன். அன்வர் வரலை, என்னை அனுப்பிவைத்தார். டெலிவரி டைம்ல வருவார். சரி ஆர்டர் பண்ணலாம் இல்ல?” என்றபடி மெனுகார்டை எடுத்த நிலோபரிடம் அனிதா, “எனக்கு அல்மண்ட் ஸ்மூத்தி சொல்லு” என்றாள்.

அவர்கள் தங்கள் தேர்வுகளைச் சொல்லிவிட்டு சர்வரை அனுப்பிய பிறகு, தனா மறுபடி அனிதாவைக் கிண்டல் செய்யலானான். “நீ என்ன... டெல்லியில் சப்பாத்தி சாப்பிட்டு அப்படியே காஞ்சு கறுத்து போயிட்டபோ.”

“போடா... நீ வந்து அங்க இருந்து பாரு. குளிரும் வெயிலும். ஒருநாள் இருக்க மாட்டே சோத்து மூட்டை.”

ஏதோ ஒரு தயக்கம் அனிதாவிடம் படிந்திருந்தது.

"உங்க மூணுபேர்கிட்டயும் முதல்ல சாரி கேட்டுக்கறேன்" என்று தயக்கத்துடன் ஆரம்பித்தவள், "நான் இவன்கிட்டேயிருந்து விலகியிருந்த இந்த ஒன்றரை வருசத்துல வாழ்க்கை பத்தின பார்வை ரொம்ப மாறியிருச்சு. இவனுக்காகவே நான் முஸ்லிமா கன்வர்ட் ஆனேன். அவனுக்குப் பிடிச்ச மாதிரி, அவனது மதத்தை ஃபாலோ செய்தேன். அன்னக்கி அது கஷ்டமா இல்லே. ஆனா இப்ப எனக்கு அப்டி இருக்க முடியாதுன்னு தோண ஆரம்பிச்சிருச்சு. அந்த விசயங்கள்ல இருந்து வெளிய வந்துட்டேன். இனி வர்ற காலத்திலே, என்னால அந்த வாழ்க்கையிலே பொருந்த முடியாதுன்னு புரிஞ்சிருச்சு. எனக்கு இப்போ வெல்லாம் நான் ஒரு தனி ஆள் அப்டிங்கற எண்ணம் அதிகமா யிருக்கு. முதல்ல எனக்காக நான் வாழணும், இது என்னோட வாழ்க்கை. என்னோட மனநிலை மாறினது சரியா தவறான்னு என்னால யோசிக்க முடியல. ஆனா இனிமேல் ஒரு முஸ்லிம் பையனைக் கல்யாணம் பண்றது, அந்த மத நம்பிக்கை இல்லாம, அந்த வாழ்க்கைக்குள்ள போறது எதுவும் முடியும்னு தோணலை. நாங்க நல்ல நண்பர்களா பிரியறதுதான் நல்லதுன்னு எனக்குத் தோணுது. அதனாலதான் உங்களையெல்லாம் வரச்சொல்லி இதைச் சொல்றேன்."

அனிதா பேசிமுடித்துவிட்டு அமைதியாகத் தலை குனிந்து கொண்டாள். அவளது பேச்சில் மலையாள நெடி கூடியிருந்தது. அவள் பேச ஆரம்பித்தபோது வியப்போடு பார்த்துக்கொண்டிருந்த நிலோபர் முகத்தில், அவள் பேசி முடிக்கும்போது கோபம் முளைவிட்டிருந்தது. தனா வெடித்தே விட்டான். "ஏய்... நீ என்ன பேசறனு புரிஞ்சுதான் பேசறியா? இல்லே மூளை குழம்பிருச்சா?"

இம்ரான் தனக்குள்ளாகவே உடைந்து நொறுங்கிக் கொண்டிருப்பதை நிலோபர் கவனித்தாள்.

"ஏய் ஃபிராடு... என்ன சொல்ற நீ? யாரைப் பார்த்து நீ என்ன சொல்ற? படிச்சாச்சு அப்டிங்கற திமிரா?" அவளது குரல் எப்போதும் இல்லாதபடி உயர்ந்திருந்தது.

தனா ஆத்திரத்தில் தடுமாறினான். "இந்த படிப்புக்கூட அவன் தந்ததுதான் இல்ல. அதெப்டி நீ அவனைப் பயன் படுத்திட்டுத் தூக்கி எறியப் பாக்குற? அவ்வளவு இளக்காரமா? ஷிட்..." தனாவின் குரல் தகித்தது.

தன்னைச்சுற்றி நிகழும் உரையாடல்களால் இம்ரான் சுயநினைவுக்கு வந்திருந்தான். ஏற்கெனவே அவனுக்குப் புரிந்திருந்த ஒன்று. சமீப காலங்களில் அவளிடம் எதிர் கொண்ட அந்த விலகல், தன்னிடம் நிதானத்தை உண்டாக்கி

யிருப்பதாக உணர்ந்தான். அவள் சொல்வதன் அர்த்தம் மிக எளிதானதென்று அறிந்திருந்தான்; என்றாலும் அவள் உபயோகப் படுத்திய அந்த வார்த்தைகள் அவனை நிலைகுலையச் செய்திருந்தன. "ப்ளீஸ். . . கூல் டவுன் நிலோ, தனா." அவர்களை அமைதிப்படுத்தினான் இம்ரான். அவனது ஓங்கிய குரல் அவர்களை அமைதிப்படுத்திற்று.

"அவ ஒரு முடிவெடுத்துருக்கா, சுயமா யோசிச்சுதான் எடுத்திருக்கா. முன்னமாதிரி இருக்கணும்னு எதிர்பார்க்கறது, அதுக்காக நாம சத்தம் போடறது சரியா இருக்காது" என்றான். அந்தக் குரலில் அவளை மறைமுகமாகக் குற்றம்சுமத்தும் தொனியில் "சுயமா" என்ற வார்த்தையை அழுத்தமாகச் சொன்னான்.

"நீ சும்மாயிருடா, அவள்கிட்ட நான் பேசறேன்." தனா தடுத்து நிறுத்தினான். அவனது தடித்த உடல் கோபத்தில் நடுங்கிக்கொண்டிருந்தது. "நீ என்ன சொல்ல வர்ற? இவன் உன்னைய ஏமாத்தி லவ் பண்ணான்னு சொல்ல வரியா? இல்ல, உன்னோட வாழறதுக்கு இவனுக்குத் தகுதியில்லனு சொல்ல வரியா? யூஸ் பண்ணிட்டு, படிச்சு முடிச்சிட்டுக் கழட்டிவிடப் போறேன்னு சொல்லு." கண்களில் கோபம் தெறித்தது.

"யூஸ் பண்ணிட்டு" என்கிற வார்த்தை அனிதாவைக் கடுமையாகத் தாக்கியிருக்க வேண்டும். "ஷட்டப் தனா . . . நீ வார்த்தையை அளந்து பேசு. மைண்ட் யுவர் வேர்ட்ஸ்" அனிதா தன் கோபத்தைக் கடுமையாக வெளிப்படுத்தினாள். அவளது குரல் நடுங்கிற்று.

"மேடம் கோபப்படாதீங்க. அதுக்கு உங்களுக்குத் தகுதி கிடையாது. யாரைப் பார்த்து மைண்ட் யுவர் வேர்ட்ஸ்ன்னு சொல்ற? அவன் பின்னாடியே அலைஞ்சது நீதான், அவன் கிடையாது. தெரிஞ்சதனாலதான் பேசறோம்." நிலோபர் வெடித்தாள்.

அவளது சிவந்த முகம் இன்னும் சிவந்து கன்னங்கள் துடித்தன. இந்தக் காதலை வலுப்படுத்தியதில் தங்களது பங்கிருந்ததன் குற்ற உணர்வுக்கு அவர்கள் ஆட்பட்டிருக்க வேண்டும்.

நிலைமை கைமீறிப் போவதை இம்ரான் உணர்ந்தான். "நிலோ, தனா சும்மா இருங்க ப்ளீஸ்..." எனக் கட்டுப்படுத்தினான்.

அவர்களுடைய ஆர்டர் காபியைக் கொண்டுவந்த பையன் தயக்கத்துடன் அருகில் வந்து மேசையின் மீது வைத்துவிட்டு, இவர்களது முகங்களைக் கவனித்தபடி போனான்.

அனிதாவின் முகம் இருண்டிருந்தது. "நீங்க யாரும் என்னை பிளேம் பண்ண வேண்டாம். நான் ஃபீல் பண்ற விசயத்தைச் சொல்றேன். நான் இனி ஐ.பி.யில ஒரு ஆபீசர். என்னோட வாழ்க்கை, வேலையெல்லாம் வேற. இவனோட வாழ்க்கை, லைஃப் ஸ்டைல் வேற. இனி நான் என் பீல்டுல ஒருத்தர கல்யாணம் பண்ணி வாழறதுதான் சரியா இருக்கும்னு நம்பறேன். அதை உங்ககிட்டே சொல்றேன். இப்ப நானும் இம்ரானும் கல்யாணம் செய்துகிட்டு பின்னாடி ஒத்து வராம கஷ்டப்படக் கூடாதுன்னுதான் சொல்றேன். ட்ரை டூ அண்டர்ஸ்டேண்ட். ஐ நோ இம்ரான், ஹி குட் அண்டர்ஸ்டேண்ட்."

"ஓ . . ! அப்ப அங்கே வேற ஒருத்தன தேர்வு செய்துட்டேன்னு சொல்லு. அதை மட்டும் ஏன் மறைக்கற?" நிலோபர் சட்டென ஒரு கண்ணியைக் கண்டுபிடித்தாள்.

"எஸ்..." அனிதா இந்த தருணத்திற்காகத்தான் காத்திருந்தாற் போலச் சொன்னாள்.

"என்கூட ட்ரெயினிங்ல இருக்கற அருண் அகர்வாலை எனக்குப் பிடிச்சிருக்கு. பழகி பாத்த அளவு எனக்கு ஒத்துவரும்னு தோணுச்சு. அதான் அவரையே கல்யாணம் பண்ணலாம்னு நினைக்கறேன். எங்கம்மாகிட்டே சொல்லியிருக்கேன். ஒரே வேலை, மதம், படிப்பு. பிரச்னை இருக்காதுனு நம்பறேன்."

அவளிடம் எந்தத் தயக்கமும், குற்ற உணர்வும் இல்லை யென்று அவளது உடல் மொழி உணர்த்த, அதற்கும் மேல் யாருக்கும் பேசத் தோன்றவில்லை. அங்கு கனத்த மௌனம் நிலவிற்று.

"உனக்கு கில்ட்டியாவே இல்லையா?" நிலோபர் தாழ்வான குரலில் கேட்டாள்.

"எதுக்காக கில்ட்டியா பீல் பண்ணச் சொல்ற? நான் முன்ன நினைத்த, பழகுன ஒருத்தரோட, இப்ப இருக்கற மனநிலையில் வாழ முடியும், செட் ஆகும்னு தோணலை. அது நல்லதுதான. கல்யாணம் பண்ணிட்டு, பின்னாடி பிரச்னை வரத விட முன்னயே பிரியறது சரிதானே."

இம்ரானுக்குக் கண்களில் நீர் திரண்டிருந்தது. தன்னை உயிருக்குயிராக நேசித்தவள், இன்று தன்னை நிராகரிப்பதை ஏற்க முடியாத மனம் தத்தளித்தது. உணர்ச்சிவயப்பட்ட நிலையில், அவன் தன்னை அடக்கிக்கொள்ள கடும் பிரயத்தனம் கொண்டான். அவமானத்தில் முகம் தொங்கிப்போயிற்று. வாழ்க்கையில் இந்த அளவு ஏமாற்றத்தை எதிர்கொண்ட தில்லை என்பதனால் வலி அதிகமாக இருந்தது. அழுதே பழக்கம்

இல்லாதவனுக்கு அழத் தோன்றியது; என்றாலும் அதைக் கட்டுப் படுத்த பிரயத்தனம் கொண்டான். குப்பியின் மடியில் படுத்து அழ வேண்டும்போல இருந்தது.

"நான் இவன்கிட்ட மட்டும் சொன்னா மனம் கஷ்டப் படுவானுதான் உங்களையும்கூட வரவைச்சு சொன்னேன். புரிஞ்சுக்கோங்க, கோபப்படாதீங்க" அனைவரது மனங்களிலும் அனல் தகிக்க, அவர்களுக்கு முன்பாக இருந்த காபி குளிர்ந்து போயிருந்தது.

"சரி கிளம்பலாம்." நிலோபர் வெடுக்கெனச் சொல்லி விட்டுக் கிளம்பினாள். அவள் வயிறு மேடிட்டிருந்ததை அப்போது தான் கவனித்தான் இம்ரான். இது நிலோபர்தானா, அவளுக்கு இவ்வளவு கோபம் வருமா என இம்ரானும் தனாவும் அதிர்ந்து போய்ப் பார்த்துக்கொண்டிருக்க; "இம்ரான், தனா நான் பே பண்ணிட்டு கிளம்பறேன். நாளைக்குப் பார்க்கலாம்" என்றபடிச் செல்ல அனிதாவும் எழுந்து, "பாய் இம்ரான், பாய் தனா" என விடை சொல்லிக் கிளம்பினாள்.

அந்த விடைபெறுதல், மிகச் சாதாரணமானதொன்றாக இருந்தது. வலியும் குற்றவுணர்வும் ஏதுமற்ற ஓர் எளிய விடை பெறுதல். இம்ரான் பதில்சொல்ல மறந்தவனாக நடப்பது குறித்த எந்த உணர்வுமற்ற மனநிலைக்குத் தள்ளப்பட்டிருந்தான்.

தனா நண்பனது கைகளைப் பிடித்தபடி அசையாமல் இருந்தான். தெருவில் செல்கிற வாகனங்களின் வெளிச்சத்தையும் மக்கள் கூட்டத்தையும் மாடியிலிருந்து சலனமேயின்றிப் பார்த்த படி இம்ரானின் முகம் சோகத்தினால் தளும்பிக்கொண்டிருந்தது. எந்த நொடியும் உடைந்துவிடுகிற நிலைக்குத் தள்ளப்பட்டிருந்தான்.

இனி இங்கிருந்து அறைக்குத் திரும்புவதுதான் சரி என நினைத்தவனாக, இம்ரானின் தோளில் கைவைத்து அசைத்து, "வா, கிளம்பலாம்" என்றான் தனா.

தன்னினைவு கொண்டவனாக எழுந்தவனைத் தோள்களில் கைப்போட்டு அணைத்தான். அவர்கள், தனசேகரின் கார் நின்றிருந்த இடத்திற்கு வந்தார்கள்.

"ப்ளடி வுமன்... செல்பிஸ்." தனாவின் வாயில் வந்த வார்த்தைகளை, "ப்ளீஸ் தனா..." என்று சொல்லி அமைதிப் படுத்தினான்.

கார் செல்லத் தொடங்கியதும், இம்ரான் முகத்தைக் கைகளால் மூடிக் குலுங்கிக் குலுங்கி அழத்தொடங்கினான். அவனது இளம்தாடியின் மீது கண்ணீர் தாரைதாரையாக வழிந்தது.

இவன்தான் எத்தனை அற்புதமானவன்? யாருக்கு என்ன தேவை என நண்பர்களுக்குப் பார்த்துப் பார்த்துச் செய்யக் கூடியவனுக்கு இத்தனை பெரிய துரோகத்தைச் செய்த அனிதா வின் மீது தனசேகருக்கு வெறுப்பு கூடிற்று. அவன் பிடிவாதமாக மறுத்தபோது தானும் நிலோபருமாக அவனைத் தொடர்ந்து இம்சை செய்தது நினைவுக்கு வர, இத்தனைக்கும் காரணம் தானும் நிலோபரும்தானே எனும் எண்ணம் வந்து மனம் சஞ்சலப்பட்டு, அவன் உடல் கோபத்தினால் அதிர்ந்துகொண்டிருந்தது. காரை வேகமாகச் செலுத்த ஆரம்பித்தான். இந்த நிலைக்குத் தன்னைத் தவிர வேறு யாராவது பொறுப்பேற்க முடியுமா என யோசித்தான்.

அவனது செல்போன் அடித்தது. "நிலோபர்... என்ன வீட்டுக்குப் போயாச்சா" என்றான். "ஆமாம் நான் வந்துட்டேன். என் வீட்ல இருக்கேன். அனிதா அவளோட சித்தி வீட்டுக்குப் போறதா சொல்லிட்டுப் போயிட்டா. அவன் எப்படி யிருக்கான்?" தயக்கத்துடன் கேட்டாள்.

"இருக்கான். ரூமுக்குப் போயிட்டிருக்கோம். அப்றம் பேசறேன்." தனாவின் குரல் உலர்ந்துகிடந்தது.

அனிதாவின் தந்தை விமான விபத்தில் இறந்த அன்று இம்ரான் ஊரில் இருந்தான். தனசேகரும் நிலோபரும் அனிதாவோடு இருந்து அவளைத் தேற்ற முயன்றுகொண் டிருந்தார்கள்.

தனா இம்ரானை செல்போனில் அழைத்த உடனே கோழிக்கோடு போக மூவருக்கும் விமானத்தில் டிக்கெட் ஏற்பாடு செய்தான். எல்லாம் முடிந்து அவர்கள் இருவரும் மட்டும் கல்லூரிக்குத் திரும்பியபோது தனா மிகுந்த மன வேதனையோடு இருந்தான். அனிதாவின் குடும்பச் சூழல், அவளும் அவளது அம்மாவும் நிராதரவாகிவிட்ட நிலை, இனி அவள் தன் கல்வியைத் தொடர இயலுமா எனும் கேள்வியோடு அவனது மனம் அலைக்கழிந்தபடி இருந்தது.

தங்களது பயணத்தில் நிலோபர் ஒரு வார்த்தைகூட பேசவே இல்லை. தனா வகுப்புக்குப் போக விரும்பாமல் காண்டீனுக்குப் போனான். வெயில் கனன்றுகொண்டிருந்த முன்பகல் நேரம். யோசனையோடு ஓரமாகக் கிடந்த மேசையில் ஆயாசத்துடன் கால்களை நீட்டி அமர்ந்தான். காபியின் வாசனையோடு சாண்ட்விச் மணமும் இணைந்து பசியை உண்டாக்கிற்று. நேற்றிலிருந்து அவன் எதுவும் சாப்பிடவே இல்லை.

"என்ன இங்கே வந்து உக்காந்து இருக்க," குரல் கேட்டுத் திரும்பினான். இம்ரான் நின்றுகொண்டிருந்தான்.

“நத்திங் உக்காரு” என்றவனிடம், “அனிதா எப்டி இருக்கா” என்று இம்ரான் கேட்டான். “பாவம் அவருக்கு நசீபு முடிஞ்சுருச்சு இல்ல.”'

“ப்ச், ரொம்ப பாவம்டா அந்தக் குடும்பத்தோட நிலமை, நீயும் கைவிட்டுடாதடா,” தனா சட்டென இமரானின் கைகளைப் பிடித்துக்கொண்டான் .

இம்ரான் நெற்றியைச் சுருக்கி ஒன்றும் புரியாதவனாக அமர்ந்திருந்தான் .

“ஒரு பொண்ணு உன்னை நினைக்கறதும், உனக்காக மதம் மாறி வர்றதும் அத்தனை ஈஸி இல்லடா. நீ அவளைப் புறக்கணிக்கறது, எத்தனை பெரிய வலியைத் தரும் தெரியுமா?” பொண்ணோட மனச புரிஞ்சுக்க முடியாத நீ படிச்சு என்னா பண்ணப் போற?”

“அதுக்கு நான் எனனா பண்ண முடியும்? அவ படிச்சு அவ கால்ல நிக்கட்டும்” என்று இம்ரான் பதிலுக்குக் கடுகடுத்தான் .

“இனி அவள படிக்க வைக்க யார் இருக்காங்க? அதுவும் நடக்காது. இனி அவ இங்கே வரவே போறதில்ல நிம்மதியா இரு.”'

“ஏன் வரமாட்டா?”

“இனி படிக்க வரப்போறதில்ல அதற்கான சூழல் இல்ல, அதைவிட உன்னை மறந்து எப்டி வாழப் போறானுதான் தெரியல.”

தனாவின் மனநிலையைப் புரிந்துகொண்டு இம்ரான் அமைதியாக இருந்தான். சூரியன் நடுவானில் நிலைகுத்தி வெக்கையைத் தாரை வார்த்துகொண்டிருந்தது. வேப்ப மரத்தினில் நுழைந்த காற்று வெக்கையைத் துரத்த முயன்று கொண்டு இருந்தது .

“காதல் நாம் புரிஞ்சுவச்சுருக்க மாதிரி சுலபமான ஒண்ணு இல்ல, உன்ன மாதிரி பசங்களுக்கு அது புரியாது.”

இம்ரான் கடும் தடுமாற்றம் கொண்டான் .

“சரி நான் கிளம்பறேன், நீ தொழுக கிளம்பு, நேரம் ஆகிருச்சு” என்றான் தனா.

பிறகு வந்த நாட்களில் அனிதா கல்லூரிக்கு வராத நாட்களில் இம்ரான் மனமாற்றம் கொண்டான். அவளை மறுபடி கல்லூரிக்கு வரவைத்தது அவனது சம்மதம்தான் .

தனா நினைவுகளிலிருந்து வெளியேறினான் . குற்ற உணர்ச்சி அவனைத் தடுமாற்றம்கொள்ளச் செய்தது . இம்ரானின் இளகிய மனத்தின் வலியை எப்படிநேர் செய்வது எனப் புரியாதவனாக இருந்தான்.

•••

“அவனைப் பார்த்துக்கோ, உடைஞ்சு போயிட்டான். சுயநலத்தோட மொத்த உருவமா அவ மாறிட்டா. இனி அவள்கூட எந்த உறவும் வச்சுக்கப் போறதில்லை. ப்ளடி ...” பற்களைக் கடித்த. நிலோபரின் கோபம் தனாவிற்குப் புதிதாக இருந்தது, எப்போதும் ஜாலியாகப் பேசக் கூடியவள். சிரிப்பைத் தவிர வேறெந்த உணர்வுகளுமே தனக்கு இல்லை என்று இருப்பவள். அவளுக்கு இத்தனை கோபம் வருமா என்கிற அதிர்ச்சி உண்டாயிற்று.

“சரி, வை. அப்புறம் பேசலாம்.” வலுக்கட்டாயமாக தொலைபேசித் தொடர்பைத் துண்டித்தான்.

காரைக் கடற்கரைச் சாலையில் செலுத்தினான். கடற்கரை யில் கூட்டம் இருந்தது. நேரம் பார்த்தான். இன்னும் பத்து மணி ஆகவில்லை. காரை கூட்டம் குறைவானதொரு பகுதியில் நிறுத்திவிட்டு, இம்ரானின் தோள்களைத் தொட்டு அணைத்தான்.

“டேய்... நீ எதுக்காக அழுற? அவளுக்குக் குடுத்து வைக்கலை, உன்னைப் போய்க் குறை சொல்லிட்டு உதறித் தள்ளிட்டுப் போறா. விடுடா, பைத்தியம்.”

நண்பனை ஆற்றுப்படுத்த முயன்றான் தனா. கடல்காற்று அவர்களது முகங்களின் மீது பட்டு வழுக்கிச் சென்றுகொண்டிருந் தது. இதுவரை தன் வாழ்நாளில் சந்தித்தேயிராததொரு ஏமாற்றத்தையும் விரக்தியையும் உணர்ந்தான்.

முதன்முறையாக தான் விரும்பிய ஒன்று தன்னை விட்டுச் செல்வதன் வலியை உணர்ந்தான் இம்ரான். இந்த வலியை, ஏமாற்றத்தை இதுவரை தன் குடும்பமோ தந்தையோ தனக்குத் தந்ததில்லை என்பதை. இருண்டுகிடந்த பரந்த கடல், கரையோரத்தில் ஆங்காங்கே அமர்ந்திருந்த இளம் ஜோடிகள், அவர்களது சிரிப்பும் அன்னியோன்யமும் பார்ப்பதற்கு மனத்தை என்னவோ செய்ய, “வாடா போகலாம்” என்றான். அந்தத் தூங்காத இரவின் துயரத்தை இம்ரான் கடந்துசெல்லப் பெரும் பிரயத்தனம் கொண்டான்.

41

“இம்ரான் எங்க இருக்க? சென்னைல இருந்து வந்தாச்சா?” வினுதா கேட்டபொழுது இம்ரான் அறையில்தான் இருந்தான்.

தலை வலித்தது. உடல் சூடாக இருந்தது. “நான் நேத்தே வந்துட்டேன். கொஞ்சம் உடம்பு சரியில்ல, ரூம்லதான் இருக்கேன்.”

“என்னாச்சு? டாக்டர பாத்தியா? என்ன சாப்பிட்ட?” பதறினாள் வினு.

“ப்ரெட் சாப்ட்டேன். இப்பதான் டேப்லெட் போட்டேன். நத்திங் டூ ஓர்ரி. நாளைக்கு ஆபீஸ் வந்துருவேன்.”

“இல்ல இம்ரான், நீ தனியா இருக்கறது சரியில்ல. நான் கிளம்பி வர்றேன்.” அவன் மறுப்பதற்கு இடமின்றி அவள் போனை துண்டித்திருந்தாள்.

அவள் வந்தாளென்றால் நிச்சயம் தான் உடைந்துபோய்விடுவோம் என்று தெரியும். ஆனால் அவளைத் தடுக்க முடியாது. என்ன செய்வது என்ற குழப்பத்துடன் படுத்திருந்தான்.

ஐந்து நேரம் தொழவேண்டிய அறை சுத்தமாக இருக்கவேண்டும் என்பதனால், அவன் தன் நண்பர்கள் யாரோடும் அறையைப் பங்கிட்டுக் கொள்ளவில்லை. தனியாகவே ஒரு அறையும் சமையலறையும் மட்டும் கொண்ட ஒரு அப்பார்ட்மென்ட்டில் தங்கியிருந்தான். வினுதா சிலமுறை இங்கு வந்திருக்கிறாள். “பணக்கார வீட்டுப் பையன். மும்பைல பாஷ் ஏரியாவிலே, தனி ப்ளாட், உம்... ” என்று கிண்டல் செய்வாள்.

இந்த வாரம் அத்தா, அம்மாவைப் பார்க்க ஊருக்குச் சென்றிருக்க வேண்டும்; சென்னைக்குப் போனதால் இயலாமல் போயிற்று. அத்தாவும், அம்மாவும் தவித்துப்போய்விட்டார்கள். அடுத்த வாரம் வருவேன் என்று சமாதானம் செய்திருந்தான்.

அனிதா தன்னை நிராகரித்து விட்ட ஏமாற்றம், இயலாமை தாளமுடியாமல் நேற்றிரவு, அவளது அம்மாவிடம் போன் செய்து கத்தினான். "உங்க மகளுக்கு எவ்வளவு உறுதுணையா இருந்தேன்? உயிருக்கு உயிரா காதலிச்சேன். இப்படி சீட் பண்ணிட்டா."

அனிதாவின் அம்மாவோ பதிலுக்குக் கத்தித் தீர்த்தார். "என் மகளுக்குப் பிடிக்கலைனா விட்டுடேன். அஞ்சு வருசமா பழகறேன், காதலிக்கறேன்னு உரிமைகொண்டாடிக்கிட்டு இருக்கிறியே. அஞ்சு வருஷத்திலே அவளுக்கு உன்கிட்டே பிடிக்காம போக ஏதாவது காரணம் இருந்திருக்கும். அதான் நேர்ல வந்து சொல்லியிருக்கா. இதில என்ன துரோகம், சீட்டிங்னு சொல்லிக்கிட்டு. 'உங்களுக்கும், எங்களுக்கும்' ஒத்து வராது, அதனால்தான் அவ முடிவெடுத்திருப்பா. பேசாமல் போயேன், ஏன் தொல்லை குடுக்கறே? அவளுக்கும் ஏதும் கால் பண்ணாத, சொல்லிட்டேன். போலிசுக்குப் போக வேண்டியது இருக்கும்." தமிழும் மலையாளமும் கலந்து கத்திய அனிதாவின் அம்மா, அப்போதே நிலோபருக்கு போன் செய்திருக்கிறாள். நிலோபர் வெடித்தெழுந்து மிகக் கடுமையாகத் திட்டியிருக்கிறாள்.

"உங்க மகள் அவளா மதம் மாறினா, நோன்பு வச்சா, தொழுதா, புர்கா போட்டா. அவன் திரும்பிக்கூட பாக்காம தான் இருந்தான். நான்தான் பாவி, எல்லாமும் பண்ணி வச்சேன்."

"அவளுக்கு ஐ.ஏ.எஸ். எக்ஸாம்க்குப் பணம் கட்டி, ஹாஸ்டல் பாத்து தங்க வச்சு, கொண்டு போய், ஆமா...ப்ளைட்ல போய் விட்டுட்டு வந்தான் இல்ல. அப்பா உங்களுக்குத் தெரியாது, உங்க மகளுக்குத் தெரியாது, அவங்களுக்கும், உங்களுக்கும் ஒத்துப் போகும், போகாதுன்னு? சும்மா பேசாதே, வைம்மா போனை."

அவள் அதை இம்ரானிடம் சொன்னபோது, அவன் மனம் வருந்தினான். "நாம் செய்கிற எந்த உதவியையும் சொல்லிக் காட்டுவது எவ்வளவு பெரிய தவறு? நீ குரானை ஓதியிருக்க தான? அதை எப்டி நீ மறந்திட்டு இப்படியெல்லாம் பேசற?" என்று அவளை மிகமிகக் கோபத்துடன் கடிந்து பேசினான்.

நிலோபரிடம் காட்டிய கோபத்தை நினைத்து, அன்றிரவு முழுக்க வருத்தத்தில் ஆழ்ந்து போயிருந்தான்.

அனிதாவிடம் இத்தனை காலம் மதம் மாறு, மதத்தைப் பின்பற்று என்று மதத்தை முன்வைத்துத் தான் எப்போதாவது பேசியிருக்கிறோமா எனத் திரும்பத் திரும்ப யோசித்தான்.

ஒருமுறை மட்டும், "நீ எங்கள் ஊருக்கு வரும்போது பர்தா அணிந்து வர வேண்டும்" என்று சொல்லியிருக்கிறான். அதுவும் அத்தாவின் மனம் கோணக் கூடாது, ஊரில் அவருடைய கவுரவம் பாதித்துவிடக் கூடாது என்று. அப்போது, அவளும்கூட அதுதான் சரி என்று புரிந்துகொண்டாளே. பிறகு கேரளாவில் அவள் சுதந்திரமாகத்தானே இருந்தாள். என்னவாயிற்று? நிஜமாகவே அவனுக்குக் குழப்பம். புறக்கணிக்கப்பட்டதன் வலியினூடே உறங்கிப் போனான்.

காலிங்பெல் அடித்ததைக் கேட்டு விழித்தவன், எழுந்து சென்று கதவைத் திறந்தான். வினுதா நின்றுகொண்டிருந்தாள்.

"என்ன நீ. . . உடம்பு சரியில்லைன்னு கூட சொல்ல மாட்டே? நான் வந்து ஹெல்ப் பண்ண மாட்டேனா என்ன?" என்று கோபித்துக்கொண்டவள், கையில் கொண்டுவந்திருந்த பழங்களை மேசை மீது வைத்துவிட்டு, அவனது நெற்றியைத் தொட்டுப் பார்த்தாள். "பீவர் இருக்கு. கொஞ்சம் வெயிட் பண்ணு, ஹாட் வாட்டர் தரேன், மாத்திரையும் போடலாம்" என்றபடி சமையலறை நுழைந்தாள்.

இம்ரான் பனியன் மட்டுமே அணிந்திருந்ததனால், கூச்சமாக உணர்ந்தான். ஹேங்கரில் தொங்கிய டீ ஷர்ட்டைப் போட்டபடி சாய்ந்து படுத்தான். அசதியாக உணர்ந்தான். மனச்சோர்வு, உடலையும் சேர்த்துப் பாதித்துவிட்டிருக்கிறது. உள்ளிருந்த கோபம், இயலாமை, துக்கம், ஏமாற்றம் எல்லாமுமாகச் சேர்ந்து அவனை உணர்ச்சிவயப்பட்ட நிலைக்குக் கொண்டு சென்றிருந்தது.

வினுதா நிச்சயம் சென்னைப் பயணம் பற்றிக் கேட்கக்கூடும். அவளிடம் எதையும் மறைக்கவும் முடியாது என்று நினைத்தான். எல்லாவற்றுக்கும் மேலாக, இவள் தனது காதலைச் சொன்ன போது, அனிதாவையும் அவர்களது காதலையும் சொல்லி எப்படி நிராகரித்தானோ, அந்த அனிதா இன்று இவனை நிராகரித்திருப்பதே அவமானமாக இருந்தது. இதை எப்படி இவளிடம் சொல்வது என்கிற நினைவில் துக்கம் தொண்டைக்குள் பந்தாக உருண்டது.

"இதோ. . . மாத்திரை சாப்பிடு, நான் மதியத்துக்குக் கஞ்சி காச்சறேன். இப்ப படுத்துத் தூங்கு. நீ ஏதும் கவலைப்படாதே, நான் வேலை பாக்கறேனு. ஐ கேன் குக்கிங்" சொல்லிவிட்டுச் சிரித்தாள்.

இம்ரான் மாத்திரையைச் சாப்பிட்டுவிட்டு 'தேங்ஸ்' என்றான். அவள் ஜீன்ஸும் குர்த்தாவும் அணிந்திருந்தாள். நிகழ்ச்சிகளுக்கு வரும்போது சின்னஞ்சிறிய டீ ஷர்ட், ஸ்கர்ட் போட்டு வருவாள். இவ்வளவு நாகரிகம் இருந்தாலும் கஞ்சி

காய்ச்ச முயன்றது வியப்பாக இருந்தது. கண்களை மூடித் தூங்க ஆரம்பித்தான்.

அவன் தூங்கி எழுந்ததும், அதற்காகவே காத்திருந்த வினுதா, "இருட்டிடுச்சு, நான் கிளம்பணும். நாளைக்குக் காலைல வரேன். இந்த ஜூஸைக் குடி" என்று சொல்லிவிட்டுக் கிளம்பினாள்.

வீடு பெருக்கிச் சுத்தம்செய்து, பாத்திரங்களைக் கழுவி, சமையலறையைச் சுத்தம் செய்து, வாஷிங் மெஷினில் துணி போட்டு உலர வைத்து, இவனுக்குக் கஞ்சியும் துவையலும் தயார் செய்து வேலைகளையெல்லாமும் முடித்துவிட்டிருந் தாள். இவ்வளவு பொறுப்போடு வேலைகள் செய்ததே வியப்பாக இருந்தது.

அலுவலகத்திலும் கேளிக்கைகளிலும் சிரிப்பும் கேலியுமாக இருந்தவளும், தான் இன்று பார்த்தவளும் ஒன்றுதானா என்கிற பிரமிப்பு இருந்தது. அத்தனையையும் விட, தன்மீது இவள் காட்டிய அந்த அன்பும் அக்கறையும் நெகிழச் செய்திருந்தன. இவளோடு இருக்கும் தருணங்களில் ஏனோ அம்மாவின், குப்பியின் நினைவு வந்துவிடுகிறது.

அவர்கள் தனக்குத் தரக்கூடிய அதேமாதிரியான அக்கறையையும் அன்பையும் இவளால் தனக்குத் தர முடிந்ததைக் கவனத்தோடு ஒப்பிட்டுப் பார்த்தான். பல நாட்களாக அவளோடு பழகியிருந்திருந்தாலும், அவளை பார்ட்டி அனிமல்போலவே பார்த்துவந்த தன்னை அசிங்கமாக உணர்ந்தான். சக மனிதர் களிடம் அவளால் இத்தனை அன்பு காட்ட முடியும் என்கிற புரிதல், அவள் மீதான மரியாதையாக மாற்றம் கொள்கின்றது.

"வினு உன்கிட்ட கொஞ்சம் பேசணும்" என்றவனது குரல் கேட்டுக் கைப்பையை சோபாவில் வைத்தவள், 'என்ன' என்றபடி அருகே வந்தவளது கைகளைப் பற்றிக்கொண்டு அழ ஆரம்பித் தான் இம்ரான். அனாதரவானதொரு நிலையில் இருக்கும் ஒரு சின்னஞ்சிறிய குழந்தைபோல அவனது உடல் நடுங்கிக் கொண்டிருந்தது.

ஒரு பெண்ணால் அளவற்ற முறையில் தான் காதலிக்கப் படுவதாக அவனிடம் கூடவேயிருந்து கொண்டிருந்த அந்தப் பெருமிதம் உடைந்து நொறுங்கித் துகள்களாகச் சிதறி விழுந்து கொண்டிருந்தது. தவித்துத் தவித்து மருகிய உணர்வுகள் அவனது இதயத்திலிருந்து பீறிட்டெழுந்து அவளது தோளை நனைத்தன. புறக்கணிக்கப்பட்ட, ஒதுக்கப்பட்ட மனத்தின் ஓயாத இரைஞ்ச லாக அவனது கேவல் வினுதாவின் தோள்களில் தழுவிக் கிடந்தது.

வினுதா பொறுமையாக அவனைச் சமாதானம் செய்வதற்கு முயன்றவளாக, அதில் தோற்றுத் தானும்கூட கண்ணீர் சிந்த ஆரம்பித்தாள். நீண்ட அமைதி அங்கு விழுந்து நிறைந்துவழிந்தது.

"இப்ப என்ன பண்ண போறே? அவளை மறந்துடறதா, இல்ல அதே நினைவுல அழுதுக்கிட்டு இருக்கறதா?" தனது கூர்மையான மூக்கைத் துடைத்தபடி அவன் முகத்தை நேருக்கு நேராகப் பார்த்து வினுதா கேட்டபோது, அவளது கேள்வி மிக இயல்பாகத் தன்முன் விழுந்ததாக உணர்ந்தான்.

இம்ரான் தெளிவான முடிவிற்கு வந்திருந்தான். தன்னைப் புறக்கணித்த ஒருத்திக்காகக் கண்ணீர் விடுவது முட்டாள்தனம் என்கிற எண்ணம் உருவாகியிருந்தது. அந்த எண்ணத்தை வினுதாவின் அசாதாரணமான பேச்சும் செயலும் அவனுக்குள் உண்டாக்கியிருந்தன. இவள் எப்படி இத்தனை உறுதிமிக்கவ ளாக இருக்கிறாள்? அவள் குறித்துத் தனக்குள் எழுந்த வியப்பைக் காட்டுவது சரியல்ல என்பது போல் அமர்ந்திருந்தான்.

அவளது உறுதியான இயல்பில் தடுமாற்றம் கொண்டவ னுக்கு தனது கோழைத்தனத்தை மறைப்பதே இனி சரியானதாக இருக்கும் என்று தோன்றியிருந்தது.

"நான் ஏன் இனிமேல் அவளை நினைக்கப் போறேன்? அதெல்லாம் கிடையாது. கொஞ்சநாள் எடுக்கும், எல்லாம் சரியாகும் அவ்ளோதான்." ஏதோ யோசனையோடு வாய் மட்டும் முணுமுணுத்தது. நெற்றிச்சுருக்கம், அவனது தடுமாற்றத்தைப் புரியவைத்தது.

"சரி, நான் இன்னிக்கு இங்கேயே தங்கறேன். நீ நிம்மதியா தூங்கு. நான் போய்ட்டாலும் அங்கேயும் உன் ஞாபகமாதான் இருப்பேன், நிம்மதியா இருக்காது."

அவன் திடுக்கிட்டு அவளைப் பார்த்தான். எப்படி திடீரென இப்படி ஒரு முடிவை அவளால் எடுக்க முடிகிறது? "நோ, நோ, யூ கேன் கோ, நத்திங் டூ வொர்ரி" என்றான்.

"ப்ச் . . . நீ சும்மா இரேன்டா." ஒற்றை வார்த்தையில் அவனை அடக்கினாள். "இந்த ஹால்ல இருக்கற சோபால நான் படுத்துக்கறேன். டோண்ட் டாக்." இவனது பதிலுக்கான காத்திருத்தல் ஏதுமில்லாமல் அவள் முடிவெடுத்தாள்.

திகைத்துப் போய் அமர்ந்திருந்தவனின் உள் மனத்தில், அவள் இங்கு தங்குவது குறித்த மகிழ்ச்சி உண்டாயிற்று.

தனித்து இந்த இரவைக் கழிப்பது தனக்கேகூட சாத்திய மில்லாதிருப்பதைப் புரிந்துகொண்டவனாக மனத்தில் பெரிய நிம்மதியை உணர்ந்தவன், அவளை ஆமோதிக்கும் முக பாவனையைக் காட்டினான். அப்போதைக்கு அது போதுமான தாக இருந்தது.

42

தன்னிடமிருந்த அனிதாவின் தொலைபேசி எண்ணைத் தேடியெடுத்து, அவளை அழைத்தாள் வினுதா. ஒரு பக்கம் இம்ரானை நினைத்துக் கவலையும் மறுபக்கம் இத்தோடு முடிந்ததே என்கிற ஆசுவாசமும் இருந்தது. என்றாலும் அனிதாவை அழைத்து அவளுக்கு என்ன பிரச்சினை என்று பேசிப்பார்த்தால் என்ன என்று தோன்றியது. அது சரியாக இருக்குமா என்றும் தெரியவில்லை. முன்பின் பார்த்திராத ஒருத்தியிடம் பேசுவதற்கு என்ன அவசியம் என யோசித்தபோதே, போன் அடித்து ஓய்ந்திருந்தது.

அனிதா அழைப்பை ஏற்காதது நல்லதுதான் என்று நிம்மதிப் பெருமூச்சொன்றை விட்டாள். நான் ஏன் இவ்வளவு பதற்றப்படுகிறேன் என்கிற யோசனை வர, அனிதாவை அழைக்காமல் தவிர்த்திருக்கலாமோ என்று நினைத்தாள்.

ஒரு நிமிடத்தில் இம்ரானின் ஏமாற்றத்தை, அனிதாவிடம் காட்டிக் கொடுத்துவிட இருந்தேனே எனத் தன்னையே கடிந்துகொண்டாள். அது அவனை மேலும்கூட கவலைகொள்ளவைக்கும் விசயத்தை ஏன் நான் யோசிக்கவே இல்லை. எவ்வளவு முட்டாள்தனமாக நடக்க இருந்தேன்? அனிதா மறுபடி அழைத்தால், என்ன பேசலாம் என அவள் யோசித்தாள். அது ஒன்றும் பெரிய விசயமில்லை அமைதியாகத் தனது வேலையைக் கவனிக்கலானாள்.

இம்ரான் அன்று அலுவலகத்திற்கு வரவில்லை. நாளைக்கு வந்தால் போதும் என்று இவள்தான் சொல்லியிருந்தாள்.

43

வினுதாவின் அழைப்பு வந்தபோது, அனிதா சொந்த ஊர் நோக்கிச் சென்று கொண்டிருந்தாள். அம்மாவும், சித்தியும் அவளை நேற்றிலிருந்து பலமுறை அழைத்து அழுதார்கள்.

அவர்கள் உடனே தன்னை அழைத்ததன் பொருட்டு இல்லையென்றாலும், தானும் உடனே அங்கு போகவேண்டும் என்றுதான் இருந்தாள்.

தில்லியிலிருந்து கோழிக்கோடுவரை ரயில் பயணம், அத்தனை சவுகரியமானதில்லை என்றாலும், சட்டெனக் கிளம்பியதால் இதுதான் ஒரே வழி.

வினுதா எதற்காக முன்பின் பார்த்திராத தன்னிடம் பேச விரும்புகிறாள்? அது எப்படிச் சாத்தியமாகும்?

இம்ரான் ஒருமுறை அவளைத் தொலைபேசியில் பேசவைத்து அறிமுகம் செய்திருந்தான். அவளது எண்ணையும் இவள் சேமித்து வைத்தாள், நல்ல வேளை. இல்லையெனில் போனை எடுத்திருந்து எதையேனும் பேச வேண்டியிருந்திருக்கும். ஏதாவது பிரச்சினை ஏற்பட்டிருக்க ஏதுவாகி இருக்கும். அவளது நினைவுகள் ஆறு மாதங்களுக்கு முந்தைய நிகழ்வை எண்ணியது. அன்றைய தினம் போனில் நள்ளிரவில் ஒலித்த அம்மாவின் கூக்குரல் இன்னும் அவளுக்கு காதில் ஒலிக்கிறது.

"உன் சித்திப் பொண்ணு அந்தப் பையனோட ஓடிப் போயிட்டா. நீ உடனே வந்து சேரு மோளே." அந்தக் குரல் தந்த பதற்றத்தில்தான் அதீத கவலையுடன் அவள் தன் பயணத்தை மேற்கொண்டிருந்தாள்.

அடைக்கும் தாழ்

தங்கை காவியாவின் மீது கடுங்கோபம் உருப்பெற்றது. எத்தனைமுறை அவளிடம் புத்தி சொல்லியிருப்பேன், எவனையும் நம்ப வேண்டாம் என்று. முதல்முதலாக அவள் தெருக்கோடியில் இருக்கும் ஸ்டேஷனரி கடைக்காரர் மகன் பைசலைக் காதலிப்ப தாக அம்மா சொல்லியிருந்தாள். "அவளுக்கு புத்திய சொல்லு. அந்த பைசல் கூட பேசிட்டு இருக்கா பயமா இருக்கு." கேட்டதும் அனிதாவுக்கு மனம் அதிர்ச்சியில் தடுமாறிற்று. என்ன நடக்கிறது?.

இதில் நான் எப்படி புத்தி சொல்ல? நானும் இதையே தானே செய்துகொண்டிருக்கிறேன் என்கிற குழப்பம் அனிதா வுக்கு அன்று உண்டாயிற்று.

"இந்த ஆறு மாசத்துல மூணு பொண்ணுக பாதில படிப்பை விட்டுட்டு ஓடியிருக்காங்க. எல்லாமே முஸ்லிம் பசங்ககூட ஓடி யிருக்குதுக. பாவிக இதை ஒரு தொழிலாவே செய்றானுகபோல. எனக்குப் பயமா இருக்கு, ஆம்பளை இல்லாத வீடு" என்று அன்றைக்குச் சித்தி கதறியழுத போது இவள் சமாதானப் படுத்தினாள்.

அன்று இவள் காவியாவிடம் தனித்த அறைக்குள் வைத்துக் கேட்டாள். "உனக்குப் பதினேழு வயது. இப்ப என்ன தெரியும்? காதல் கண்றாவின்னு கண்டவனோட சுத்தற."

"அக்கா அப்டியெல்லாம் இல்ல, கிருஷ்ணர் மேல சத்தியம். நான் சும்மாதான் பேசுவேன். அவன் காலேஜ்ல என்னையவிட சீனியர். காலேஜ் நிகழ்ச்சி பத்தி ஏதாவது அப்பப்போ கேட்பேன். வேற ஒண்ணுமில்ல. நம்ம குடும்ப சூழ்நிலை தெரியாதா என்ன?" என்று பேசியிருந்தாள் காவியா. அவளது மெலிந்த உடல் பயத்தினால் நடுங்கியதை, உடுத்தியிருந்த மெல்லிய இரவு உடைக்குள் இவளால் கண்டுணர முடிந்தது.

மெலிந்த உடல்வாகும், பரந்து விரிந்த விழிகளும் அவளுக்கு. அந்த விழிகளில் நிறைந்திருந்த கண்ணீரைத் துடைத்த படி, மறுபடி மறுபடி அனிதாவைச் சமாதானம் செய்ய அவள் பேசியபடி இருந்தாள். முகம் களையிழந்து கிடந்தது.

"ஏதும் இல்லேக்கா, நம்புக்கா காதல் இல்ல. நாங்க சும்மா ப்ரண்ட்ஸ்தான். அவன் கடை தெருமுனையிலங்கறதால, அவனைப் பாத்துப் பேசறேன். வேறெங்கயாவது தேடியா போனேன்." அவளது பயத்தைத் துடைத்தெறியவும், சகஜமாக்கவும் விரும்பினாள் அனிதா.

"அதெல்லாம் சரி. எனக்கும் தெரியும். நீ இப்போதான் முதல் வருடம் காலேஜ் முடிக்கப் போறே. இந்தச் சமயத்துல பசங்ககிட்ட பழகறது தப்பு. காலேஜ் போறதே படிக்கத்தான்.

படிச்சு கைல டிகிரி வாங்கறதுதான் முதல் வேலை. பிறகுதான் எந்தச் சிந்தனையும். புரியுதா?" கடுமையாகச் சொல்லியவள் நடுங்கிக்கொண்டிருந்த தங்கையை அணைத்துக்கொண்டாள்.

ஒருவிதமான குழப்பத்தில் அவள் ஆட்பட்டிருப்பதைக் காண முடிந்தது. முகம் வெளிறிக் கிடந்தது. "சரி, இனி அவன்கூட பேசலை." நடுங்கும் குரலில் இவளிடம் உத்தரவாதம் தந்தாள். அதில் அதிகமும் நாடகத்தன்மை மிகுந்திருந்தது என்றாலும் நம்பியாக வேண்டிய கட்டாயத்தில் இருந்தாள் அனிதா.

அடுத்த சில மாதங்களில் அவள், அவனோடு போய்விட்ட தகவல்தான் வந்தது. அவளை எங்கே போய்த் தேடுவது, யாரைத் தொடர்புகொள்வது, காவல்துறையிடம் சொல்வது சரியாக வருமா, வெளியில் தெரிந்தால் என்னவாகும் என்று அனிதா குழம்பித் தவித்தாள் .

ரயில் அப்போதுதான் காயங்குளத்தைத் தாண்டியிருந்தது. இன்னும் பல மணிநேரம் பயணம் மிச்சம் இருந்தது.

அறியாப் பருவத்தில் காதல் என்று யாரையாவது நம்பி ஏமாந்து போவது என்று நினைத்தாலும், அதனை எப்படிக் கையாள்வது என யாருக்கும் புரியவில்லை. பதினெட்டு வயது முடிந்த மறுநாளில்தான் காவ்யா இப்படி ஓடிப்போனாள். கல்லூரிப் படிப்பினை முடிக்கவியலாதபடிக் கூட்டிக்கொண்டு போய் மணம் முடிப்பது எத்தனை பெரிய குற்றம்? படிப்பும் இல்லாவிட்டால், பெண்கள் என்ன செய்ய என்று யோசித்தபோது தலை வலித்தது. அந்தப் பையன்மீது கடும் கோபம் உண்டாயிற்று.

நீண்டதூரம் அவளின் முன் தேங்கிக் கிடந்த விடையற்ற தொரு வினாவை நோக்கித் தான் நகர்ந்து போவதாக உணர்ந்தாள்.

காவ்யா காணாமல் போன அன்று வீடு கனத்த மௌனத்தில் ஆழ்ந்திருந்தது.

அவமானத்தினால் குறுகிப் போயிருந்தாள் சித்தி. யார்க்கும் தெரிவதற்குள் மீட்டுவிட முடியுமா எனத் தெரியவில்லை. இப்போ என்ன பண்ணலாம்? என்ன பண்ணலாம், என்ன பண்ணலாம் எனும் ஒற்றைக் கேள்வி சற்றும் முனைமழுங்காதபடிக்கு, அவளது மூளைக்குள் சுற்றிச் சுழன்றுகொண்டிருக்கிறது. அம்மாவும் சித்தியும் தலையில் அடித்து அழுதபோது இவள் சொன்னாள், "அவர்களை ஒண்ணும் பண்ண முடியாது விட்டுரு."

"உனக்கென்ன படிச்சுட்டோம்ன்ற திமிரா?" அம்மா வீறிட்டாள். அவளால் இவளது அமைதியைத் தாங்கிக்கொள்ள இயலவில்லை. அதிர்ச்சியில் உறைந்திருந்த சித்தி, இவள் சரிப்பட

மாட்டாள் என்று புரிந்துகொண்டவளாக, தன் கணவனின் தம்பிக்கு போன் செய்தாள். இவள் அவளைத் தடுக்கவில்லை. இரண்டு தெரு தள்ளியிருந்த கிருஷ்ணன் நாயர் தலைதெறிக்க ஓடி வந்தார்.

இத்தனை நாட்களுக்குப் பிறகு இப்போதாவது இந்தக் குடும்பத்திற்குள் தன் அதிகாரத்தைக் கையில் எடுத்துக் கொள்ளப் போகிற பேரார்வம், அவரது பேச்சிலும் இயல்பிலும் அப்பட்டமாகத் தெரிந்து, இவளுக்கு அருவறுப்பூட்டிற்று.

"அது எப்படி சும்மா விட? இப்பப் போய் கம்ப்ளெயிண்ட் பண்றேன். ஹேபியஸ் கார்பஸ் கேஸைப் போட்டு இழுக்கறேனா, இல்லையான்னு பாரு." அவரது தாட்டியான உருவம் ஆத்திரத்தில் நடுங்கிற்று. அவரைப் பார்த்ததும்தான் அம்மாவிற்கும் சித்திக்கும் உயிர் வந்திருந்தது. அசுர பலம் வந்தவர்கள் போல் எழுந்து உட்கார்ந்தார்கள்.

"அங்கிள் அவ மேஜர். இப்ப போய் கம்ப்ளெயிண்ட் குடுத்தா எப்டி எடுப்பாங்க? அதும் இல்லாம அவங்க மேரேஜ் பள்ளிவாசல்ல முடிஞ்சிருச்சு, ரிஜிஸ்டரும் பண்ணிட்டாங்க."

'நீ என்ன பொட்டச்சி பேச வந்தே' என்பது போல, அவரது பார்வை அவள்மீது பட்டுத் தெறித்தது.

"இருக்கட்டுமே, அதனால் விடமுடியுமா என்ன? மதம் மாத்தினதுக்கும் சேர்த்து கேஸ் போடறேன்." அவரது குள்ளமான உடலும், அது துள்ளும் விதமும் நிலத்திலிருந்து துள்ளும் மீனை நினைவூட்டிற்று.

அவரது குரலில் தெரிந்த எகத்தாளமும் குரோதமும் அனிதாவை நிலைகுலையச் செய்தன. ஒரு வெட்டி வீராவேசம் பேசுகிற, செய்வதற்கு வேலையேதுமற்ற ரிட்டயர்டு பேங்க் மேனேஜருக்குக் கிடைத்தற்கரிய வாய்ப்பாக இதனை அவர் மாற்ற விரும்பினார்.

நாயர் முதல் வேலையாக ஹேபியஸ் கார்பஸ் பெட்டிஷன் தாக்கல் செய்தார். அனிதாவிற்கு அது ஏனோ ஏற்புடையதாக இல்லை. "அவளை யாரும் கடத்திக்கிட்டுப் போகல. அவளாதான் போயிருக்கா. இதை எதுக்கு கோர்ட் கேசுனு. . ." எதிர்ப்பைத் தெரிவித்தவளது முகத்தில் நாயர் விட்டெறிந்த பத்திரிகைகள் பட்டுத் தெறிக்க, அவள் அவற்றைக் குனிந்து பொறுக்கினாள்.

'கலா கவுமுதி' வார இதழும் 'ஜன்மபூமி' நாளிதழும் அவை என்று அறிந்துகொள்ள முடிந்தது. தன்னை முகத்தில் அடித்த அந்த

மனிதரின் மீது, கடும் கோபம் உண்டாகினாலும் அதன் மூலம் என்ன விஷயத்தை அவர் சொல்லவருகிறார் என்று யோசித்தாள்.

"உன் கண்ணைத் தொறந்து படிச்சுப் பாரு. என்னா போட்டு இருக்குனு" என்று நாயரின் குரல் கொடூரமாக ஒலித்தது. மூச்சிறைக்க அப்படியே பின்நகர்ந்துபோய் நாற்காலியில் அமர்ந்தார்.

அனிதா கைகளில் படபடத்த கலா கவுமுதி–யின் நடுவில் ஒரு பக்கம் மட்டும் மடித்து வைக்கப்பட்டிருந்தது. அதை விரித்துப் பேனாவினால் அடிக்கோடிட்ட வரிகளைப் படித்தாள். காதல் எனும் பெயரில் இதுவரை 180 பெண்கள் கேரளாவில் மயக்கப்பட்டு, மதம் மாற்றப்பட்டிருப்பதாகவும், அதன் மூலம் இந்து மதம் துண்டாடப்பட சதி நடப்பதாகவும், 'லவ் ஜிகா'தின் நோக்கம் இது எனவும் எழுதப்பட்டு இருந்தது. அவள் அந்த இதழைக் கீழே போட்டுவிட்டு, ஜன்மபூமியை விரித்தாள். அதில் இதுவரை 2864 இந்துப் பெண்கள் மதமாற்றம் செய்யப்பட்டு இருப்பதாகவும் ஒரு செய்தியைப் படித்தவள் குழப்பத்தோடு தேதிகளைப் பார்த்தாள். 27.9.2009. ஜன்மபூமி. கலா கவுமுதி தேதி 10.6.2012 என்று இருந்தது. உடல் தளர்ந்து தடுமாற, இப்போ என்ன சொல்ல வருகிறீர்கள் என்பதுபோல அவரைப் பார்த்தாள்.

வெற்றி பெறுவோம் என்று செயல்படுவதை விட, வீம்பு செய்து பார்ப்போம் என்கிற அவரது அந்த வெறுப்பான நினைப்பில் இருந்து இவள் விலகிக்கொள்ள விரும்பினாள். "சித்தி, நான் போறேன். இனிமேலும் என்னால இந்த இடத்தில இருக்க முடியாது." அனிதாவின் சன்னமான குரல் கேட்ட நாயர், "நீ போயேன். உன்னை யார் வரச் சொன்னாங்க? எங்களோட குடும்ப கவுரவம், அதைக் காப்பாத்தறது என் கடமை. சும்மா வந்து நின்னு நியாயம் பேசுறதோ, என் நடவடிக்கைய தடுக்கப் பாக்கறதோ சரி இல்ல. அவங்கவங்க வயசுக்கு ஏத்த மாதிரி நடந்துக்கிட்டா நல்லது என்றார்.

அவரது முதிய குரல், இவ்வளவு சத்தமாக, கச்சிதமாக வீறிடுவது வியப்பை உண்டாக்க, அவள் தன் வீட்டை அடைந்தாள். தன் மனத்தில், வாசித்த செய்திகள் இறுக்கமாக அமர்ந்துகொண்டதை அவளால் புரிந்துகொள்ள முடிந்தது.

மறுநாளில் ஒரு பதிவுசெய்துவிட்டு வழக்கறிஞரைத் தேடி அவர் சித்தியோடு கிளம்பிக்கொண்டிருந்த போது, காவல்துறையில் இருந்து தொலைபேசி அழைப்பு வந்தது.

கிருஷ்ணன்நாயர்தான் பேசினார். "கிரிஜா. . . உன் பொண்ணும் மாப்பிள்ளையும் தம்பதியாகவே ஸ்டேஷனுக்கு

வந்தாச்சாம். நீ வர்றியா போய்ப் பார்த்துட்டு வருவோம்.” அவரது குரலில் தெரிந்த கோபமும் எகத்தாளமும் அனிதாவைப் பதற வைத்தது. அவரை நேருக்கு நேர் பார்க்க விரும்பாதவளாக உள்ளறைக்குள் அமர்ந்திருந்தவள், பதற்றத்துடன் எழுந்து ஹாலுக்கு வந்தாள்.

சித்தி ஓ... வென அழலானாள். அவள் உடல் நடுங்கிக் கொண்டிருந்தது. அம்மா, “கடவுளே...” என்றபடித் தங்கையை அணைத்துத் தேற்ற முயன்றாள்.

தெரு தனது காதுகளால் வீட்டின் அசைவுகளைக் கண்காணித்தபடியிருந்தது. அனிதா எச்சரித்தாள். “சத்தம் போட வேணாம். அழறத நிறுத்துங்க சித்தி” என்றபடி அவளைக் கைத்தாங்கலாக சோபாவில் அமரவைத்தாள். அவளது அழுகை, நீளமான விசும்பல்களாக மாறியது. அம்மா தன்னுடைய உணர்வுகளைக் காட்ட முடியாதவளாக, தண்ணீர் கொண்டு வந்து தங்கையைக் குடிக்க வைத்தாள்.

நாயருக்கு உள்மனத்தில் கோபமும் எரிச்சலும் பீறிட்டெழ, தான் தோல்வியுற்றுவிட்டோம் என்கிற ஒரு மனநிலைக்கு உள்ளாகியிருந்ததை அவரது முகத்தின் நடுங்கும் தசைகள் உணர்த்தின. ஒருவிதமான பதற்றத்திற்கு ஆட்பட்டிருந்தார். அவரது நரைத்த புருவ மயிர்கள் சுருங்கிய நெற்றிக்குக் கீழாகக் குத்திற்றிருந்தன. காரை எடுத்து வருவதாக சொல்லிவிட்டு வெளியில் போனார். அவரது வேட்டி, நடையின் வேகத்தில் காற்றில், பட்டத்தைப் போல் மேலேழும்பிக் கீழே சரிந்ததைப் பார்த்தாள் அனிதா.

என்ன நடக்கப் போகிறது என்று புரியவில்லை. குழப்ப நிலைக்குத் தள்ளப்பட்டாள். சித்தியின் மூச்சிறைப்பில் வரவேற்பு அறை நடுங்குவதான ஒரு பிரமை உண்டாயிற்று. அவளது நீளமான தலைமுடி மின்விசிறியின் காற்றில் தாறுமாறாக அலைந்து புரண்டதைச் சரிசெய்ய விரும்பியவளாக, அனிதா தனது கைப்பையைத் தேடி உணவுமேசைக்குச் சென்று, அதிலிருந்த ரப்பர் பேண்ட் ஒன்றை எடுத்துச் சித்தியின் தலைமுடியை ஒன்றுசேர்த்து இணைத்துச் சுருட்டிக் கட்டிவிட்டாள். அவளது அழுகையைக் காண்பதற்கு மனம் நெகிழ்ந்தது. இந்தத் துயரத்திலிருந்து இவளை மீட்டெடுப்பது எளிதில்லை என்கிற யதார்த்தம் புரிய ஆரம்பித்திருந்தது.

சித்தியை கார்வரை நடத்திக் கூட்டி வந்ததாகச் சொல்ல முடியாது. இழுத்துவந்துதான் ஏற்ற வேண்டியிருந்தது. தெருவில் அங்கொன்றும் இங்கொன்றுமாக இருந்த வீடுகளின் மரங்களுக்

கிடையில் ஒன்றிரண்டு தலைகளைக் காண முடிந்தது. "இப்படி ஒரு அவமானமும் தலைகுனிவும் வந்து சேருமா கிருஷ்ணா?" என அம்மா வாய்க்குள்ளாக முணுமுணுத்துக்கொண்டாள். அம்மாவின் ஒடிசலான தேகம் நடுங்கியது.

பழைய அம்பாசிடர் காரின் சீரான ஓட்டத்தினால், திறந்திருந்த ஜன்னல்வழியே இதமான காற்றைச் சுவாசித்து ஆசுவாசம்கொண்டாள் அனிதா.

போலீஸ் ஸ்டேஷனில் என்ன நடக்கப் போகிறது என்கிற புரியாத தன்மைக்குள் சிக்கியிருந்தார்கள் மூவரும். அவருக்குத் தான் என்ன செய்ய வேண்டும் என்கிற தெளிவு இருந்ததால், நிதானமாகக் காரை ஓட்டினார். காரில் சென்ற அந்த அரைமணி நேரத்தைத் தன் வாழ்நாளின் மிகத் துயரமானதொரு காலமாக அனிதா உணர்ந்தாள்.

"இங்கேயெல்லாம் கால் எடுத்துவைக்கணும்னு என் தலையெழுத்தா? கடவுளே..." காவல்நிலையத்தின் வராந்தாவில் நின்றபடி அரற்றிய சித்தியைக் கண்களால் அடக்கினாள் அனிதா. "சித்தி சும்மா இருங்க, ப்ளீஸ்..."

காவல்நிலைய அலுவலர்களும் கான்ஸ்டபிளும் அவர்களைக் கவனித்தபடி இருந்ததைச் சித்தியின் கவனத்திற்குக் கொண்டுவர முயன்று தோற்றாள். காவலர்களின் முகத்தில் ஒருவிதமான ஏளனம் தெரிந்தது. சற்றுத் தள்ளி நின்று தனது கைகளில் இருந்த டைரியைப் பார்வையிட்டுக்கொண்டிருந்த தொந்தி விழுந்த அந்தக் காவல்காரரது பார்வை நொடிக்கொரு தரம் இவர்கள் மீது விழுவதும், அந்தப் பார்வையில் தெரிந்த அலட்சியமும் அனிதாவிற்குக் கூச்சத்தை உண்டு பண்ணின.

பழங்காலத்துக் கட்டடம், பழைய நாற்காலிகள், தூசு படிந்திருந்த அலமாரிகள், ஒழுங்கின்றி அடுக்கப்பட்டிருந்த நாளிதழ்கள் என அந்தச் சூழலே மூச்சுமுட்டச்செய்வதாக இருந்தது. "நாங்க கொஞ்சம் வெளில போய் நிக்கலாமா சார்" தயக்கத்துடன் கேட்டாள்.

"வெயிட் பண்ணுங்க, அவங்களை கூட்டி வர ஆள் போயிருக்கு." அதட்டும் குரலில் சப்-இன்ஸ்பெக்டரின் குரல் இருந்தது. குரலில், "நீங்களெல்லாம் ஒரு ஆளா," என்கிற தொனி இருந்தது. அனிதா பல்லைக் கடித்தாள்.

இதே அதிகாரத்திற்கான படிப்பைத்தான் தானும் படித்துக் கொண்டிருப்பது அசிங்கமாக இருந்தது. நாம் முதலில் மனிதர்கள். பிறகுதானே இந்தப் பதவியோ, அதிகாரமோ?

அடைக்கும் தாழ்

மனத்திற்குள் வெறுப்பு பீறிட்டது. மெதுவாக வெளியில் வந்து வராந்தாவில் கிடந்த நாற்காலியில் சித்தியை அமரவைத்து விட்டு, கிருஷ்ணன் எங்கே என்று தேடினாள்.

அவர் ஒரு வழக்கறிஞரோடு மரத்தடியில் நின்று பேசிக் கொண்டிருந்ததைப் பார்த்தாள். ஆக்ரோசம் முகத்தில் தெறித்தது. அனிதாவுக்கு அவர்களைப் பார்ப்பதும் வெறுப்பூட்டிற்று. காவல் நிலையத்தின் வராந்தாவைத் தாண்டி மறுபடியும் உள்ளே நுழைந்தாள்.

ரைட்டர் சற்று நிமிர்ந்து அவளைப் பார்த்துவிட்டுத் தலையைக் குனிந்துகொண்ட விதத்தில், நமக்கென்ன என்கிற தொனி இருந்ததைக் கவனித்தும், கவனிக்காதவள் போல் இன்ஸ்பெக்டர் அறைக்குள் நுழைய முயன்றவளை, கான்ஸ்டபிள் தடுத்தார். அவரது மீசைக்கும், தோற்றத்திற்கும் ஏதும் சம்பந்தம் இருப்பது போலவே இல்லை. தாட்டியான உடல்; முன்புறமாகச் சரிந்திருந்த வயிற்றின் மீது போடப்பட்டிருந்த பெல்ட் தோற்றுப் போயிருந்தது.

“நான் சார்கிட்ட பேசணும், கொஞ்சம் உள்ளே விடுங்க சார்” என்ற இவளது ஆங்கிலமும் குரலும் அவரைச் சற்று யோசிக்க வைத்திருக்க வேண்டும். “ஓகே… இருங்க, சார்கிட்ட கேட்டுட்டு வரேன்” என்றபடி இன்ஸ்பெக்டர் அறையின் மரக்கதவைத் திறந்து உள்ளே சென்றவர், மறுபடி வெளியில் வந்து, “உள்ளே போங்க” என்று எரிச்சலான தொனியில் சொன்னார்.

இன்ஸ்பெக்டர் மறுத்திருந்தால், வேறுமாதிரியாக எரிச்சலைத் தன்மீது அவர் காட்டியிருக்கக் கூடும். மனிதர்களின் குணாதிசயம் அதுதான். அதிலும் அதிகாரத்தில் இருப்பவர்களென்றால், இன்னும் மோசம் என நினைத்துக் கொண்டபடி, அந்த மரக்கதவை மெதுவாகத் திறந்தாள். கதவு கிறீச்சிட்டது.

உள்ளே நுழைந்தவளை அலட்சியத்துடன் நிமிர்ந்து பார்த்த இன்ஸ்பெக்டர் ‘எஸ்’ என்றபோது, என்ன சொல்வது எனப் புரியாமல் நின்றாள். அவருக்கு நாற்பது வயதிருக்கும். தோற்றமே முரடனாக இருப்பதை சொல்லிற்று. “சார், நான் அனிதா. அந்தப் பொண்ணோட சிஸ்டர். திருவனந்தபுரத்தில சிவில் சர்வீஸ் படிச்சுட்டிருக்கேன்.”

அவளது ஆங்கிலத்தில், அவருக்குச் சற்று மரியாதை கூடியிருப்பது போன்ற பாவனையை முகம் காட்டியது. “எஸ்… அப்புறம்” என்றார். “அவ பாட்டுக்குத் தெரியாம ஓடிப் போயிருக்கா. எப்டியாவது அவளை எங்ககூட கூட்டிட்டுப் போகணும். அவ அம்மா அழறது ரொம்ப கஷ்டமா இருக்கு.

அவங்க வந்ததும் எப்படியாவது அவளை எங்ககூட அனுப்பிடுங்க ப்ளீஸ்." 'எப்படியாவது' என்று அடிக்கடி சொல்வதும், அழுத்தமாகச் சொல்வதும் பலன் தரும் என்று நினைத்தவள்போல பேசினாள்.

அவளைத் தலைநிமிர்ந்து பார்த்தவர், நீ படித்த பெண் தானா என்பதுபோல் கண்களால் கேள்வி எழுப்பினார்.

"அந்தப் பொண்ணு மேஜர் தெரியுமா? இல்லை தெரியாதா? அவளை நான் உங்ககூட எப்டி அனுப்பிவைக்கணும்னு எதிர்பார்க்கிறீங்க?" குரல் உயர்ந்திருந்தது.

"அது வந்து… " ஏதோ சொல்ல விரும்பியவள், அவரது கேள்வியில் இருந்த நியாயத்தைப் புரிந்துகொண்டவளாக அமைதியானாள்.

"போங்க. அங்க போய் உட்காருங்கம்மா. அவங்கள கூட்டி வர போலிஸ் போயிருக்கு, வந்ததும் பேசலாம்." முகத்தில் அடித்தாற்போல் அவரது குரல் எதிரொலித்தது. இனி எதுவும் பேசி அவமானப்படக் கூடாது என்று அமைதியாக நடை தளர்ந்து, சோர்வுற்ற முகத்தோடு வெளியில் வந்தவள், தன்னைத்தானே கடிந்துகொண்டாள். 'படித்த பெண் போலவா பேசினேன்? ஊர் பஞ்சாயத்தில், சரி அனுப்பி விடுங்க… என்று சொல்வதுபோல, இங்கு பேசுவது சரியா' என யோசித்தாள்.

நிர்வாகமும் சட்டங்களும் தரும் பாதுகாப்பான அதிகாரத்தைப் பற்றிப் படித்துக்கொண்டிருக்கும் தன்னிடத்தில், உணர்வுரீதியான ஒரு மனநிலைக்குத் தள்ளப்படுகிற விதம் தவறு என்று புரிந்தது.

கிருஷ்ணன் நாயர் வழக்கறிஞருடன் இன்ஸ்பெக்டரைப் பார்க்க உள்ளே நுழைந்தார்.

காவியாவும் பைசலும் வந்ததும் அவர்கள் மணமுடித்திருந் ததும், அவள் ஒரு முஸ்லிம் பெண்ணாகவே மாறிப் புர்காவோடு வந்திருந்ததும், தன் கணவனோடு போவதற்கு அனுமதி வேண்டும் என்று கேட்டு, நாளைக் காலை கோர்ட்டில் ஆஜராகத் தயாராக இருப்பதையும் சொன்னபோது, பெருத்த அமைதியில் உறைந்திருந்தாள் அனிதா.

சித்தி காவ்யாவின் காலில் விழுந்து 'சாடி சாடி' அழுது தவித்தபடியிருக்க, "பொண்ணை ஹோமுக்குக் கொண்டு போங்கப்பா. பையன் ஸ்டேஷன்ல இருக்கட்டும். கிளம்புங்க எல்லாரும்" என்றது போலீஸ் குரல். அவர்கள் யாரையும் பொருட்படுத்தாமல் பெண் போலீஸ்காரர்களோடு சென்றதையும்,

செய்வதறியாமல் அனைவரும் வேடிக்கை பார்த்ததும், மனக்கண் முன்பாக வர, திடுக்கிட்டுத் தன் நினைவுக்கு வந்தாள் அனிதா. ரயில் கோழிக்கோட்டை நெருங்கியிருந்தது.

அம்மாதான் வீட்டு வாசலில் நின்று இவளை வரவேற்றாள். காவல் நிலைய வளாகச் சுவரின் மீது தளர்வாகச் சாய்ந்து நின்றிருந்த தோற்றம் அவள் தன்னை எதிர்பார்த்து நீண்ட நேரம் நின்றிருப்பாள் என யூகிக்க வைத்தது.

"நாளைக்கு கோர்ட்ல தீர்ப்பாம், அதான் உன்னைய வரச் சொன்னோம்." மெதுவாகச் சொன்னபடி அம்மா நடந்தாள். தீர்ப்பு என்ன வரும் என்று இவளுக்கும் தெரியும். "அந்த கிருஷ்ணன் நாயர் என்ன சொல்றார்?" பல்லைக் கடித்தவளை, அம்மா "உஷ்..." என்று சைகை செய்து அடக்கினாள். அவர் உள்ளேதான் இருக்கிறார். அது எரிச்சலூட்டிற்று.

சித்தி ஊஞ்சலில் படுத்திருந்தாள். உடல் நலிந்துபோயிருந்தது. இவளைப் பார்த்ததும் ஆவலுடன் எழ முயன்றாள். "சும்மா படுத்திருங்க" என்று தோள்களை அழுத்திப் படுக்கவைத்துவிட்டு அருகாக அமர்ந்தாள்.

எழுதும் மேசையில் அமர்ந்து எதையோ எழுதிக் கொண்டிருந்த நாயர் தலைதூக்கி இவளைப் பார்த்துவிட்டு, அலட்சியமாக மீண்டும் எழுத்தைத் தொடர்ந்தார். அன்று காவ்யா தான் திருமணம் முடித்துவிட்டதாக கோர்ட்டிலே நீதிபதியின் முன் சொல்லிய பிறகு, கணவனோடு அனுப்பி வைக்கப்பட்டாள். பிறகு, இந்தத் திருமணம் செல்லாது; லவ் ஜிகாத் செய்து, பெண்ணை மதம் மாற்றித் திருமணம் செய்தது குற்றம் என கிருஷ்ணன் நாயர் தொடர்ந்த வழக்கில் இன்று தீர்ப்பு வருகிறது.

"எப்படியிருக்கீங்க, சாப்பிட்டிங்களா சித்தி?" தலையை வருடியபடி கேட்டாள் அனிதா. "சாப்ட்டேன், சாகாமல் இருக்கறதுக்கு." குரல் நடுங்கிற்று. "அப்டியெல்லாம் சொல்லாதீங்க சித்தி, நாங்களெல்லாம் இருக்கறதை மறந்திட்டீங்களா?" என்று வார்த்தைகளால் அவளைத் தேற்ற முயன்றாள், அனிதா. இருவருக்கும் இடையே மிக நீண்ட மௌனம் தங்கிற்று.

தோட்டத்தில் விழுந்துகொண்டிருந்த காலை வெயில் மனத்தில் பெரும் வெறுமையைத் தரக்கூடியதாக இருந்தது. இத்தனை வெறுப்போடு படுக்கையில் இருந்து எழுந்ததாகவே நினைவில் இல்லை. எதன் பொருட்டு இந்த வெறுமை என யோசித்தவள், மனநிலையை லகுவாக்கிக்கொள்ள முயன்றாள். அகர்வாலுக்கு செய்தி அனுப்ப என நினைத்தபடி செல்போனை எடுத்தாள்.

நிலோபரின் செய்தி வந்திருந்தது. அதைப் பார்ப்பதற்கே தயக்கமும் விருப்பமின்மையுமாக இருந்தாலும் கூட திறந்து படித்தாள். "டூ யு ஹேவ் எனி கில்டி ?" என்று மட்டும் கேட்டிருந்தது, எரிச்சலைக் கூட்டியது. நான் என்ன காரணத்திற்காகக் குற்றவுணர்வு கொள்ள வேண்டும் என அவள் எதிர்பார்க்கிறாள் ?

ஒருவர்மீது வந்த காதல், பிறகு இல்லாமல் போவதற்கு காரணங்கள் இருக்கலாம்தானே ? ஒருமுறை வந்துவிட்டால் வாழ்நாள் முழுக்க அது அப்படியே இருந்துதான் ஆக வேண்டும் எனும் கட்டாயம் உண்டா என்ன ? முட்டாள்த்தனமாக இருந்தது. அதனைப் புறம்தள்ளி, அகர்வாலுக்கு "குட் மார்னிங்" என அனுப்பினாள். இந்தச் சமயத்தில் அவனோடு இருந்தால் நன்றாக இருக்கும் என்று தோன்ற உற்சாகம் உண்டாயிற்று.

அம்மா கதவைத் தட்டிவிட்டு உள்ளே வந்தாள். "எழுந்துட்டியா ? சரி, போய்க் குளிச்சு ரெடியாயிரு. சாப்பிட்டுட்டு கோர்ட்டுக்குப் போகணும். பதினொரு மணிக்கு வரச் சொல்லி யிருக்காங்க."

அம்மா மகளைத் தயார்படுத்த எத்தனித்தாள். ஹாலில் நாயர் தன் வேலையில் கவனமாக இருந்தார். அவரது முகத்தைப் பார்ப்பதை இவள் எப்போதும் விரும்பியது இல்லை. பெரும்பாலும் தவிர்த்துவிடுவாள். எந்த நிலையிலும் இளகாத முகம் அவருடையது.

தன்னிடம் அவர் காட்டும் வன்மம், 'பொம்பளகிட்ட என்ன ஆலோசனை கேட்க' என்பதுபோல இருப்பதை அறிவாள்.

கோர்ட் வாசலில், காரில் அவர்கள் மூவரும் அமர்ந்திருந் தார்கள். "இதெல்லாம் தேவையா ? அவதான் கல்யாணம் முடிச்சுட்டுப் போயிட்டாளே, பிறகெதுக்கு இந்த அவதி யெல்லாம் ?" அம்மா மனம் தாளாமல் அரற்றினாள்.

அனிதாவுக்கும் அதே மனநிலைதான். இந்த நாயர் இன்னும் என்ன செய்யக் காத்திருக்கிறாரோ ? பல்லைக் கடித்துக் கோபத்தை விழுங்கினாள். சித்தியின் மனநிலையும் அதேவிதமாகத்தான் இருந்ததை முகம் காட்டிற்று. சொல்லமுடியாத இக்கட்டில் மாட்டிக் கொண்டுவிட்ட நிலையில் அவள் இருந்தாள்.

இன்றோடு இந்த பிரச்சினையை முடித்துவிட்டு, அவளை நிம்மதியாக இருக்க என்ன செய்ய வேண்டுமோ அதைச் செய்யலாம், என்று திட்டமிட்டாள் அனிதா. இன்னும் சில வாரங்களில் தனக்கு வேலை நியமனம் போட்டுவிடுவார்கள். பிறகு முடிவெடுக்கலாம் என்கிற தைரியம் இருந்தது. இங்கிருந்து அம்மாவையும் சித்தியையும் வேறெங்கேனும் இந்த ஊர், இந்த

நாயர் என எவ்விதத் தொல்லையும் இல்லாத இடத்திற்கு அழைத்துச் சென்றுவிட வேண்டும்.

"அவ வந்துட்டா... நீங்களும் காரை விட்டு இறங்குங்கோ." நாயரின் குரல் கேட்டு அவர்கள் இறங்கினார்கள். சன்னல்வழியே அனிதா, காவ்யா எங்கே என்று தேடினாள். கறுப்பு வர்ண காரில் பின்இருக்கையில் இருந்து காவ்யா இறங்குவதைப் பார்த்தாள்.

கறுப்புநிற பர்தா அணிந்து, தலையில் முக்காடிட்டு இருந்தாள். காவ்யாவின் முகத்தில் சந்தோஷமும் நம்பிக்கையும் தெரிந்தது.

தான் சிறுவயதிலிருந்து பார்த்து வளர்ந்த, தன்னம்பிக்கை யில்லாத, தந்தையை இழந்து, அன்புக்கு ஏங்கிய சோர்வுற்ற முகத்தை இன்று காணஇயலவில்லை.

நாயர் போட்ட லவ் ஜிகாத் வழக்கு நடந்த காலத்தில் காவ்யாவைத் தாய்வீட்டில் போய் இருக்கலாம் என கோர்ட்டில் நீதிபதி சொன்னபோது, அதைப் பிடிவாதமாக மறுத்துவிட்டு, நண்பர்கள் உதவியோடு, தன் படிப்பைத் தொடரவிருப்பதாகவும், கல்லூரி விடுதியில் தங்கிக்கொள்வதாகவும் சொல்லிவிட்டுச் சென்றவளை இன்றுதான் பார்க்கிறாள் அனிதா.

அனிதாவுக்கு என்னவோ புரிந்தது. மனத்தில் பெருத்த நிம்மதி வந்தது. சித்தியிடம் சொன்னாள், "அவளை இனி தொந்தரவு செய்ய வேண்டாம். அவ சந்தோஷமாக இருந்தால் சரி."

சித்திக்கும் அம்மாவுக்கும் இவள் சொன்னது புரிந்தது. தனது இடுங்கிய கண்களால் சித்தி தொலைவில் நின்றிருந்த மகளைக் கூர்ந்து கவனித்தாள்.

நாயர் மறுபடி வருவதற்குள், இவர்கள் காரிலிருந்து இறங்கி கோர்ட்டின் உள்வாசலை நோக்கி நடந்தார்கள். காவ்யாவின் கணவன் பைசல் ஏற்கெனவே வந்திருக்கக்கூடும் என்று தோன்றிற்று.

முகத்தில் வழியும் வியர்வை வெயிலின் தாக்கத்தினால் மட்டும் வந்ததல்ல என்பது புரிய, அமைதியாக அம்மாவையும் சித்தியையும் அழைத்துச் சென்றாள். சிறிய அறையில் போடப் பட்டிருந்த நாற்காலிகளில் முதலாவது வரிசையின் அருகாகச் சென்று அவர்கள் அமர்ந்தார்கள். உயரத்தில் ஓடும் மின்விசிறியில் வெப்பக்காற்று அடித்தது. நீண்ட வராந்தாவில் நாயரும் அவரது வழக்கறிஞரும் வந்து நின்று ஏதோ பேசுவதை அனிதா கவனித்தாள். அவர்களுக்கு முன்பாக இருந்த நீதிபதியை நோக்கிப் பார்வையை நகர்த்தினாள்.

கருத்த தாட்டியான உடம்போடு அந்தப் பெண் நீதிபதி தனது இருக்கையில் அமர்ந்திருந்தார். வெளியில் கொட்டிக்கிடந்த வெம்மை, உள்ளறைக்குள் தடையில்லாமல் பரவியிருந்தது. அவரது முகத்தில் மின்விசிறியைத் தாண்டி வியர்வை வழிந்தது. அவரது கண்கள் வாதப் பிரதிவாதங்களைத் தொடங்குவதற்கான ஆர்வத்தை வெளிப்படுத்தக் கூடியதாக அலைபாய்ந்தன.

இருதரப்பு வழக்கறிஞர்களும் தயாராகித் தங்களது இடங்களில் வந்து நின்றுகொள்ள, அறையின் இருக்கைகள் வெளியிலிருந்து வந்த அந்நியர்களால் நிரம்பியிருந்ததைக் காண முடிந்தது.

சித்தி தன் முகத்தை, அக்காவின் தோள்மீது புதைத்தபடி மெலிதாக விசும்பினாள். "உஷ்... அழாதீங்க. நீதிபதிக்குக் கோபம் வரும். வெளியே போகச் சொல்லிடுவாங்க ப்ளீஸ் சித்தி."

அவளது காதில் கிசுகிசுத்தாள், அனிதா. சித்தியின் கேவல் ஒடுங்கியது. காவ்யாவும் பைசலும் தனித்தனியே அறைக்குள் கூட்டி வரப்பட்டார்கள். காவ்யா அதே பர்தாவோடுதான் உள்ளே நுழைந்தாள். லவ் ஜிகாத் தான் இந்தக் காதலும் திருமணமும் என்று நாயரின் வழக்கறிஞர் எடுத்துவைத்த வாதப்பிரதிவாதங்கள், புனையப்பட்ட ஒரு நாடகத்தின் வசனங்களாக இருக்க, இது எத்தனையாவது ஹியரிங் என்று கணக்குப் போட்டாள்.

பல மாதங்களாகத் தொடரும் இந்த வழக்கை, இன்றோடு முடிவுக்குக் கொண்டு வந்தால் நன்றாக இருக்கும் என மனம் ஏங்கியது. இனி அடுத்து என்னவென்றாவது யோசிக்கலாம். நாயரை நினைத்துக் கோபம் கொள்வதா, இல்லை காவ்யாவை நினைத்துக் கோபப்படுவதா என்கிற தடுமாற்றம் மேலிட, நீதிபதி சொல்லக் காத்திருக்கும் தீர்ப்பு என்னவாக இருந்தால் நல்லது எனச் சிந்தித்தாள்.

நீதிபதி தனது தீர்ப்பை வாசிக்கத் தொடங்கியபோது அந்த நீதிமன்ற அறையில் எண்ணிக்கையில் அடங்காதபடிக்குக் கூட்டம் ஆர்வத்துடன் நிறைந்திருந்தது. குறிப்பாக எண்ணற்ற பத்திரிகையாளர்களும் அரசியல் கட்சிகள் சார்ந்தவர்களும் இருந்தார்கள். பலமாதங்களாக நடந்துவந்த ஒரு வழக்கின் முடிவு என்னவாக இருக்கும் என்கிற பேரார்வம் மட்டுமின்றி, ஓர் அரசியல் நிகழ்வாகவும் அது கவனிக்கப்பட்டது. இந்த அளவுக்குத் தனது குடும்பக் கவுரவம் சீரழிந்துபோனதை இதே ஊரில் வாழும் அம்மாவும் சித்தியும் எப்படித் தாங்கிக்கொண்டிருக் கிறார்களோ என மனம் வேதனையுற்றது.

அடைக்கும் தாழ்

பைசல் நிதானமாக, அமைதியாக அமர்ந்திருந்தான். அவனது தோற்றம், அதில் தெரிந்த தன்னம்பிக்கை அனிதாவிற்கு ஏனோ நம்பிக்கையூட்டக் கூடியதாக இருந்தது. அவனது காதல் நிச்சயமாக உண்மையானது என்றே நம்பினாள். அவனது உடல்மொழியும் காவ்யாவின் வார்த்தைகளும் அதை உறுதி செய்வதாக உணர்ந்தாள்.

தங்களது விருப்பப்படி அவர்கள் தேர்ந்தெடுத்த வாழ்வு என இருவரும் சொல்லும்போது அங்கே சட்டத்திற்கோ உறவுகளுக்கோ வேலை ஏதும் இல்லை. காவ்யாவை நோக்கிப் பார்வையைச் செலுத்தினாள். அவளோ இவளது பார்வையையோ, அதன் உக்கிரத்தையோ துளியும் பொருட்படுத்தாதவளாக இருந்தாள்.

“நான் என் விருப்பத்தின் பேரில் மதம் மாறினேன். விரும்பித் தான் அவனை மணம் முடித்தேன். எங்களை வாழவிடுங்கள்” என்கிற காவ்யாவின் வார்த்தைகள் மிகத் தெளிவாகவும் ஆணித்தரமாகவும் இருக்கின்றன. அவர்கள் இருவரும் இணைந்து வாழ்வதைச் சட்டம், சமூகம், மதம் அல்லது குடும்பம் இவற்றின் பெயரால் இனி யாராலும் தடுக்க முடியாது” என நீதிபதி முடித்த போது, மனம்வெதும்பி அழ ஆரம்பித்தாள் சித்தி. அனிதாவிற்கு மாபெரும் விடுதலை உணர்வு உண்டாயிற்று.

தீர்ப்பை வாசித்தபோது காவ்யா எனும் கதிஜாவின் முகத்தில் தெரிந்த சந்தோஷத்தையும் சித்தியின் உள்ளொடுங்கிய கேவலையும் ஒரே சமயத்தில் எதிர்கொண்டாள் அனிதா. நாயர் செய்வதறியாத கோபத்தில் முகத்தைத் தொங்கப்போட்ட படித் தனது இருக்கையிலிருந்து எழுந்து அவசரமாக வெளியேறினார்.

இவர்கள் இருக்கும் திசையைப் பார்க்காதபடி காவ்யாவும் அவளது வழக்கறிஞரும் வெளியேறிச் செல்வதையும், பைசல் அவர்களோடு இணைந்து செல்வதையும் கோர்ட்டின் உள்ளிருந்த படியே கவனித்தவளுக்குத் துக்கம் தொண்டைக்குள் பந்தாக உருண்டது. கறுப்பு நிற ஸ்கார்பியோவில் அவர்கள் சென்று ஏறினார்கள்.

நாயர் கடும் கோபம் கொப்பளிக்க இவர்களை நோக்கி வருவது தெரிந்தது. அனிதா முகத்தை வேறு பக்கமாகத் திருப்பிக் கொண்டாள். “பார்த்தியா. . . அவ போறதை? கொஞ்சம் கூட கவலையில்லை. இவளைப் பெத்து வளத்ததுக்குக் கொன்னு போட்ருக்கலாம்.” அவரது குரல் கடுகடுத்தது.

“சரி, வாங்க போகலாம். இனி என்னத்துக்கு இங்கெ வந்து நின்னுக்கிட்டு. மானம் போச்சு, எல்லாம் போச்சு” என்றபடி

அவர்களுக்கு முன்பாக நடக்க ஆரம்பித்தார். கலங்கிய விழிகளோடு தங்கையின் கையை அம்மா பிடித்திருக்க, அனிதா சித்தியின் தோளைப் பற்றியபடி காரை நோக்கி நடத்திச் சென்றாள். திக்கற்ற திசையொன்றில் செல்வதுபோல இருந்தது.

காரில் கணவனோடு ஏறிய காவ்யா, அங்கிருந்தபடியே அம்மா வெளியில் நடந்து வருவதைப் பார்த்தாள். அவளது கண்களில் கண்ணீர் வழிந்தபடியிருந்ததைக் கவனித்த பைசல், ஆதரவாக அவளது தோளில் கைவைத்து அணைத்துக் கொண்டான். தனக்கும் குடும்பத்திற்கும் இடையேயான தூரம் அளவிட இயலாதபடிக்கு நீண்டுவிட்டதாக உணர்ந்தவளுக்குத் துக்கம் தொண்டையை அடைத்தது. இனி மறுபடியும் அம்மாவையும் பெரியம்மாவையும் அனிதாவையும் பார்ப்போமா என்கிற எண்ணம் தோன்றி மனத்தைப் பிசைந்தது.

தாயின் வாடிக் கலங்கிய முகத்தையும், நடையின் தளர்வையும் காணச் சகிக்காதவளாக அவள் தனது முகத்தைக் கணவனின் தோள்மீது புதைத்துத் தேம்பி அழ, பைசல் மனைவியை ஆற்றுப்படுத்தும் விதமாக அவளை இறுக அணைத்துக் கொண்டான். நடுங்கும் அவளது உடல், அவனது அணைப்பிற்குள் அமைதி கொள்ள முயன்று தோல்வியுற்றது.

நாயரின் பார்வையில் தெரியும் வேட்டையாடும் தன்மை, காவ்யாவுக்கும் பைசலுக்கும் திகிலூட்டுவதாக இருந்தது. இதற்கான பெரும் விலையைத் தான் தர நேரிடுமோ என்கிற கவலையோடு பைசல் இருந்தான். நாயர் தன் காரை எடுத்துச் சென்றபிறகு தூரத்தில் அது மறையும்வரை காத்திருந்தவன், தன் காரைச் செலுத்தும்படி டிரைவரின் தோளைத் தட்டினான்.

அடைக்கும் தாழ்

44

இம்ரான் உடை மாறும்போது, வினுதா சமையலறையில் அவனுக்கான உணவைத் தயார் செய்துகொண்டிருந்தாள். இருவருக்குமான உறவும் அன்பும் இலகுவானதாக மாறியிருந்தது. முன்பிருந்த தயக்கமோ கூச்சமோ இம்ரானிடம் இல்லாமல் ஆகியிருந்தது. இந்த ஒரு சில மாத காலம், வாழ்க்கையின் மீதான வேறொரு பார்வையை வினுதாவின் நட்பு அவனிடம் உருவாக்கித் தந்திருந்தது.

தனக்கென வாழ்வதன் அர்த்தத்தையும் அதன் சுதந்திரத்தையும் சுவாசிக்க ஆரம்பித்திருந் தான். பிறரைத் துன்புறுத்தாமல், தன்னுடைய வாழ்வை வாழ்வது பாவமில்லை என்ற விசயத்தைப் புரிந்துகொள்ள இத்தனை காலம் வேண்டியிருந்திருக்கிறது.

"ஒருத்தி வெறுத்தாள்னா, அதுக்காக எல்லாரையும் தூக்கி எறிஞ்சிடுவியாடா பைத்தியம். உலகத்தில் யாருக்குத்தான் கவலை, பிரச்னை இல்ல? அதுக்காக இப்படி மாறுறது சரியில்ல. உன் கோபத்தை எங்கக்கிட்ட காட்டாத" என்று நிலோபர் போனில் திட்டியதை நினைவுபடுத்திக் கொண்டான்.

"ப்ரேக் பாஸ்ட் ரெடி... கம்", வினுதாவின் குரலில் தன் நினைவுக்கு வந்தான். ப்ரெட் ஆம்லெட், ஓட்ஸ், ப்ரூட்ஸ் ஜூஸ் என மேசை நிறைந்திருந்தது. "நீ ஏன் இத்தனை வேலை பார்க்கற?" என்றவனிடம்,

"நத்திங், இது ஒண்ணும் ஹெவி கிடையாது, உட்கார் சாப்பிட லாம்." இருவருமாகச் சாப்பிட ஆரம்பித்தார்கள். "இன்னக்கி ஆபீஸ் முடிஞ்சதும் நான் பார்ட்டி போறேன். நீயும் வரியா" என்றவளிடம், "வரேன், தண்ணி மட்டும் வேண்டாம். ஓகே..?"

"நோ ப்ராப்ளம்," என்று சொல்லிச் சிரித்தாள். அவளது கூர்மையான மூக்கும் கன்னக்குழியும் ரசிக்க வைத்தன.

"டேய்... என்ன பார்வை இது? நான் உன் கூட வந்து தங்கி இரண்டு மாதம் முடிஞ்சாச்சு. புதுசா பாக்கற?" அவனது தலையில் செல்லமாகக் குட்டி, அவனைச் சுயநினைவுக்குக் கொண்டு வந்தாள். "இருந்தா என்ன? ஒவ்வொரு நிமிசமும் நீ அற்புதமா தான் தெரியற." இருவரது சிரிப்பிலும் அறை நிரம்பிற்று.

அவன் தனது தாடியை நுணுக்கமாகக் கத்தரித்திருந்தான். ஊருக்குப் போகும்போது பழையபடி வளர்ந்துவிடும். அப்போது அத்தாவிடம் சமாளிக்க வேண்டியிருக்காது. தனது நினைவிலிருந்து அனிதாவை அறவே நீக்கிவிட, அவனுக்கு வினுதாவின் நெருக்கம் தேவையாகவும், போதுமானதாகவும் இருந்தது.

அவர்கள் காரில் அலுவலகத்திற்குக் கிளம்பியபோது வினுதா உற்சாகமான மனநிலையில் இருந்தாள். அந்த உற்சாகத்தை எளிதில் இவனிடமும் அவளால் கொண்டுசெல்ல முடிந்தது.

"நீ பார்ட்டிக்கு வரப்போறதா சொல்லியிருக்கே இல்ல... அதான் ரொம்ப உற்சாகமாயிட்டேன்" என்று கண்ணடித்தாள். அவளது சிரிப்பு காருக்குள் நிறைந்து இம்ரான் மனத்தை நிரப்பிற்று. வெளியே லேசான தூறல் விழ ஆரம்பித்திருந்தது.

நிலோபர், அனிதாவைத் தொலைபேசியில் அழைத்த போது, அவள் அகர்வாலுடன் ரெஸ்டாரெண்டில் இருந்தாள். "என்ன செய்தி, எப்படியிருக்கே?" என்றவளிடம், "நல்லா இருக்கேன். அகர்வாலும் நானும் வெளியே வந்தோம். நீ சொல்லு, எப்படி இருக்கே?"

"நானும் நல்லா இருக்கேன். செய்தி தெரியுமா? இம்ரானும் வினுதாவும் செட்டில் ஆகிட்டாங்க" என்றாள்.

"ஓ..." என்றாள் அனிதா. அலட்டிக்கொள்ளத் தேவையற்ற விசயமாக இருந்ததனால் அப்படித்தான் சொல்ல முடிந்தது.

"சரி, அப்புறம் பேசலாம்." நிலோபர் ஏமாற்றத்துடன் அழைப்பைத் துண்டித்தாற்போல தோன்றிற்று. இம்ரான் கொஞ்ச நாளைக்கு முன்பாக இப்படி மாற்றம் அடைந்திருந்தால்,

தான் அவனைவிட்டு விலகியிருப்போமா என அனிதா யோசித்தாள்.

தன்னுள் முளைவிட்டிருந்த இஸ்லாமிய வெறுப்பையும் புறம் தள்ளிவிட முடியாது. என்றாலும், தனது வேலைக்கேற்றவனைத் தேர்வுசெய்வதுதான் பொருத்தமாக இருக்கும். தான் எடுத்த முடிவு சரிதான் என நினைத்துக்கொண்டாள்.

"என்ன ஏதோ யோசனைல மூழ்கிட்ட? உன் ஃப்ரண்ட் என்ன சொல்றா?" அவளது சிந்தனையைக் கலைத்தான் அகர்வால். "ஒன்றுமில்லை, சும்மாதான் கூப்பிட்டா. சரி மெயின் கோர்ஸ் ஆர்டர் பண்ணலாமா?"

சட்டென்று பேச்சை மாற்றிவிட்டுத் தண்ணீரைக் குடித்தாள். அவன் பிரமாதமான உடை உடுத்தியிருந்தான். ஒரு காவல்துறை உயர் அதிகாரிக்கான அவனது கம்பீரமான தோற்றமும் கவர்ச்சிகரமான பேச்சும் அவளை மயக்கி இருந்தன.

பயிற்சியில் பார்த்த சில நாட்களிலேயே அவன்மீதான மையல் உண்டாகிவிட்டது அப்போது இம்ரானின் காதலை முறித்துவிடாத காலம். அவனோடு காதலில் இருந்தபோதே இவன் மீது மோகம் உண்டாவது எப்படி சாத்தியம் என்று அவளுக்கே புரியாமல்தான் குழம்பினாள். அப்படியென்றால் இம்ரானிடம் இருந்து நான் விலக ஆரம்பித்துவிட்டேனோ? புரிந்தும் புரியாமலும் இருந்தது. நடைமுறை வாழ்க்கையில், வாழ்க்கையை தான் எளிதாக அணுகவும், சுதந்திரமாக வாழ்வதற்குமான வாய்ப்பாகத்தான் அகர்வால் மீதான தனது ஈர்ப்பை யூகித்தாள்.

"நீ எங்க கிராமத்துக்கு வரும்போது, புர்கா போட்டுக்க வேண்டியிருக்கும், தலை முக்காட்ட எடுத்துடக் கூடாது. எங்க அத்தா, அம்மாவுக்கு அப்போதுதான் பிடிக்கும்." இம்ரானின் குரல் நினைவுகளில் வழுக்கிச் சென்றது. ஒருவிதமான ஆசுவாசம் இப்போது அவளை ஆட்கொண்டது. மிகப் பெரிய சிக்கலிலிருந்து மீண்டுவிட்டோம் என்கிற உணர்வு அவளை உற்சாகம்கொள்ளச் செய்திருந்தது.

தனது எதிரில் அமர்ந்து, மெனு கார்டைப் பார்த்துக் கொண்டிருந்தவனின் இடது கையை, தனது வலது கை நீட்டி இறுக்கமாகப் பற்றிக்கொண்டாள். புன்சிரிப்புடன் அவளைப் பார்த்துச் சிரித்துவிட்டு, மறுபடியும் மெனு கார்டில் கவனத்தைப் பதித்தான்.

"அனிதா, நீ இன்னைக்கு ஏதோ ஒரு மூடுல இருக்க மாதிரி இருக்கே, என்ன பிரச்னை?" அகர்வாலின் குரலில், தன்

நினைவுக்கு வந்தவள், "அதெல்லாம் ஒன்றுமில்லை" என்று சமாளித்து நளினமாகச் சிரித்தாள்.

ரெஸ்டாரெண்டில் ஆங்காங்கே அமர்ந்திருந்தவர்கள் திரும்பி இவர்களைப் பார்த்துவிட்டு, ஏதோ முணுமுணுப்பதைக் கவனித்தாள். அகர்வாலும் கூட கவனித்துவிட்டு, தலையைக் குனிந்துகொள்ள, அனிதா அதெல்லாம் ஒரு பொருட்டே யில்லை என்றெண்ணித் தன் உணவைச் சாப்பிட ஆரம்பித்தாள்.

எப்போதும் போலில்லாமல், இன்று அவள் நடந்து கொள்ளும் விதம் விசித்திரமானதாக இருப்பதாக அகர்வால் நினைத்தான்.

45

"எவ்ளோ நாள் இப்டியே நாம இருக்கப் போறோம்?" வினுதா கேட்டபோது, இம்ரான் தன் லேப்டாப்பிலிருந்து தலையை நிமிர்த்தி அவளைப் பார்த்தான். என்ன திடீர்னு என்று கேட்பது போலிருந்தது அவனது பார்வை.

"உன்கிட்டேதான் கேட்கிறேன்." கையிலிருந்த தேநீர்க் கோப்பையை மேசையில் வைத்துவிட்டு, அவனுக்கு எதிராகப் படுக்கையில் வந்து அமர்ந்தாள். "என் அண்ணன்கிட்டே ஏற்கெனவே சொல்லிட்டேன். என் பேமிலியிலயும் ஏத்துப்பாங்க. இனி நீதான் உன் பேமிலியில் சொல்லி முடிவு செய்யணும்."

அவள்தான் எத்தனை எளிதாக இந்தப் பிரச்சினையை அணுகுகிறாள் என்று வியப்புடனும் இயலாமையுடனும் பார்த்தான்.

வினுதா கல்வி கற்ற ஒருவள். குடும்பமே படித்து உயர் பதவிகளில் இருக்கிறது. அவர்களின் பரந்த பார்வையையும் சிந்தனையையும் பார்த்து ஏக்கமாக இருந்தது. அவளது நிலையோடு தன்னுடைய நிலையை, குடும்பத்தை, சூழ்நிலையை ஒப்பிட ஒரு வழியும் இல்லை

"சரி. . . நான் குளிச்சுட்டு வரேன்" என்று போனாள். தன்னைத் தர்மசங்கடத்திலிருந்து அவள் விடுவிப்பதை அவன் புரிந்துகொண்டான்.

சில வாரங்களுக்கு முன் அவன் ஊருக்குப் போயிருந்தபோது, அத்தா வசூலுக்கு காரில் கிளம்பினார். "டிரைவர் வேணாம். நீ வா..." என்று அழைத்தபோது ஆச்சரியமாகப் பார்த்தான் இம்ரான்.

எப்போதும் அப்படி கூப்பிடமாட்டார். "ஓட்டல் சாப்பாடு சாப்பிடற பிள்ளை. நாலுநாள் லீவுலே வந்திருக்கான். நல்ல சாப்பாடு சமைச்சு கொடு" என்று சொல்லி மகனை வீட்டில் ஓய்வெடுக்கச் சொல்வார்.

இன்று அத்தா அவனை அழைத்தபோது அம்மா ஓடி வந்தாள். "அதெல்லாம் முடியாது, புள்ள ஊருக்கு ரெண்டு மாசம் கழிச்சு வந்திருக்கு. இங்க இருந்து ரெஸ்ட் எடுக்கட்டும்."

ஆபிதா குப்பியும் அம்மாவோடு சேர்ந்து, "உடம்பில ஒண்ணு மில்லாம கெடக்கறான் புள்ள. நாட்டுக்கோழி தோட்டத்திலிருந்து புடிச்சுட்டு வந்து கிடக்கு" வாஞ்சையுடன் சொன்னாள்.

"உங்க அன்பைக் காட்டறதுக்கு இரண்டு நாள் பொறுத்திருங்க. இன்னக்கி நாங்க அவசியம் கிளம்பித்தான் ஆகணும். இம்ரான் வந்தால்தான் சரியா இருக்கும்." மென்மையான குரலில் அவர்களை அடக்கினார் அத்தா.

அவர்கள் கிளம்பும்போது இந்த முறை, பயண துவாவை இம்ரானே ஓதினான். கார்கிளம்பும்வரை அருகிலேயே ஏக்கத்துடன் நின்றுகொண்டிருந்த அம்மாவிடமும் குப்பியிடமும் 'ஸலாம்' சொல்லிச் சிரித்தபடி விடைபெற்றான் இம்ரான்.

"இப்ப முதல்ல எந்த ஊருக்குப் போறோம்?" அத்தாவிடம் கேட்டவன், தெருவிலிருந்து எந்தத் திசைக்கு காரைச் செலுத்துவது என்பதற்காகக் காத்திருந்தான். "புதுக்கோட்டை, பிறகு திருப்பத்தூர், காரைக்குடி. இன்னிக்கு மூணு ஊரும் பாக்கறோம்." அவனுக்கு வியப்பாக இருந்தது. அத்தா இப்படி வசூலுக்குச் செல்வதை நிறுத்தி பல வருடம் ஆயிற்றே என.

"நீங்க எதுக்காக வசூலுக்குப் போறீங்க? அதான் கடையிலே அஜீஸ், சபீக், முருகன் எல்லோரும் இருக்காங்களே?"

"இல்லேத்தா... புதுசா ஷூ, செருப்பெல்லாம் விக்கிறோமா? ஒரு ரவுண்ட் போய், பசங்க எப்படி மார்க்கெட்டிங் பண்ணிருக்காங்க, சரக்கு போட்டுருக்காங்கனு பார்த்துட்டு வரலாம்னு தான்..."

அவர் சொன்னதும் சரிதான். ஷூ மார்ட் வைத்ததிலிருந்து இவன் இங்கு வரவே இல்லை. வியாபாரம் நன்றாகப் போவதாக அத்தா போனில் சொல்வார்.

அடைக்கும் தாழ்

சைக்கிள் உபயோகம் குறைந்த பிறகு, உதிரி பாகங்களின் விற்பனை கொஞ்சம் மந்தமான உடனே மாற்று வியாபாரத்தையும் கண்டுபிடித்து அதையும் சிறப்பாகச் செய்ய ஆரம்பித்துவிட்டார். நிச்சயம் கெட்டிக்காரர்தான். தானும் கூட இருந்து, இதே வியாபாரத்தைக் கவனித்துக்கொள்ள வேண்டும் என்ற விருப்பம் இருக்கக் கூடும். ஆனால் அதை அவர் இன்றுவரை அவனிடம் கேட்டதில்லை.

"மவனே. . . நான்தான் படிக்கமுடியலை. நீ படி, நல்ல கம்பெனில உத்தியோகம் பாரு, மேனேஜர் ஆகு. கோட் ஷூட் போட்டு வாழு" என்று அடிக்கடி சொல்வார். கூடவே, "ஐ.ஏ.எஸ்., ஐ.பி.எஸ். படிச்சு வேலைக்குப் போனேன்னு வச்சுக்கோ, நான் ரொம்பப் பெருமைப்படுவேன். அதிகாரத்தை நோக்கி நாமெல்லாம் போவணும்த்தா."

அவரது குரலில் தெரிவது ஆசை அல்ல, அதை அவரின் வேட்கையாகப் புரிந்துவைத்திருக்கிறான் இம்ரான்.

"எவ்வளவு பணம் இருந்தா என்ன? ஊர்ல மரியாதை இருந்து என்ன? ஒரு தாசில்தாரைப் பாத்தாகூட நாம அடங்கி நிற்க வேண்டியிருக்குனு நினைப்பேன். அந்த அதிகாரம் நம் சமூகத்திடம் வரணும்த்தா." குரலில் ஒரு வருத்தம் இருந்ததை இந்தமுறை கவனித்தான்.

இவன் தன் வேலையைத் தேர்வுசெய்து, அத்தோடு நிறுத்திக்கொள்ள விரும்பியபோது சொன்னார்; "வேலை பாத்துக்கிட்டே, சிவில் சர்வீஸ் போட்டுப் படித்தா."

இவனுக்கு அதில் ஆர்வம் சுத்தமாக இல்லாததை அறிந்த பிறகு, தனது விருப்பத்தைச் சொல்வதை நிறுத்திக்கொண்டார். என்றாலும் அவரது மனத்தில் அந்த ஏக்கம் இருக்கத்தான் செய்யும் என்று இவனுக்குத் தெரியும்.

இருவரிடையே நீண்ட மவுனத்தை யார் கலைப்பது என்கிற தடுமாற்றத்தோடு காரைச் செலுத்திக்கொண்டிருந்தான்.

அத்தா இன்னும் சாலை ஓரத்தில் நடப்பவர்களைப் பார்த்தபடிதான் இருந்தார். இத்தனை வருடத்தில் அவர் இன்னும்கூட தனது தேடலை நிறுத்திவிடவில்லை.

ஒருமுறை, "இன்னுமா அவர் உயிரோடு இருப்பார்ன்னு நம்புறீங்க" என்றவனிடம், "மனநிலை பாதிக்கப்பட்டவங்க அவ்வளவு சீக்கிரம் இறக்க மாட்டாங்க, ஏதாவது விபத்தில் இறந்தா தவிர. அதான் ஒரு நம்பிக்கைல தேடறேன். அந்த அல்லா

என் துஆவ கபூல்[1] செய்வான்னு நம்பறேன்." அத்தாவின் மன உறுதியும் துவாவின் மீதான நம்பிக்கையும் வியப்பூட்டவில்லை.

"சின்னத்தா எப்படியிருக்கார், வந்தாரா, தங்கச்சி யெல்லாம் எப்படியிருக்காங்க?" பேச்சை மாற்றுவதற்கு விரும்பினான் இம்ரான். அத்தா, அனிபா பெரியத்தாவை நினைத்துவிட்டால், அப்படியே சோகமாகி விடுவார். அவரது நினைவை மாற்ற வேறு ஏதாவது பேசியே ஆகவேண்டும் என்று விரும்பினான்.

"வரலையே. . . அவன், தான் உண்டு தன் தப்லிக் ஜமாத் வேலை உண்டுனு இருக்கானே. ஒரு நாள் போன் பண்ணினான். மகளுக்கு நிக்காஹ் வைக்கப் போறானாம்."

"அந்தக் குழந்தைக்கா?" அதிர்ச்சியாகக் கேட்டான் இம்ரான். "அவளுக்குப் பதினாறுவயதுகூட இருக்காது இல்ல." "ஆமாம், நானும் ஏன்டா இப்டி சின்ன வயசுல பண்றனு" கேட்டதுக்கு, "அதெல்லாம் பரவாயில்லை அப்டின்னுட்டான். பொம்பளை புள்ளன்னா அவனுக வைக்கறதுதான் சட்டம். படிக்கவைக்க மாட்டேன்றான். கேட்டா ஆலிமா பட்டம், மதரசானு சொல்றான். ஊர்ல தெருவுக்கு ஒரு மதரஸா இருக்கு. பள்ளிக்கூடம் அனுப்பாம பொண்ணுங்களை ஆலிமா பட்டம் வாங்க அனுப்புறாங்க. பத்தாவது கூட படிக்க வைக்கறது இல்லை, பைத்தியக்காரன். நம்ம வீட்லதான் பொம்பள புள்ள இல்லாமப் போச்சு. இருந்திருந்தா டாக்டருக்குப் படிக்க வைச்சிருப்பேன். அவனுக்கு ஆறு பொண்ணுகள அல்லா குடுத்திருக்கான்." அத்தா குரலில் ஏக்கம் நிரம்பியிருந்தது. அவர் பலமுறை இதைச் சொல்லியிருக்கிறார்.

"பொம்பள புள்ள பிறந்திருந்தா, நல்லா படிக்க வைச்சிருப்பேன்." இந்த வார்த்தைகள் அவர் மனதில் இருந்து வரக்கூடியவை.

"நான் வேணா பேசிப் பார்க்கட்டுமா? அடுத்த வாரம் லீவுல அங்கே போறேன். கல்யாணத்தைத் தள்ளிவைக்கப் பாக்கறேன். சட்டப்படியும் அது தப்புதானே?"

"அவன்கிட்டேயா! யாராவது பேச முடியுமா? தற்குறி." அத்தா தடித்த வார்த்தைகளைப் பயன்படுத்தி முதல் முறையாகக் கேட்கிறான் இம்ரான். தம்பியின் செயல்களில் ஏதும் விருப்ப மில்லாமல், மனம் நொந்து பேசியவர், "உனக்கும் அம்மா பொண்ணு பார்க்க ஆரம்பிச்சாச்சு. துஆ செய். அல்லாஹ் பெரியவன். எங்கே நசீப வச்சு இருக்கானோ, ஹைர்."

---

1. நிறைவேற்றம்.

"எனக்கா, என்ன அவசரம்?" என்று கேட்க நினைத்தவன் அமைதியாக இருந்துவிட்டான்.

அவர்கள் குறுகிய தார்ச்சாலைகளினூடே போய்க் கொண்டிருந்தார்கள். இருபுறமும் குளங்கள். நீர் நிறைந்து, பார்க்க ரம்மியமாக இருந்தது. "இந்த வருசம் நல்ல மழை" தனக்குள்ளாக முனகிக் கொண்டவர், "நம்ம ஜவ்வாது தெரியுமா உனக்கு" என்றார்.

"யாரது. . .? தெரியலையே."

"நம்ம கடையிலே வந்து உட்காருவாரே ரசாக், அவர் மகன். நீ சின்னப் புள்ளையா இருந்தப்ப பாத்திருப்பே."

அதுக்கென்ன என்பதுபோல் அவன் அமைதியாக காரைச் செலுத்தினான்.

"அவர் இருவது வருஷத்துக்கு முன்னாலேயே மும்பை போயிட்டாரு. அங்கே தெருத் தெருவா போயித் தள்ளுவண்டி யிலே காய்கறி விப்பாரு. நல்ல நிலைமைக்கும் வந்துட்டாரு, வீடு வாங்கிட்டாரு. புள்ளைக காலேஜ்ல படிக்குதுங்க" என்று சொல்லிச் சற்று நிதானித்தார்.

இம்ரானுக்கு ஆரம்பத்தில் இருந்த குழப்பம் சற்று விலகியது போல் இருந்தது. மும்பையில் இருக்கிற ஒருவர், அவரைப் பற்றி எதற்காகப் பேச்செடுக்கிறார் என்ற யோசனை வந்தது. ஏதோ புரிகிறாற்போல் இருந்தது.

"அவர் உன்னைய அப்பப்போ பாத்திருக்கிறார். போன வாரம் வந்தப்ப சொன்னார்.

இந்த வாழ்க்கை நிலையானது இல்லை இம்மை என்பது "ஆகிரத்தி[2]ற்கான" நன்மையைத் தேடுவதற்கான ஓர் இடம். நாம் இங்கே விருந்தாளியாக வந்திருக்கிறோம். நாம் விரும்புவது போல துனியா[3]வில் வாழ்ந்துவிட்டுப் போக முடியாது. மறுமையில் நமது ஒவ்வொரு செயலுக்கும் அந்த இறைவனிடம் பதில் சொல்ல நாம் கடமைப்பட்டிருக்கிறோம். இந்த அற்ப வாழ்க்கைக்காக நாம் ஆகிரத்தின் வாழ்வை விட்டுத்தர இயலாது."

'ஓ . . !' தனது குரல் தனக்குள்ளேயே ஒடுங்குவதை உணர்ந்தான் இம்ரான். என்ன சொல்வது எனத் தெரியவில்லை. அத்தா அதன் பிறகு மறுபடி குளங்களை, மரங்களைப் பார்க்க ஆரம்பித்துவிட்டார்.

---

2. மரணத்திற்கு பிந்தைய உலகம்.
3. இவ்வுலகம்.

அத்தா எப்போதும் நிறையப் பேசுபவர் இல்லை. இதற்கு மேல் அவர் ஏதும் கேட்பார் என்கிற நம்பிக்கை இல்லை. அமைதியாகக் காரை ஓட்டினான் இம்ரான்.

அடுத்த நாள் வீடு திரும்பும்வரை, இருவருக்குமிடையே கனத்த மௌனம் தேங்கியிருந்ததை, சாதாரணமாக எடுத்துக் கொள்ள முடியாமல் இம்ரான் இருந்தான்.

"என்ன யோசனை சார்?" வினுதா ஹேர் ட்ரையரால் முடியைக் காயவைத்துக்கொண்டிருந்தாள். எப்போது குளித்து விட்டு வந்தாள்? அதைக்கூட கவனிக்காமல் இருந்தேனா" என்று நினைத்தபடி, "நத்திங் ஜஸ்ட் லைக் தட் டியர்" என்றான்.

அவள் மென்மையாகச் சிரித்துக் கண்களைச் சிமிட்டி னாள். அந்தச் சிரிப்பிற்குப் பின்னால், அவனை மனக் குழப்பத்திலிருந்து விடுவித்து சகஜநிலைக்குக் கொண்டு வருகிற பாவனை இருந்தது.

அவன் ஒரு நொடிகூட கலங்கிவிடக்கூடாது என்கிற கவலையும் அக்கறையும் அவளிடம் எப்போதும் இருப்பதை அவன் அறிவான்.

"இப்ப நான் என்ன கேட்டேன்னு, நீ இவ்ளோ சைலண்டா ஆகிட்டேடா? ப்ளீஸ் ரிலாக்ஸ்."

"ஒண்ணுமில்லேம்மா, நீ சொன்னதை எப்படி வீட்ல சொல்றதுனு யோசிச்சேன், குழப்பமாயிருக்கு, நத்திங்."

வினுதா அவனது அருகில் அமர்ந்து, தோளில் தலைசாய்த்துக்கொண்டாள். "அவசரமில்ல உன் இஷ்டம், டைம் எடுத்துக்கோ. ஆனால் நீ இல்லாம என்னால வாழ முடியாது. இதை மட்டும் மனசில் வச்சுக்கோ" என்றாள்.

இருவரும் உணர்வுநிலைக்கு ஆட்பட்டிருந்தார்கள். மனத்தில் பெரும் போராட்டம் இம்ரானுக்கு.

வினுதா மதம் மாறாதவரை, அத்தா இந்தத் திருமணத்தை ஏற்க மாட்டார். தன்னால் வினுதாவிடம் இதைச் சொல்ல இயலுமா எனத் தெரியவில்லை.

வினுதாவுடன் பழக நேர்ந்த சமயத்தில் அவன் கடுமையான மன நெருக்கடியிலும் அதன் அழுத்தத்திலும் இருந்தான். அவளது அன்பும் அண்மையும் தான் தேவையாக இருந்தன. வேறெதுவும் முக்கியமாகப்படாத தருணம் அது. அவனாலும் இனி இவளைப் பிரிந்து வாழ்வது சாத்தியமில்லை. ஆனால் அதைச் செய்யும் விதம் என்னவென்றுதான் புரிபட மறுத்தது.

அடைக்கும் தாழ்

"மாற்றுமதப் பெண்ணுடன் மணமுடிப்பதும் உறவு கொள்வதும் விபசாரம் செய்வதற்கு ஒப்பானது" எனும் குர்ஆனின் வரிகளை இவன் பொருட்படுத்தாவிட்டாலும், குடும்பம் எப்படி ஏற்கும், அத்தா எப்படி ஏற்பார்? அவனுக்குத் தலை வெடிக்கும் போலிருந்தது. என்ன செய்தால் இந்தச் சிக்கலிலிருந்து விடுபடலாம் என யோசித்தான்.

நிலோபர், தனசேகர் இருவரையும் சந்தித்தால் ஓரளவு தெளிவு கிடைக்கும் எனத் தோன்றிற்று. வினுதாவையும் அழைத்துக்கொண்டு, சென்னை செல்வதற்கான எண்ணத்தைத் திட்டமிட்டான்.

45

வினுதாவிற்கு அவனது குழப்பத்திற்கான காரணம் புரிந்திருந்தது. என்றாலும், அதைத் தெரிந்துகொள்ள விரும்பாதவளாகக் காட்டிக் கொண்டாள்.

அனிதா, இம்ரான் என்னும்போது இல்லாத சிக்கல், இப்போது அவனுக்கு இருப்பதை யூகித்துக் கொண்டாள். என்றாலும் அந்தச் சிக்கலில் தன் பங்கைக் கணக்கிட விரும்பவில்லை.

அவனது சூழ்நிலை முழுக்கத் தெரிந்துதான் இருந்தது. தான் என்ன செய்து அவனை அக்குழப்பத்திலிருந்து விடுபட வைக்கலாம் என எத்தனைமுறை யோசித்தும், எதுவும் பிடிபட மறுத்தது. அவள் ட்ரெஸ்ஸிங் டேபிள் முன் அமர்ந்து தலை வார ஆரம்பித்தாள்.

அண்ணன் இரண்டு மூன்று நாட்களாகவே கேட்டுக்கொண்டிருக்கிறான். அவனுக்கு என்ன பதில் சொல்வது என்று தெரியாமல் இருக்கிறாள். அவன் கலிபோர்னியாவில் இருக்கிறான். அவனுக்கு இங்கே எல்லாமும் மறந்துவிட்டிருக்கும். பண்டிகைகளும் மதங்களும் முக்கியமில்லாமல் ஆகிவிட்டன.

தனது ஆங்கிலேய மனைவியோடு வாழ்பவ னுக்கு, இம்ரானின் பிரச்சினையையோ, குழப்பத்தையோ சொல்லிப் புரிய வைக்க முடியாது. அப்பாவிடம்தான் சொல்லி அவனுக்குப் புரிய வைக்க வேண்டும் என நினைத்துக்கொண்டாள்.

மதம்தான் பிரச்சினையாக இருக்கும். அது புரிந்துதான் இருந்தது. அவன் அவளிடம் அப்படி ஒரு கோரிக்கையை வைப்பான் என்று தோன்றவில்லை. அவனது மனத்தை இவள் நன்றாகப் புரிந்துவைத்திருக்கிறாள்; என்றாலும், இந்தப் பிரச்சினையை எப்படிக் கையாள்வது எனும் அதீத சிந்தனை களிலிருந்து அவன் விடுபட வேண்டும் என்று அவள் விரும்பினாள்.

•••

சென்னை வெயில் முகத்தில் விழுந்து எரிந்தது. "எனக்கு சென்னைனாலே வெயில்தான் ஞாபகம் வரும். ஹாரிபிள்..." நிலோபரிடம் சலித்துக்கொண்டாள் வினுதா.

வழக்கமாக அப்படி அலுத்துக்கொள்கிற ஆள் இல்லை என்று இம்ரானுக்குத் தெரியும். நிலோபர், வினுதாவைப் பற்றி என்ன நினைப்பாளோ என்ற கவலை உண்டாயிற்று. என்றாலும், சகித்துக்கொள்கிற அளவுக்குத்தான் வெயில் இருந்தது. தனசேகர் காரை வெளியே, பிக்கப் பாயிண்டில் நிறுத்தியதும் அவர்கள் ஏறிக் கிளம்பினார்கள்.

"ஃப்ளைட் நேரத்துக்கு வந்துடுச்சு இல்ல தனசேகர்." ஏதோ பேச வேண்டும் என்பதற்காக ஆரம்பித்தான். "ஆமாம், இம்ரான்" என்று தனா பதில் சொன்னான். வினுதா புன்னகை யால் ஆமோதித்தாள். "மறுபடி இன்னிக்கே கிளம்பறியா என்ன?" நிலோபர் கேட்டதுக்கு, "ப்ச், முடிவு பண்ணலை. இப்படியே ஊருக்குப் போனாலும் போவேன். வினு மட்டும் போறா. அப்றம், உன் பொண்ணு எப்டி இருக்கா" என்றான். "அவளுக் கென்ன சூப்பர்" என்று சொல்லிவிட்டு வினுதாவைப் பார்த்துச் சிரித்தாள் நிலோபர்.

வினுதா மெலிதான புன்சிரிப்பைப் பதிலாகத் தந்தாள். வினுதாவின் தோற்றமும் அதிநாகரிக உடையும் அழகும் ஏனோ நிலோபருக்கு அவளோடு ஒட்டுதலை உண்டாக்க மறுத்தது.

அனிதாவை விட பிரமாதமான அழகியாகவும் நாகரிக மானவளாகவும் தெரிந்தாள். இவள் பெரிய பணக்காரி என்று இம்ரான் சொல்லியிருந்தது நினைவுக்கு வந்தது. பணக்காரத் திமிர் இருக்குமோ என்கிற சிறு சந்தேகம் நிலோபரிடம் இருந்தது.

தனசேகர் காரை, பார்க் ஹோட்டலை நோக்கிச் செலுத்தி னான். "எங்கே போறே?" என்று கேட்ட இம்ரானிடம், "பார்க்" என்றான். "வேணாம் ஏதாவது ரெஸ்டாரெண்டுக்கு விடு. அமைதியான, கூட்டமில்லாத இடமா இருக்கட்டும்."

"ஒக்கே..." என்றபடி, காதர் நவாஸ்கான் சாலையை ஒட்டிய ரோட்டில் நுழைந்தான்.

பன்னிரண்டு மணி என்பதால், ரெஸ்டாரெண்டில் கூட்டம் இல்லை. ஆங்காங்கே ஒன்றிரண்டு ஜோடிகள் இருந்தார்கள். அவர்களை வரவேற்று அழைத்துச் சென்ற நேபாள் பையன், அவர்களிடம், "ரிசர்வ் செய்திருக்கிறீர்களா?" என்று கேட்டான். நிலோபர், "இல்லை" என்றாள்.

சரி, என்றபடி அவர்களைப் பக்கவாட்டில் கிடந்த தனியான மேசைக்கு அழைத்துச் சென்றான்.

"நான் ஹேண்ட்வாஷ் பண்ணிட்டு வரேன்" என்ற வினுதா, நிலோபரிடம், நீயும் வருகிறாயா என்று கேட்பது போல முகத்தைப் பார்த்தாள். "எஸ்..." என்றபடி நிலோபர் கூடச் சென்றாள்.

"உன்னைப் பார்த்ததில் ரொம்ப சந்தோஷம். இம்ரான் உன்னைப் பத்தி நிறைய சொல்லியிருக்கான். ஸோ சுவீட். அனிதா பிரச்னைல உன்னோட ஆதரவுதான் பெரிய சப்போர்ட் அவனுக்கு."

நிலோபரை இறுக அணைத்து நன்றி சொன்னாள் வினுதா. அவளின் இந்த அணைப்பை நிலோபர் எதிர்பார்த்திருக்கவில்லை; மனம் நெகிழ்ந்து நின்றாள்.

இருவரும் கைகழுவிவிட்டு மேசைக்கு வரும்போது, நிலோபர் முகத்தில் பெருத்த நிம்மதி படர்ந்திருந்ததை தனசேகரன் கவனித்தான். வினுதாவின் மீதான அவளது அதிருப்தி நீங்கி விட்டதோ என்று இருவரையும் பார்த்தான்.

இருவரும் தங்களுக்கான உணவைச் சொல்லிவிட்ட தாகவும், அவர்களும் ஆர்டர் செய்யலாம் என்றும், இம்ரான் மெனு கார்டை அவர்கள் பக்கமாக நகர்த்தினான்.

வினுதா உணவோடு வைன் ஆர்டர் செய்தபோது, அதனைக் கவனிக்காதவள்போல தன்னைக் காட்டிக் கொண்டாள், நிலோபர்.

"இப்போ என்ன முடிவு எடுக்கப் போறே இம்ரான்? உங்க வீட்ல சொல்லத்தான போறே?" நேரடியாக நிலோபர் பேச்சைத் தொடங்கியதை, யாரும் எதிர்பார்த்திருக்கவில்லை. இம்ரான் தடுமாற்றத்தினால் கூடிய ஒருவிதமான உடல் இறுக்கத்தைக் கொண்டவனாக அமர்ந்திருந்தான்.

தனசேகர் தன் முன்னால் இருந்த தண்ணீரை எடுத்து ஒரு வாய் குடித்துவிட்டுக் கீழே வைத்தான்.

"நிலோ... ப்ளீஸ் அவசரப்படாதே, பேசலாம். அவனே குழம்பிப் போயிருக்கிறான்." வினுதா நிலோபரின் தோளில் கை வைத்துச் சிரித்தாள்.

அவர்கள் சாப்பிட ஆரம்பித்தார்கள். "எப்டி வீட்ல போய்ச் சொல்லி அனுமதி வாங்கறதுனு தெரியல. அனிதா விசயம் வேற. வீட்ல சொல்றதோ, பர்மிசன் கிடைக்கறதோ சிக்கல் இருந்திருக்காது இல்ல" நிலோபரின் குரல் கம்மியிருந்தது.

"சும்மா இரு, நிலோ." இம்ரான் பாஸ்தாவைச் சாப்பிட்டபடி சொல்லிவிட்டு நிறுத்தினான். வினுதாவுக்கு அவனைப் பார்க்க மனம் வருந்திற்று. நிலோபர் அமைதியானாள்.

"உங்க வீட்ல என்ன சொல்லி மறுப்பாங்க? இந்து பொண்ணுனா? இல்ல முஸ்லிமா மதம் மாறினா ஓகே சொல்வாங்களா?" தனாவின் கேள்விக்கு, "மதம் மாறணும்னு சொல்வாங்க" என்ற பதிலை நிலோபர் சொன்னாள்.

தனசேகர் அமைதியானான். இனி பதில் சொல்வது இம்ரானாகத்தான் இருக்க வேண்டும்.

"எனக்கு அப்ஜெக்சன் ஏதும் இல்லை. நான் மதம் மாறிக்க ரெடி. இம்ரான் படற கஷ்டத்தை என்னால சகிக்க முடியல." வினுதா தன்னளவில் இதற்கான முடிவைச் சொன்னாள்.

"பிறகென்ன?" நிலோபரின் விரிந்த கண்களில் வெளிச்சம் பளபளத்தது.

"இல்லே வினு." அவசரமாக மறுத்த இம்ரான், "உன்கிட்ட அப்டி ஒரு ரிக்வெஸ்ட்டை வைக்கவோ, கட்டாயப்படுத்தவோ என்னால முடியாது. அது உன் சுதந்திரம் இல்லையா?" இம்ரான் தடுமாறினான். பெரிய பிரச்சினை சட்டென முடிவை நோக்கிச் சென்றதைப் புரிந்துகொள்ளவியலாமல் கஷ்டப் பட்டான்.

அவர்களது உணவு குளிர்ந்துபோய்க்கொண்டிருந்தது.

46

இம்ரான் ரயிலில் ஏறிப் படுக்கையை விரித்து, பெட்டியைப் பத்திரமாக அவளது படுக்கைக்கு கீழே வைத்தான். தண்ணீர் பாட்டிலைத் தலைமாட்டின் மேசையில் வைத்தான். "பத்திரம், போய் இறங்கினதும் எனக்கு போன் பண்ணு. நானும் ஊர் போய்ச் சேர்ந்திடுவேன்."

அவனது அக்கறையை ரசித்தபடி வினுதா தலையாட்டினாள். தனசேகர் ரயிலுக்கு வெளியே நின்றான். ரயில் கிளம்ப நேரம் நெருங்கியது. இம்ரான் கீழே இறங்கி அவன்கூட நின்றுகொண்டான்.

ஒலிபெருக்கியில் ரயில் கிளம்பவிருப்பதைத் தெரிவித்தார்கள். ரயில் தன் ஓட்டத்தை மெதுவாகத் துவக்கிற்று. வினுதா கையசைக்க இம்ரானும் கையசைத்து விடை கொடுத்தான்.

இம்ரானைத் தோளில் தட்டி, "வா... உனக்கு பஸ் கோயம்பேட்டில் இருந்து ஏறணும்." என்றபடி தனசேகர் நடக்க ஆரம்பித்தான். பஸ்ஸில் ஏறும் வரை இருவரும் ஏதும் பேசிக்கொள்ளவில்லை.

தண்ணீர் பாட்டிலைக் கையில் கொடுத்தவன் இம்ரானை அணைத்துக்கொண்டான். "சரி, நீ பஸ்ல ஏறு, எடுக்கப் போறான்" என்றவன், "இம்ரான்... அத்தா பத்திரம்டா" என்று சொல்லியபோது, தனாவின் கண்கள் கலங்கியிருந்தன. பதிலுக்கு ஏதும் பேசவியலாதபடி இம்ரானின் தொண்டையில் துக்கம் அடைத்திருந்தது.

இம்ரான் பஸ்சில் ஏறித் தன் இருக்கையில் போய் அமர்ந்து, சன்னல் வழியே தனசேகரைப் பார்த்துக் கையசைத்தான். பஸ் தன் பயணத்தைத் தொடக்கிற்று.

காலச்சுவடு பப்ளிகேஷன்ஸ் (பி) லிட்.
Published by Kalachuvadu Publications (Pvt. Ltd.),
669, K.P. Road, Nagercoil 629001, India
Phone: 91-4652-278525
e-mail: publications@kalachuvadu.com

12/2022/S.No. 1120, kcp 4222, 18.6 (1) 9ss